व्यंकटेश माडगूळकर

मेहता
पब्लिशिंग
हाऊस

I0649702

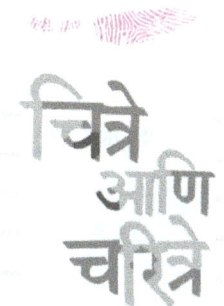

चित्रे
आणि
चरित्रे

CHITRE ANI CHARITRE by VYANKATESH MADGULKAR
चित्रे आणि चरित्रे । कथासंग्रह
व्यंकटेश माडगूळकर

© ज्ञानदा नाईक

मराठी पुस्तक प्रकाशनाचे हक्क मेहता पब्लिशिंग हाऊस, पुणे.

प्रकाशक
सुनील अनिल मेहता, मेहता पब्लिशिंग हाऊस,
१९४१, सदाशिव पेठ, माडीवाले कॉलनी, पुणे ३०.

अक्षरजुळणी
इफेक्ट्स, २१/६ब, आयडिअल कॉलनी, कोथरूड, पुणे ३८.

**मुखपृष्ठावरील व
आतील चित्रे**
व्यंकटेश माडगूळकर

मुखपृष्ठ - रचना
चंद्रमोहन कुलकर्णी

मुखपृष्ठावरील लेखकाचे छायाचित्र
शेखर गोडबोले

प्रकाशनकाल
पहिली आवृत्ती : १९८३
दुसरी आवृत्ती : १९९६
तिसरी आवृत्ती : २६ जानेवारी, २००८
मेहता पब्लिशिंग हाऊस यांची
चौथी आवृत्ती : मे, २०१२ / पुनर्मुद्रण : ऑक्टोबर, २०१३

ISBN 978-81-8498-358-6

अनुक्रम

नवे गाव

१

'गावात प्रवेश केल्यानंतर एकंदर दृश्य पाहताक्षणी चित्त वेधण्यासारखे नाही. जिकडे-तिकडे घाण आणि दारिद्र्य भरलेले दिसते. कुठेही नियमितपणा, नीटनेटकेपणा किंवा संपन्नता दिसत नाही. दुरून जी मातीच्या पडक्या भिंतींसारखी दिसतात, तीच गावकऱ्यांची घरे आहेत. ही घरे पांढऱ्या मातीची, उन्हात वाळविलेल्या विटांनी बांधलेली आहेत. घरांवर मातीची धाबी आहेत. काही घरे अगदी पडीक असून तिथे कोणी राहत नाही. काही घरांची छपरे गवताने शाकारलेली आहेत. ज्यांना याहून चांगली जागा मिळविण्यासाठी काहीही साधन नाही, असे दरिद्री लोक व त्यांची गुरे ह्यांतून कशीबशी राहतात. राहण्यासाठी उपयोग केला जातो, अशी एकशे सात घरे आहेत. गावातील सार्वजनिक इमारती म्हणजे महादेव, भैरव आणि हनुमान ह्या देवांची देवळे, एक पडझड झालेली मशीद आणि चावडी. गावातील घरे वाटेल तशी बांधलेली दिसतात. त्यात काहीही सुसूत्रता दिसत नाही. घरांच्या मधून अरुंद, वाकडे-तिकडे आणि गलिच्छ बोळ आहेत. कधी कधी तीन-चार घरे एकमेकांना लागून असतात, तर काही अगदी दूर-दूर असतात. घरे जशी काही संरक्षणासाठी बांधलेली दिसतात. आत इतका काळोख आणि उदासीनता दिसते की, त्यात राहणारी माणसे माणूसघाणी असावीत, असे वाटते...'

अठराशे तीस साली म्हणजे दीडशे वर्षांपूर्वी सर्जन कोट्स नावाच्या साहेबाने 'लोणी गावातील सांप्रत परिस्थितीचा वृत्तांत' लिहिला आहे, त्या वृत्तांतामधून घेतलेला हा उतारा.

ह्या इतक्या छोट्या वृत्तांतात कोट्ससाहेबांना गावची लोकसंख्या, गावचा कारभार, जाती-जमाती, आर्थिक स्थिती, व्यापार-उदीम, शेती, लोकांची राहणी, कपडे, जेवणखाण ह्यासंबंधी सर्व लहानसहान तपशील दिले आहेत.

बलुतेदारांच्या कामासंबंधी माहिती देताना कोट्सनी लिहिले आहे :

'लग्नप्रसंगी नवरा-नवरीला बसून अंघोळ घालण्यासाठी

सुतार चौरंग पुरवितो. तंबू ठोकण्यासाठी व घोडे बांधण्यासाठी खुंट्या पुरवतो.

'बगाडाचे काम लोहार करतो. हे काम म्हणजे भैरोबा आणि हनुमानाच्या मूर्तीसमोर घुमणाऱ्या भक्तांच्या पाठीच्या कातडीतून लोखंडी आकडा घालणे होय.

'धोबी लग्नामध्ये, मिरवणुकीच्या वेळी नवरा-नवरीसमोर पायघड्या अंथरतो.

'न्हावी सुटीच्या दिवशी पाटील आणि कुलकर्णी ह्यांचे मालिश आणि चंपी करतो. लग्नाच्या वेळी वाजंत्री वाजवतो. पेरणीच्या दिवसांत बैलांच्या शेपट्या कातरतो, त्याबद्दल त्याला धान्य मिळते.

'कर भरले जातात, तेव्हा नाणी चांगली आहेत, का नाहीत, हे सोनार पाहतो. त्याच्याकडून सोन्या-चांदीचे काम करवून घेतले जाते, तेव्हा त्याला दोन पैशांपासून एक रुपयापर्यंत मजुरी मिळते.

'तरुण बैलांचे वृषण मांग बडवतो. देहांताची शिक्षा झालेल्यांना मारण्याचे काम करतो.

'महाराचे काम म्हणजे गावच्या सीमेवर व एकूण गावाच्या कारभारामध्ये आक्रमण न होऊ देणे. त्यांना सीमांचे अगदी बारीक ज्ञान असते. सीमेवरील भांडणात त्यांची जबानी निर्णयात्मक समजली जाते. वेशीचे दरवाजे उघडण्याचे व बंद करण्याचे काम त्यांच्याकडे असते.'

ह्या सर्व बलुतेदारांची बरीच कामे कोट्ससाहेबांनी दिली आहेत. त्यांपैकी काही विशेष निवडक अशी मी घेतली आहेत.

गावातील कुणब्यांच्या जेवणाबद्दल अशी नोंद आहे की–

'ते दिवसातून तीन वेळा आहार घेतात. ह्या लोकांची सकाळची न्याहारी म्हणजे भाकर, रात्रीच केलेली भाजी, चटणी किंवा कच्चा कांदा एवढी असते. ते ही न्याहारी सकाळी आठ वाजता शेतीवर घेऊन जातात व तास-दोन तास काम केल्यावर, विहिरीच्या किंवा ओढ्याच्या काठावर बसून ती मांडीवर घेऊन, भाकरीचा भांड्यासारखा उपयोग करून खातात.'

खेडूत लोकांच्या श्रद्धा किंवा अंधश्रद्धा यावरही विस्ताराने लिहिलेले आहे :

'जर एखाद्या माणसाजवळ लग्न करण्यासाठी पैसा नसला किंवा त्याला कुटुंब नसले, तो बेकार असला किंवा एखाद्या गंभीर आजाराने विटलेला असला, त्याची गुरे मरू लागली किंवा काही संकट कोसळले; तर तो आपल्या मित्रमंडळींच्या सल्ल्याने गावातल्या एखाद्या देवळात जातो किंवा जर शेजारच्या खेड्यातील एखाद्या देवाची चमत्कार करण्याबद्दल कीर्ती असेल, तर तिथे जातो व देवाने जर त्याची प्रार्थना ऐकली, तर काही ना काही करण्याचे कबूल करतो. एखादे तप करण्याचे वचन देतो किंवा काही नैवेद्य, बळी देण्याचे कबूल करतो किंवा पाठीच्या कातड्यामधून आकडा काढून त्याच्या साह्याने स्वत:ला टांगून घेण्याचे कबूल

करतो. स्वत:च्या घरापासून देवळापर्यंत लोटांगण घालत जाण्याचा नवस करतो. घर आणि देऊळ ह्यांतील अंतर तोडण्यास कित्येकदा अनेक दिवस लागतात. कधी कधी तो हातापायांना साखळ्या बांधून तशा स्थितीत देवळापर्यंत जाण्याचे कबूल करतो. देवापुढे बकरा, मेंढा किंवा कोंबडा कापायचे अथवा साखर, नारळ, मिठाई वगैरे देण्याचे कबूल करतो. अशा तऱ्हेचे काही ना काही प्रकार खेड्यात सतत चालूच असतात. अशा वेळी ह्या माणसाबरोबर त्याची मित्रमंडळी असतात. मृदंग आणि पिपाणीसह तो वाजत-गाजत जात असतो. मंत्र-तंत्र, शुभ आणि अशुभ वेळ, दृष्ट लागणे, जादूटोणा, भुतांचे अस्तित्व इत्यादींवर ह्या समाजाचा अगदी पुरेपूर विश्वास आहे; आणि ह्या सर्वांचा त्याच्या जीवनावर फार परिणाम झाला आहे.'

रामोशी ह्या जमातीबद्दल सांगताना कोट्ससाहेब लिहितात :

'त्यांचे डोळे आणि कान जनावराप्रमाणे तीक्ष्ण असतात. माणसाचा आणि जनावरांचा माग ते इतका बरोबर काढतात की, आपला विश्वास बसणार नाही. एकदा शब्द दिल्यावर ते तो पाळतात.

'मुसलमान उर्मट व दांडगे वाटतात. गावामध्ये मुसलमानांची मशीद आहे. तिथे ते कुठल्याही अडथळ्याशिवाय सर्व धार्मिक विधी पार पाडतात. गावातील इतर लोक त्यात सहभागी होतात. त्यांची अतिद्वेषार्ह सहिष्णुता आणि हटवादी तत्त्वामुळे ते त्यांच्या मूर्तिपूजक शेजाऱ्यांच्या धार्मिक विधींचा तिरस्कार व निर्भर्त्सना करतात.

'गावामध्ये गुलामांची आठ कुटुंबे असून माणसांची संख्या अठरा आहे. त्यांना शंभर रुपयांपासून पाचशे रुपयांपर्यंत विकतात. विशेषत: चांगल्या नसणाऱ्या मुलींना ब्राह्मण लोक घरातील कामे करण्यासाठी विकत घेतात.'

शेतीची जमीन, ती कसण्याच्या पद्धती, अवजारे, शेतकऱ्यांजवळ असणारी जनावरे ह्यांविषयीही बारीक-सारीक माहिती देऊन साहेबमजकुरांनी त्या काळी असलेल्या धान्याच्या किमतीही दिल्या आहेत. गहू रुपयाला बारा शेर. हरभरा रुपयास सोळा शेर. ज्वारी रुपयास अठरा शेर (स्वस्त झाली, तर पंचवीस शेर). नाचणी रुपयास तीस शेर. तांदूळ रुपयास दहा शेर.

लोणीकंद गावची एकूण लागवडीखालील जमीन दोन हजार आठशे एक्क्याऐंशी एकर आणि तीस साखळ्या असून जमीनमहसूल एक हजार तीनशे एक्कावन्न रुपये आठ आणे आहे. एकूण घरे एकशे शहाऐंशी आणि लोकसंख्या नऊशे चौपन्न आहे, अशी माहिती वृत्तांतात आहे.

'सर्जन कोट्सनी हा वृत्तांत प्रत्यक्ष गावात माहिती गोळा करून संग्रहित केला आहे आणि दक्षिणेतील खेड्याचे हे विश्वासार्ह चित्रण आहे,' अशी शेवटची संपादकाची टीप आहे.

जवळजवळ लोणीएवढीच लोकसंख्या आणि आकार असलेल्या महाराष्ट्रातील एका खेड्यात माझा जन्म झाला. कोट्स यांनी लिहिलेला सर्व वृत्तांत वाचल्यावर माझ्या असे लक्षात आले की, एकोणीसशे सदतीस साली मी जे खेडे पाहिले आहे, ते विशेष बदललेले नव्हते.

आमच्या गावाभोवती लोणी गावाप्रमाणे गावकूस नव्हते, पण घरे धाब्याची आणि कशीही बांधलेली होती. गावाच्या रचनेत कसलीही सुसूत्रता नव्हती. गबाळे पडावे, तशी घरे दिसत. पडकी घरे बरीच होती. घरे बांधून उरलेल्या जागेचा उपयोग रस्ते म्हणून होई.

गावात सार्वजनिक इमारती म्हणून एक मारुतीचे देऊळ, एक चावडी आणि एक धर्मशाळा होती. महारवाड्यातही एक सार्वजनिक इमारत होती. तिला 'तक्या' म्हणत.

गावात बागाईत जमीन थोडी होती. जिराईत बरीच होती. ज्वारी, कापूस, करडी, गहू, मटकी, हुलगे, तीळ, हरभरा अशी पिके निघत. जोंधळे रुपयाला चार पायली, म्हणजे सोळा शेर मिळत. ऊस, फळबागा, भुईमूग असली पिके नव्हती.

गावाला दोन पाटील होते. कुलकर्णी होता. शाळा मराठी चवथ्या इयत्तेपर्यंत होती. मास्तर एकच होते. शाळेत ब्राह्मणाची फक्त एकच मुलगी होती. गावात ब्राह्मणाची आठ घरे होती. दोन मोमिनाची होती. एक मराठ्याचे होते. बाकी सर्व यलमार होते. त्यांची जात फक्त आठ गावांतच आहे, असे ते सांगत. सर्वच यलमार गळ्यात लिंग घालत नसत. रामोशी, महार, मांग, होलार यांची संख्या बरीच होती. सुताराचे व गवंड्याचे काम एक महारघरच करीत असे. शिवाय एक घर परटाचे होते, दोन न्हाव्याची होती. एक सोनाराचे होते. एक कासाराचे होते. आमच्या गावाला वाणी नव्हता. पण शेजारच्या गावातील वाण्याने काही वर्षांनी गावात दुकान टाकले. शिंपी नव्हताच.

गावात वाण्याचे दुकान आले. हा वाणी पैशाबदली काहीही घेई. कोणतेही धान्य, वैरणीची पेंडी, बाभळीचा डिंक, करंजीच्या बिया असे काहीही त्याला घालून गूळ, तेल, मीठ, मिरे असा माल विकत घेता येत असे.

बलुत्याची पद्धत चालू होती. न्हावी हजामत करी आणि ताजी भाकरी घेऊन जाई. परीट कपडे धूत असे. होलार पायताण सांधण्याचे काम करी. महार जळणाचे लाकूड फोडून, त्याबदली भाकरी-कालवण घेऊन जाई. रामोशी रोज संध्याकाळी भाकरी मागे आणि त्याबदली चोरीस गेलेल्या वस्तूचा तपास लावून देई. ज्याच्याकडे बागाईत जमिनी असत, त्याच्याकडे जाऊन बलुतेदारमंडळी रताळे, गाजरे, मिरची, वांगी, कांदे असले 'माळवे' खाण्यासाठी मागून आणत. सुगी संपल्यावर, खळ्याच्या वेळी ह्या सगळ्यांना धान्याची पेंडी मिळे.

कोट्ससाहेबांनी शंभर वर्षांपूर्वी जे पाहिले होते, ते तसेच चालू होते; फारसा बदल नव्हता.

लोकांचा 'चेटूक', 'करणी' ह्या प्रकारांवर विश्वास होता. गावापासून सुमारे दोन फर्लांगावर खंडोबाचे देऊळ होते. वाट काट्याकुट्यांची, निवडुंगाने भरलेली होती. त्या वाटेवरून नवसाची लोटांगणे घेत जाणाऱ्या बायका मी पाहिल्या आहेत.

कोट्सने वर्णन केल्याप्रमाणे, कमरेवर नाडीने बांधलेली आणि गुडघ्यांपाशी मोकळी असलेली विजार घालणारे लोकही गावात होते. काही जण बाराबंद्याही वापरत. कोट्स लिहितो त्याप्रमाणे 'कांबळे आणि धोतर' यांचा उपयोग फक्त पांघरण्या-नेसण्यासाठीच करतात, असे नाही. त्यांचा उपयोग दगडावर किंवा झाडाच्या सावलीत अंथरून त्यावर झोपण्यासाठीही करतात. धान्य, भाजीपाला इत्यादी त्यात बांधून ते डोक्यावर किंवा खांद्यावर वाहून नेतात. ही स्थितीही तशीच शंभर वर्षे चालू होती.

धान्य दळण्यासाठी, भरडण्यासाठी दगडी जाती होती. पाण्यासाठी मातीचे रांजण होते. पीठ मळण्यासाठी लाकडी काथवटी म्हणजे पराती होत्या. (ह्या लाकडी परातीची किंमत कोट्सनी दहा पैसे दिली आहे.) उखळ होते, मुसळ होते. मडकी होती, त्यांच्या उतरंडीही रचल्या जात होत्या. धान्य ठेवण्यासाठी टोपल्या, कणग्या होत्या. लाकडाच्या ठाणवईवर ठेवलेले लोखंडी दिवे होते.

'माणूस मेल्यानंतर, घरातील सर्वांत जवळचा नातेवाइक असेल, त्याने पांढरी बारीक भुक्की मयताच्या घरातील जमिनीच्या कोपऱ्यात टाकून ती टोपलीने झाकून टाकणे, हे अगदी ठरलेले आहे. काही वेळानंतर ती काढून त्या पांढऱ्या भागावर कोणा प्राण्याचा पाय उठला आहे किंवा नाही, हे पाहतात. तसा जर उठला असेल किंवा एखाद्या जनावरच्या पायासारखे काही तरी जर त्या पांढऱ्या भुक्कीत दिसले, तर मेलेल्या माणसाचा आत्मा त्या योनीत जाऊन पुनर्जन्म घेणार, असे समजतात,' हे कोट्सनी केलेले वर्णन तर माझ्या वृद्ध आजीच्या मरणानंतर मी आमच्या घरात अनुभवले आहे.

गावोगावच्या जत्रा आणि होळी, दसरा, दिवाळी व पोळा (आमच्याकडे बेंदूर होतो.) हे सण शंभर वर्षांपूर्वी साजरे होत; तशाच पद्धतीने ते होताना मी पाहिले आहेत. होळीसाठी मिळेल त्या ठिकाणाहून लाकडे चोरणे, होळीला पोळी देण्याचा मान पाटलांचा असणे, नंतर रात्रभर तमाशा होणे, सोंगे निघणे हे सगळे होत होते. धुळवडीला चिखलफेक होत होती. कुस्त्या होत होत्या.

दसऱ्याला नवीन कपडे घालून आणि फेट्यात नव्या धान्याचे तुरे खोवून वाजत-गाजत सीमोल्लंघन होत होते. शस्त्रपूजा होत होती. आपट्याच्या झाडाची पूजा होत होती. सोने लुटले जात होते. फक्त कोट्सनी लिहिल्यापैकी मेंढ्याचा

बळी मात्र नव्हता.

पोळ्याचा सणही दणक्याने होई. बैलांची शिंगे बेगडाने रंगवून त्यांच्या टोकांना गोंडे बांधले जात. गळ्यात फुलांच्या माळा घातल्या जात. बैलांना पक्वान्ने चारून त्यांची पूजा होई. मालक पाया पडत. संध्याकाळी सगळे बैल मिरवणुकीने हनुमानाच्या देवळाकडे निघत. पाटलाचे बैल सर्वांपुढे असत.

कोट्स लिहितो त्याप्रमाणे, गाव दुसऱ्या दिवशी शिकारीलाही जाई. कडक उन्हाच्या वेळी शिकारी रानात दूर-दूर विखरत. ससे, हरिण, डुक्कर असे जनावर उठले की, त्याचा ताणपट्टा काढत. ते धावून थकल्यावर त्याला सोट्याने मारत. ही शिकार वाजत-गाजत गावात येई. शिकारीचे मुंडके वेशीत पुरले जाई. शेपूट वेशीतल्या झाडाला टांगले जाई आणि मांसातला वाटा घरोघर पोचता होई.

लोणी गाव पुणे-अहमदनगर रस्त्यावर असल्यामुळे आणि नुकतीच पेशवाई खालसा झाल्यामुळे काही तपशील आढळतात, ते मात्र वजा केले पाहिजेत. आमच्या गावात गुलामाचे एकही घर नव्हते. पाटलापाशी तोफा वाहून नेणारा उंट नव्हता. नुकत्याच झालेल्या लढाईत महारवाड्याची धूळधाणही झालेली नव्हती; पण माझ्या आजीच्या, आईच्या बोलण्यात काही ऐतिहासिकता मात्र होती. आम्ही शाळेतून येण्याची वेळ झाली आणि आईचा स्वयंपाक झालेला नसला, तर ती म्हणे, की 'आत्ता पोरे दीन वाजवीत येतील.' म्हणजे, मुसलमानी टोळ्या 'दीन दीन' असा शब्द करीत जशा येत आणि गावावर धाड घालीत, तशी पोरे येतील.

खळ्यावर बलुतेदार गर्दी करू लागले, म्हणजे आजी म्हणे, "जणू पेंढार सुटलंय, असं करतात."

जमिनचा खंड आणण्यासाठी आम्ही बाप-लेक शेजारी बारा मैलांवर असलेल्या शेटफळ ह्या गावी निघालो की, मी वाटचालीने कंटाळत असे. मग वडील म्हणत, "अरे, हा गडधू आलाच. हितं आता बसू थोडा वेळ."

'गडधू' म्हणजे गावची सीमा दाखविणारा दगड. हा शब्दही ऐतिहासिकच.

शेतकऱ्याला होणाऱ्या रोगराईबद्दल कोट्सनी लिहिले आहे. त्यात नारू आहे. तो आमच्या गावाला होता. गावचा न्हावी शस्त्रवैद्यकी करीत असे. पायांना झालेली कुरपे कापून घेणे, रुतलेला काटा काढून घेणे, ही कामे त्याच्याकडून केली जात. शरीराचा एखादा भाग दुखत असला, तर लोखंडाची एखादी वस्तू गरम करून तिने शेकणे किंवा डाग देणे, हा प्रकारही होता. अंधाऱ्या, खिडकी नसलेल्या जागेत बायका बाळंत होत. आतील, नीट हवा नसलेल्या ह्या जागी दिवा जळत असे.

शेगड्या धगधगत असत. 'बाळ-बाळंतीण सुखरूप' हे नेहमीच ऐकायला मिळत नसे.

कोट्सनी लिहिले आहे की,

'साप चावलेल्या माणसांना आणि जनावरांना बरे करण्याबद्दल लोणी गावच्या भैरोबादेवाची ख्याती आहे.'

आमच्या गावच्या मारुतीची पण अशीच ख्याती होती. साप चावताच त्या माणसाला देवळात आणण्यात येई. देवळाजवळ असलेल्या कडुनिंबाच्या पाल्याचा रस त्याला पाजून वांत्या होऊ देत. देवळात भजनाचा दंगा रात्रभर सुरू ठेवून त्या माणसाला जागे ठेवण्यात येई.

बगाड घेण्याचा प्रकार मात्र मी पाहिलेला नाही.

गावचे दृश्य, गावाभोवताली असलेली शेतजमीन, महारवतने, लोकांची राहणी, पोशाख, सण-समारंभ, जेवण-खाण, कर्ज-सावकार, शेतीची पद्धती, निकृष्ट गुरेढोरे, वाया जाणारा वेळ हे सर्वच्या सर्व तस्सेच राहिलेले होते. शंभर वर्षांचा काळ जाऊनही त्यात म्हणावा असा बदल झालेला नव्हता.

कोट्सने लिहिलेल्या वृत्तांतानंतर एकशे पंचवीस वर्षांनी, आपल्याकडील प्रसिद्ध समाजशास्त्रज्ञ श्री. घुर्ये यांनी 'लोणीकंद– देन अॅण्ड नाऊ' असा वृत्तांत लिहून प्रसिद्ध केलेला आहे. फरक थोडाफार दिसला, तो एवढाच की, गावाला आता ग्रामपंचायत झालेली होती. माळी समाजाने आपल्या जमातीतील लोकांसाठी एक सावताबाबाचे मंदिर बांधलेले होते. कोट्सच्या वेळी फक्त ब्राह्मण, पाटील आणि वाणी ह्यांना शिक्षण देणारी पाठशाळा लोणीत होती. आता एकोणीसशे अकरा साली डि. लोकल बोर्डाने शाळा सुरू केली होती. एकोणीसशे अठ्ठावन्न साली सहा शिक्षक होते (पैकी दोन शिक्षिका). मुले एकूण नऊशे त्र्याण्णव होती. रोटरी क्लब– पुणे, मुंबईचे काही व्यापारी, सरकार आणि गावकरी ह्या सर्वांनी पैसे खर्च करून पाच खोल्यांची शाळा गावाला बांधलेली होती.

कोट्सने तीनच देवळे पाहिली होती, ती आता सहा झाली होती. साप उतरण्याबद्दल प्रसिद्ध असलेले बहिरोबादेवाचे माहात्म्य आता नाहीसे झालेले होते. कोट्सच्या काळी गावात प्रसिद्ध असलेले 'पिंपरीबुवा' हे भूत अजूनही जिवंत होते. 'दसरा' ह्या सणाच्या दिवशी रेडा बळी देण्याची पद्धत बंद झाली होती. लोकसंख्या वाढली होती. गावात एकशे एकोणऐंशी घरे होती आणि काही लोकांनी आपल्या शेतांवर घरे केली होती. गुलाम आता नव्हते. पूर्वी होते, ते परप्रांतीय दुकानदारही नव्हते. गावात सायकली आल्या होत्या. चहाची दोन दुकानेही होती. शिवाय

विहिरींवर इंजिने आली होती. पिठाची गिरणी सुरू होती आणि हातभट्टीची दारू मिळू लागलेली होती. एकशे पंचवीस वर्षांनी असा बदल लोणी गावात झालेला होता.

दुसरे महायुद्ध झाले आणि खेडी बदलू लागली. देश स्वतंत्र झाला आणि काळाने विलक्षण वेग घेतला. खेड्यांचा कायापालट झाला, असे आपण म्हणतो.

हा कायापालट कसा झाला आहे, काय झाला आहे, ह्याचा नीट तपास घ्यायचा; तर कोट्ससाहेबाने जसे कुठले तरी एक लोणी गाव घेऊन त्याचा सांप्रत वृत्तात लिहिला, तशी महाराष्ट्रातील दहा-पाच खेडी घेऊन त्यांचा लिहिला पाहिजे. लोकांना भेटून, बोलून, प्रत्यक्ष स्थिती डोळ्यांनी पाहून आजच्या खेड्याचे चित्र रेखाटले पाहिजे.

■

साप्ताहिक 'तेजस्वी'

एका पोस्टमनचे स्वप्न

२

फ्रान्समधल्या एका पोस्टमनला चित्रकार व्हान् गॉगने अजरामर केले आहे. बापडा व्हान् गॉग आर्ल येथे होता, तेव्हा या पोस्टमनने त्याच्यासाठी पुष्कळ केले आणि ह्या प्रेमाची फेड म्हणून व्हान् गॉगने त्याचे सुरेख पोर्ट्रेट केले.

भरगच्च तांबड्या दाढीच्या या पोस्टमनचे नाव होते रूलाँ. त्याच्या डोक्यावरच्या निळ्या टोपीवर चक्क 'पोस्त' ही अक्षरेच आहेत. निळी टोपी, निळे डोळे आणि निळा कोट. व्हान् गॉगने पोर्ट्रेट केले, म्हणून त्याचे नाव आजवर टिकून राहिले आहे. एरवी एखाद्या सामान्य पोस्टमनचे कुणाला काय होय?

ह्या पोस्टमनचे नाव राहिले, ते व्हान् गॉगमुळे. सोने बांधून ठेवले, म्हणून चिंधी जपायची, असा हा प्रकार; पण फ्रान्समधल्या आणखी एका पोस्टमनने आपले नाव अद्यापि ठेवले आहे. व्हान् गॉगचा पोस्टमन अठराशे अठ्ठ्याऐंशीमधला आणि हा अठराशे छत्तीस ते एकोणीसशे चोवीसमधला. लोक त्याला म्हणायचे, 'फाक्तर आ शवाल.'

हा म्हणे, स्वभावाने तऱ्हेवाईक होता. तसे पुष्कळ लोक तऱ्हेवाईक असतात. पण ह्याला एक अजब छंद होता. फावल्या वेळात तो खांद्यावर पोतं टाकून भटक-भटक भटकायचा आणि दगड गोळा करायचा. माळावरचे, शेतातले, डोंगरावरचे, नदीच्या काठचे– असे नाना रंगांचे, नाना आकारांचे, चित्रविचित्र दगड गोळा करणे हाच त्याचा आनंद.

बरे, दगड ही काही तशी दुर्मिळ वस्तू नाही. जाईल, तिथे असतातच. समुद्रकाठी शिंपले वेचणाऱ्या लहान मुलाचे व्हावे, तसे ह्याचेही झाले. असंख्य दगड गोळा झाले. वर्ष, दोन वर्षे, तीन वर्षे... दहा, बारा, पंधरा वर्षे झाली आणि ह्या पोस्टमनच्या घराशेजारी दगडांचा डोंगर पडला.

लोक म्हणाले, ''काय हा तऱ्हेवाईक माणूस आहे! जन्मभर हा दगड गोळा करून ढीग घालतोय. ह्यांचं

शेवटी करणार काय?''

काय करणार, हा प्रश्न पोस्टमनच्या मनात मात्र कधी आला नाही. एककल्ली आणि तऱ्हेवाईक माणूसच तो. पक्ष्याच्या आकाराचा दगड, सापाच्या आकाराचा दगड... चपटे, मोठे, गोटेगुंडे... असे नाना जातींचे, नाना गोतांचे दगड तो आपला मजेने गोळा करीत राहिला. डोंगर वाढवत राहिला.

शेवटी-शेवटी एवढे दगड झाले की, त्याच्या मनात विचार आला, सगळे दगड वापरून आपण एक सुरेख राजवाडा का बांधू नये?

डोक्यात यायचा अवकाश, कागद-पेन्सिल घेऊन तो बसू लागला आणि त्याने सगळा प्लॅन तयार केला.

ह्या नाना आकारांच्या चित्रविचित्र दगडांचा उपयोग करून त्याने आपल्या घराच्या पलीकडे मोठ्या बागेत एक अद्भुत इमारत स्वतःच्या हातांनी बांधली. इमारत म्हणजे तशी लुटुपुटूची नव्हे, चांगली मोठी.

ग्रनोब्लला असताना एकदा मुद्दाम वेळ काढून मी त्या पोस्टमनचे घर पाहायला गेलो. ग्रनोब्लपासून सत्तर-पंच्याहत्तर किलोमीटर्स अंतरावर ओतरिव्ह (द्रोम) म्हणून गाव आहे. तिथे हे घर आहे.

पोस्टमनच्या मुलाबाळांनी आता धंदा सुरू केला आहे. तीन-तीन फ्रँक्स फी

घेऊन ते बघणाऱ्याला आत सोडतात. दर रविवारी-शनिवारी तुफान गर्दी होते. पोस्टमनच्या मुलाबाळांचे उत्पन्नाचे हे एक उत्तम साधन झाले आहे. बापाने पोत्यात दगड गोळा करण्यात जन्म वेचला; आता पोरे पोत्याने पैसे गोळा करतात.

मी ह्या इमारतीकडे बघून चकित झालो. ग्रीमबंधूंच्या परिकथेत नुसत्या मिठाईने बांधलेल्या घराचे वर्णन असते, तसे काहीसे हे घर होते आणि त्यात सगळे होते. कमानी होत्या, मनोरे होते, वेलबुट्टी होती, नक्षीदार खांब होते, कोरीव शिल्पे होती. एक प्रवेशद्वार चर्चसारखे, एक मशिदीसारखे, काही भाग देवळासारखा; तर कुठे इजिप्तमधल्या भल्यामोठ्या, बसलेल्या मनुष्याकृती. आणि नाजूक कोरीव काम करावे, जडावाचे काम करावे; तसे हे सगळे नाना रंगांच्या, आकारांच्या दगडांनी केलेले.

एकोणीसशे चोवीस साली घराचा मालक गेला, म्हणजे हे घर बांधून पन्नास-एक वर्षे तरी झाली असावीत. पाऊसपाणी, ऊनवारा यांनी झोडपल्यामुळे मुळातच भयानक अशा ह्या वास्तूला एक जुनाट कळा आलेली आहे. माझ्याशेजारी उभ्या असलेल्या मादाम शाबाना अंग शहारल्यासारखे करून म्हणाल्या, ''हे घर सुंदर नाही, पण विलक्षण आहे.''

मला तर ही सगळी वास्तूच भयाण वाटली.

म्हटले, जरा आतून हिंडून पाहू या.

आत शिरलो. खोल्या, दालने वगैरे काही नव्हते. फक्त खोदून काढल्यासारखे बोळ होते आणि आत भिंतींवर नक्षीकाम होते. पॅनल्स् होती. त्यावर वेड्याविद्र्या माणसांच्या आकृत्या होत्या. कुठे उंट होते, कुठे माकडे होती. नाना तऱ्हेचे खांब होते. 'प्रभात'च्या पौराणिक चित्रपटात– मला वाटतं, 'वसंतसेनेत'– पातळातील राक्षसाच्या राजवाड्याचा सेट जसा; तसे काहीसे हे सगळे होते. शिरगोळे, गारगोट्या, शिंपले, शंख यांचा भरपूर उपयोग जागोजागी नक्षीकाम करण्यात केलेला होता आणि चित्रविचित्र दगड वापरून भिंतीवरची पॅनल्स केलेली होती. आणि हे सगळे अगदी गच्च होते. कुठे पातळ, रिकामी जागाच नव्हती. सगळीकडे बारीक-बारीक नक्षीकाम. ते पाहून माझे डोके गरगरू लागले.

मी कॅमेरा आणलाच नव्हता. स्केचबुक जवळ होते. पण ह्यातल्या कशाचे म्हणून स्केच काढायचे?

हे घर उत्पन्नाचे साधन झाल्यामुळे पोस्टमनच्या पोरांनी व्यवस्था नीट ठेवली होती. घराभोवती बाग होती. छायेसाठी मोठेमोठे वृक्ष होते. त्याखाली बाके टाकली होती. घराच्या बाजूने सुंदर हिरवळही केली होती. पण एवढे करूनही तिथे भयाणच

वाटत होते. जीव रमत नव्हता.

हळूहळू दिवस खाली उतरला. संध्याकाळ झाली आणि त्या कातरवेळी तर घर फारच भयाण वाटू लागले.

मी म्हणालो, ''आपण जाऊ या का आता?''

शाबाना यांना वाटत होते– हा रमला आहे, आपण कशाला घाई करा?

मग निघालो.

मोटार नीट हमरस्त्याला लागल्यावर लुई शाबानांनी मला विचारले, ''पण विलक्षण आहे नाही हे घर? मला वाटतं, हा पोस्टमन खूप हिंडला असला पाहिजे. त्यानं नाना देशांतल्या बांधकामांचा अभ्यास केला असला पाहिजे.''

मी म्हणालो, ''एखाद्या कल्पक वास्तुशिल्पज्ञाला जड जेवण झाल्यामुळे मध्यरात्री भयानक स्वप्न पडावं, तशी ही वास्तू मला वाटली!''

∎

'केसरी' : २१ मार्च, १९७१

शँपेन आणि पुनर्जन्म

३

एके दिवशी सकाळी दहा वाजता मला 'प्लास गुस्ताव रिव्हे' ह्या चौकात असलेल्या 'मेझों द लाग्रिकुल्तुर'मध्ये जायचे होते. ग्रनोब्ल हे ज्या इझेर प्रांतात आहे, त्या प्रांतातील शेती कशी आहे, हे एक फ्रेंच अधिकारी आम्हाला समजावून सांगणार होते. आज पहिल्यांदाच माझे मला हे ठिकाण शोधून काढायचे होते. कारण शाबाना पती-पत्नी आठ वाजताच ऑफिसला जाणार होती आणि त्यांच्याबरोबर मी बाहेर पडायचे, तर माझ्यासाठी त्यांना फार वेगळ्या रस्त्याने जावे लागणार होते.

ग्रनोब्लचा नकाशा टेबलावर पसरून लुई शाबानांनी मी बसमधून कुठे उतरावे, ते समजावून सांगितले. (मीही समजल्यासारखे केले, पण हे ठिकाण आपल्याला नेमके सापडेल, असा मला भरवसा नव्हता.)

साडेनऊला खाली उतरलो आणि दाराशीच थांबणाऱ्या बसमध्ये बसलो. फ्रेंच बसमध्ये एक सोय बरी असते. सात दिवस पुरणारे बसतिकिटांचे लांबडे कार्ड एकदम नऊ फ्रँक्स् देऊन मिळते. बसमध्ये चढले, की ड्रायव्हरच्या शेजारीच, उभ्या बारवर लावलेल्या यंत्रात हे कार्ड सरकावयाचे. म्हणजे खाड्कन् आवाज होऊन त्या दिवसाची तारीख तिकिटावर उठते. मग तुम्ही दिवसभर कुठल्याही बसने जा. बसमध्ये कंडक्टर, चेकर कधी नसतो. सुटी तिकिटे देण्याचे कामदेखील ड्रायव्हरच मोठ्या अगत्याने करतो. आणखीही काही कामे त्याला करावी लागतात.

एकदा रात्री उशिरा मी बसने परत येत होतो. मी राहत होतो, तो 'सेसिने' हा भाग गावापासून बराच दूर होता आणि तो शेवटचा स्टॉप होता. पाच मिनिटे तिथे थांबून तीच बस पुन्हा गावात जायला निघे. तर, मुख्य स्टॉपपासून मी निघालो, तेव्हा बरीच माणसे बसमध्ये होती. पण सेसिने येईपर्यंत हळूहळू सगळी बस रिकामी झाली. फक्त एक लेकुरवाळी बाई आणि बाबागाडीत

झोपवलेले तिचे मूल एवढेच उतारू राहिले. मी सारखा म्हणत होतो की, ही बाई आता एवढे सामानसुमान हातात घेऊन ती बाबागाडी खाली कशी उतरवणार? मध्येच एका स्टॉपवर त्या बाईने बस थांबवली आणि चक्क ड्रायव्हरला हाक दिली. तेव्हा तोही मुळीच न कुरकुरता हसतमुखाने आला आणि त्या दोघांनी मिळून मुलासकट बाबागाडी खाली उतरवली. बस-ड्रायव्हरची ही परोपकारी बुद्धी बघून मला फारच विस्मय वाटला.

आणखी एकदा आमच्या बस-ड्रायव्हरने बस-टर्मिनसवर बस भर्रकन् वळवून लावली आणि फुटपाथ अन् भली मोठी बस ह्याच्या सांदीत एक लहान मोटारगाडी सापडली. आपली मोटार पार्क करून शेजारच्या बारमध्ये बसलेला मोटारमालक तावातावाने बाहेर आला आणि हातवारे करून ओरडून-ओरडून सगळ्यांना सांगू लागला, ''बघा बघा, माझी गाडी चेपली. ती मी काढू कशी?''

आमचा ड्रायव्हर म्हणाला, ''काढा, निघालीच पाहिजे.''

''शक्य नाही! तू काय सांगतोस?''

ह्या ड्रायव्हरचा आपल्या कौशल्यावर फार विश्वास होता. तो शांतपणे सांगत होता, ''तुझ्या गाडीला काहीही झालेले नाही. चांगले तीन इंच अंतर मध्ये आहे!''

पण गाडीचा मालक शांत होईना. त्याचे हातवारे, आरडाओरडा सुरूच राहिला. तेव्हा मदतीला दुसऱ्या एका ड्रायव्हरला बोलावून आमच्या बसच्या ड्रायव्हरने मागच्या बाजूने ती गाडी अलगद उचलली आणि फुटपाथकडे सरकवली. आणि खरेच, तिला बसचा धक्का मुळीच लागलेला नव्हता; अगदी ओरखडासुद्धा उठला नव्हता!

ड्रायव्हरला पत्ता वाचायला लावून मी 'प्लास गुस्ताव्ह रिव्हे'ला बरोबर उतरलो. पण अनेकांना विचारूनही मेझों द लाग्रिकुल्तुर सापडेना. मी काय विचारतो आहे, हे कुणाला कळेना. हैराण झालो.

आता, येणारी बस धरून परत जावे, असा एक भ्याड विचार मनात आला आणि तेवढ्यात आमच्या ग्रुपची लीडर असलेली फ्रेंच बाई घाईघाईने रस्ता ओलांडून माझ्यापाशी आली. तिने विचारले, ''कुठं भटकताय तुम्ही?''

''मला पत्ता मिळत नाही.''

''ती काय, समोरचीच इमारत!''

खरेच, इमारत समोर होती; पण तिच्या प्रवेशद्वारी लावलेली पितळी पाटी फारच लहान होती.

इझेर प्रांतातल्या शेतीसंबंधीची माहिती अधिकारी सांगत होते. इंग्रजी येणारी आमची लीडर ते सारे भाषांतर करून सांगत होती.

सबंध फ्रान्समध्ये दुसरीकडे नाही, असे उत्तम जंगल इझेर प्रांतात होते. इथले शेकडा साठ टक्के लोक ग्रामीण विभागात राहत होते. तंबाखूचे उत्पन्न उत्तम होते. किती? एका हेक्टरमध्ये दहा हजार फ्रँक्स्. त्याशिवाय अक्रोडाचे उत्पन्न होते. साधारणत: अक्रोडाचे झाड लावून त्यापासून फळ मिळायला तीस वर्षं लागतात. पण इझेर प्रांतातल्या शेतीसंशोधन खात्याने बुटकी झाडे शोधून काढली होती. त्यांना पाच वर्षांत फळ लागत होते.

साधारणत: एका शेतकऱ्यापाशी किती जमीन असते? सरासरी अठरा हेक्टर. डेअरीचे उत्पन्नही चांगले आहे. गाईची किंमत दोन हजार फ्रँक्सपर्यंत असते आणि एक गाय रोज साठ ते ऐंशी लिटर दूध देते. (बाप रे!)

—अशी अनेक प्रश्नोत्तरे झाली. आमच्या ग्रुपमध्ये एक तरुण बागाईतदार होते. त्यांना इझेर प्रांतातली शेती महाराष्ट्रापेक्षा मागासलेली दिसली!

शेतीविषयक अडचणी आहेत का, म्हणून आम्ही विचारले, तेव्हा ते अधिकारी म्हणाले, ''तरुणांना शेतीचे आकर्षण वाटत नाही. सगळे शेती करणारे चाळिशीच्या पुढचे आहेत– असा हा आमच्यापुढचा प्रश्न आहे.''

''असे का?''

कारण तरणी पोरे शहराकडे धाव घेतात. आपल्या गावापासून वीस मैलांच्या परिसरात त्यांना कोणत्याही फॅक्टरीत काम मिळते.

एवढी लेक्चरबाजी झाली आणि मग शेती पाहण्याचे खरे काम सुरू झाले. एका भल्या मोठ्या आरामगाडीतून आम्ही आल्प्स्मधल्या खेड्यात राहणाऱ्या शेतकऱ्यांना भेटायला निघालो.

कधी चढावरून, तर कधी पठारावरून गाडी धावत होती. डाव्या-उजव्या बाजूला हिवाळ्यामधला निसर्ग रंगपंचमी दाखवीत होता. झाडे कधी पिवळीधम्मक, कधी लालचुटुक अशी दिसत होती. अक्रोडाच्या, सफरचंदांच्या, जर्दाळूच्या बागा फळांनी लहडल्या होत्या. एवढ्या बागा असूनही पाखरांचे थवे मात्र दिसत नव्हते. फक्त कधी कुठे पिवळ्याधमक मक्याच्या शेतावरून काळेढोण कावळे उडताना दिसत होते.

डोंगरउतारावर वसलेले गाव आले. खेड्याचा वास आला, तो भारतातल्या खेड्यासारखाच. आभाळ भरून आले होते. पावसाळी हवा होती. भिजलेल्या काळ्या मातीचा, गाई-गुरांच्या शेणाचा, चिखलाचा वास येत होता.

लुई कार्पेंटर ह्या शेतकऱ्याचे घर रानातच होते. बांधाबांधांवरून चिखल तुडवीत त्याच्या घरात गेलो. घर साधेच होते; पण भिंतींना रंग होता.

लुई पन्नाशीच्या पुढचा होता. त्याने आणि त्याच्या बायकोने आमचे हास्यमुद्रेने स्वागत केले. आम्ही वीस जण त्याच्या घरात दाटीवाटीने बसलो.

प्रश्नोत्तरे झाली.

''तुमची जमीन किती?''

''तीस हेक्टर.''

''वडिलार्जित, का तुम्ही स्वत: घेतलीत?''

ह्यावर, डोक्यावर केसांचे टोपले असलेली लुईची बायको हसली. लुई म्हणाला, ''माझ्या बायकोच्या बापाने लग्नाचा हुंडा म्हणून ही जमीन मला दिलीय.''

त्याच्याकडे एकूण पंचेचाळीस गाई होत्या. त्यांपैकी अठरा सध्या दूध देत होत्या. सगळे दूध तो ग्रनोब्लला नेऊन विकत होता.

"मग ह्या खेड्यात राहण्यापेक्षा ग्रनोब्लला जाऊन राहावं, असं तुम्हाला वाटत नाही का?"

लुई म्हणाला, "इथं काय वाईट आहे?"

त्यावर बायको मोठ्याने म्हणाली, "इथं घर उबदार ठेवण्याची यंत्रणा कुठाय? थंडीत कुडकुडावं लागतं की!"

बाया ह्या सगळीकडे सारख्याच.

"रविवारी तुम्ही काय करता?"

ह्या प्रश्नाला उत्तर देताना लुई म्हणाला, "संध्याकाळी बारमध्ये जातो."

कुणी तरी विचारले, "एकटेच का?"

त्यावर हसून बायको पुन्हा ओरडली, "हो– हो, एकटेच जातात!"

"काय पिता तिथं?"

लुई मिस्किल हसत म्हणाला, "लेमोनेड!"

लुई गावचा सरपंचही होता.

मग घरापासून सुमारे शंभर फुटांवर असलेला त्याचा गोठाही आम्ही पाहिला.

उत्तम पुष्ट गाई होत्या. दूध काढायचे यंत्रही होते.

– आणि एक प्रचंड असा तरुण वृषभही होता. त्याला बाहेर काढला, तेव्हा तो अशा मस्तीने फुत्कारत होता आणि खुराने माती उकरीत होता; की हिंदू धर्मात वृषभ हा शक्तीचे, पौरुषत्वाचे प्रतीक का समजला जातो, हे कळले.

आमच्यापैकी एकाने विचारले, ''पंचेचाळीस गाई आणि हा एवढा एकच खोंड का?''

''हो.''

''वा:! आपल्याला हेवा वाटला ह्याचा!''

(हे तो बऱ्याच मोठ्याने बोलला. पण आमच्या ग्रुपमधल्या बायकांनी ते कानांवर आलं नाही, असं दाखविलं.)

कार्पेण्टरबाईंनी आम्हाला काळ्या द्राक्षांचे घोस आणि अक्रोड खाऊ घातले.

आणखी पुढचे खेडे. तसेच रानात घर. घराभोवती कोंबड्या हिंडत होत्या. आत चुलीवर मुरांबा शिजत होता, त्याचा वास सुटला होता.

''भारतातील शेतीबद्दल तुम्हाला माहिती आहे का?'' असे विचारले, तेव्हा तो आल्प्स्‌मधला शेतकरी म्हणाला, ''आहे की! आमच्यापैकी एक जण ह्या वर्षी दिल्लीला जाऊन आलाय्.''

ह्या शेतकऱ्याचा पाहुणचार सर्वांना आवडला. त्याने सुरेख केक खायला दिले आणि प्यायला वाईन दिली.

तीन-चार शेतकऱ्यांची घरे पाहून झाली आणि मग शेवटी एक मोठी को-ऑपरेटिव्ह वाईन फॅक्टरी आम्ही पाहिली.

ही फॅक्टरी पाहण्यात मात्र मंडळी बरीच रमली. अर्धा-पाऊण तासाने सर्व जण बाहेर पडले, तेव्हा बहुतेक जण आनंदात होते आणि फक्त तीन फ्रँक्स् खर्चून मिळालेली शँपेनची सीलबंद बाटली प्रत्येकाच्या काखोटीला होती.

परतीच्या वाटेवर हशा होत होता. गाणी म्हटली जात होती. दंगा होत होता.

आमच्याबरोबर आलेले ते फ्रेंच शेतकी अधिकारीसुद्धा आनंदात होते. जेझाबेल नावाची इंग्रजी येणारी फ्रेंच मुलगी त्यांच्या शेजारी होती. तिला सांगून त्यांनी मला आपल्याशेजारी बोलावले. मी गेलो. बसलो.

ते फ्रेंचमधून विचारीत होते. जेझाबेल दुभाष्याचे काम करीत होती.

''तुम्ही हिंदू का?''

''हो.''

"म्हणजे पुनर्जन्मावर तुमचा विश्वास आहे."

"हिंदू धर्माची तशी श्रद्धा आहे." असे म्हणून मी 'वासांसि जीर्णानि यथा विहाय' हा श्लोक म्हणून त्याचा अर्थही जेझाबेलला सांगितला. तो तिने शेतकी अधिकाऱ्याला फ्रेंचमधून सांगितला.

शँपेनमुळे अधिकारीमजकुरांचा मूड वेगळाच झाला होता.

ते म्हणाले, "म्हणजे, उद्या अणुबाँबमुळे जग बेचिराख झाले, तर सगळे धर्म खलास होतील; फक्त हिंदू तेवढे पुन्हा जन्म घेतील, असा तुमचा विश्वास आहे!"

मी थंड झालो. हिंदू धर्मात जन्म घेतल्याचा हा फायदा माझ्या कधीच लक्षात आला नव्हता. गंभीरपणाने मी म्हणालो, "अर्थात! म्हणूनच अणुबाँब बनवावा, असा पुसट विचारसुद्धा कधी आमच्या मनात येत नाही. त्याची भीतीच आम्हाला वाटत नाही."

यावर 'नॉन्सेन्स्!' एवढा त्यांना येणारा एकमेव इंग्रजी शब्द उच्चारून ते फ्रेंच अधिकारी डोळे मिटून मागे रेलले आणि त्यांच्या शेजारून उठून मी आपल्या जागी जाऊन बसलो.

आजूबाजूला अंधार होता. दूरवर ग्रनोब्लचे दिवे लुकलुकत होते. गाडीत आता बहुतेक सगळे जण पेंगू लागले होते.

■

'केसरी': २८ मार्च, १९७१

आर्ल
४

'To suffer without complaint is the only lesson we have to learn in this life.'

– Van Gogh

शुक्रवारी संध्याकाळी जेवण आटोपल्यावर मी काही तरी वाचीत बसलो होतो. लुई आणि अँगस शाबाना फ्रेंचमधून एकमेकांशी बोलत होते. पण त्यांचा काही तरी बेत चालला आहे, एवढे मला कळत होते.

शेवटी त्यांची चर्चा संपली. खरे तर, अँगसबाईंपेक्षा त्यांचे मिस्टर इंग्रजी चांगले बोलत; पण काही आनंदाची बातमी मला सांगायची झाली, तर ते काम अँगसबाईंकडे असे.

एखाद्या लहान मुलाला सांगावे, तशा स्वरात बाई मला बातमी सांगत. कुठे सहलीला जायचे असले की, कसे जायचे, कधी निघायचे, बरोबर काय घ्यायचे, हे सगळे आधी त्या पक्के करीत आणि मग उजळल्या चेहऱ्याने, वाक्याची जुळवाजुळव करून अँगसबाई माझ्याशी बोलत. शुद्धलेखन घालावे तसे, एक-एक शब्द जोर देऊन उच्चारून त्यांनी मला सांगितले, ''वेल्, टुमारो वुई विल् गो टू आर्ल!''

मी टाळ्या पिटल्या आणि म्हणालो, ''मेर्सी मादाम, मेर्सी बोकू!''

''आर् यू हॅपी?''

''येस मादाम!''

पुण्याहून निघताना मी ठरवले होते की, एवीतेवी आपण दक्षिण फ्रान्समध्ये जातोच आहोत, तर वेळात वेळ काढून आर्लला जायचे आणि चित्रकार व्हान् गॉगच्या त्या कर्मभूमीचे दर्शन घ्यायचे.

ग्रनोब्लपासून आर्ल तसे बरेच दूर आहे. म्हणून शनिवारी दुपारचे जेवून निघायचे, रात्री आर्लला मुक्काम करायचा आणि दुसऱ्या दिवशी सगळे पाहून परतायचे, असा विचार ठरलेला होता.

पॅरिसच्या गजबजाटाला आणि गारठ्याला वैतागून १८८८च्या फेब्रुवारी महिन्यात दक्षिण फ्रान्सच्या प्रवासाला व्हान् गॉग निघाला. मुळात मार्सेय येथे जाण्याचा त्याचा बेत होता.

व्हान् गॉगची सर्वोत्तम चित्रे ह्या आर्ल गावीच निर्माण झाली. कलावंत म्हणून सर्वांत उंच उडी त्याने ह्या काळातच घेतली. आर्ल गावात रोमन इमारती होत्या, चर्चेस होती; पण त्या सर्वांकडे दुर्लक्ष करून ह्या निसर्गवेड्या चित्रकाराने आजूबाजूची निसर्गचित्रे रंगविली. वासंतिक मोहराने उसळणारी झाडे, भर उन्हात झगमगणारी मक्याची पिवळीरंजन शेते आणि हिवाळ्यात रंगांनी न्हाऊन निघालेल्या बागा, उद्याने– हे सगळे त्याने आपल्या चित्रफलकावर अजरामर केले. 'सन फ्लावर्स', 'द स्टारलिट् नाईट' ही त्याची गाजलेली चित्रे ह्याच काळातली.

'इथे निसर्ग एवढा बहरून आला आहे की, मी भान विसरून जातो आणि स्वप्न पडावे, तसे मला चित्र सुचते,' असे व्हान् गॉगने आपल्या भावाला लिहिले आहे. ह्या काळात त्याने भावाला लिहिलेली पत्रे म्हणजे खंडकाव्यच आहे. त्याच्या मनात काय काय चाललेले होते, त्याचे मनोज्ञ दर्शन ह्या पत्रांतून घडते. कधी कधी तर सकाळी एक पत्र लिहून दुसऱ्या दिवशी तो पुन्हा पत्र लिहायला बसे. का? तर–

'कालच मी पत्र लिहिले, पण इथे निसर्ग एवढा बहरला आहे की, आजचा दिवस अगदी वेगळाच वाटतो आहे. मला सारखी एकच खंत वाटते की, मला हे जे वैभव दिसते आहे, ते पाहायला तू नाहीस.'

अगदी एकाकी, मित्र-मैत्रिणी कोणी नसताना व्हान् गॉग आपल्या कामात दंग होता. नित्याचा वेढून असलेला एकाकीपणासुद्धा त्याला जाणवत नव्हता.

आर्लला व्हान् गॉगने भाड्याचे घर घेतले. स्वत:चा स्टुडिओ थाटला. स्वत:चे असे घर झाल्यावर त्याला वाटायला लागले की, आपल्याबरोबरीचा कोणी चित्रकार इथे येऊन राहावा. दोघांना काम करताना मजा येईल. सोबत तर होईलच, पण एकमेकांच्या सहवासामुळे नवनवीन शिकणे होईल. आणि याच वेळी त्याला गोगँचे पत्र आले :

'व्हान् गॉग, तुझ्या भावाला (थिओला) माझ्याबद्दल सांगशील का? म्हणावं, माझ्या चित्राबद्दल विसार म्हणून काही पैसे पाठवशील का? छे, कलावंताच्या पुढे परमेश्वरानं हा केवढा प्रश्न ठेवून दिलाय– पैशाची चणचण!'

व्हान् गॉगच्या मनात लगोलग आलं की, गोगँनं इथंच येऊन का राहू नये?

आता, ह्या गोगँ नावाच्या चित्रकाराचं आणि ह्याचं मुळीच जमण्यासारखं नव्हतं. गोगँ विलक्षण माणूस होता. आजवर मोठं धाडसी आयुष्य त्यानं काढलं होतं. केबिन-बॉय म्हणून त्यानं समुद्रावर भ्रमंती केली होती. बँकेत नोकरी केली होती आणि फावल्या वेळात चित्रे रंगवली होती. पुढे लग्न झाले, मुले झाली; तेव्हा

त्याच्या डोक्याने घेतले की, आपण चित्रकलेला वाहून घ्यायचे.

ह्या निर्णयामुळे पैशाचे वांधे निर्माण झाले, तेव्हा बायको वैतागली आणि मुलांना घेऊन माहेरी गेली. अशी ओढघस्त स्थिती झाल्यामुळे व्हान गॉगचे आमंत्रण गोगँने स्वीकारले; पण त्या दोघांचे जमले नाही. भांडणे झाली. गोगँ निघून गेला.

—आणि एके दिवशी पॅरिसमध्ये राहणाऱ्या थिओला तार आली :

तापाच्या भरात व्हिन्सेंटने आपला कान कापून वेश्यागृहातल्या एका बाईला भेट दिला होता!

पोलीस तपासाला गेले, तेव्हा रक्तबंबाळ व्हान् गॉग अंथरुणात बेशुद्ध आढळला. त्याची रवानगी हॉस्पिटलमध्ये झाली.

बातमी कळताच थिओ धावत आर्लला आला. भावाची स्थिती पाहिल्यावर त्याने बायकोला कळवले :

'आता आशा नाही. ह्या एवढ्याशा आयुष्यात इतर कोणी क्वचित मिळवले असेल, तेवढे ह्याने मिळवले आहे. क्वचित कोणी भोगले, इतके भोगले आहे. ह्याचे आता भरले असेल आणि तो जाणारच असेल, तर जावो; पण ह्या विचाराने माझे अंतःकरण फुटून जाते.'

व्हान् गॉग यातून थोडा-फार सुधारला, पण आर्लच्या लोकांनी तक्रार केली— हा असला माणूस गावात मोकळा असणे धोक्याचे आहे, असा ओरडा केला. व्हान् गॉगने पोलिसांकडे अर्ज केला की, 'मला संरक्षण द्या. मला स्वस्थता लाभू द्या. पोरेटोरे, मोठी माणसे माझ्या घराभोवती गर्दी करतात. एखाद्या अजब जनावराकडे बघावे, तसे खिडकीत चढून मला बघतात.'

हे सगळे अति झाले, तेव्हा डॉक्टरनीच सूचना केली की, आर्लपासून थोड्या अंतरावर असलेल्या सँ रेमी इथल्या 'असालयम'मध्ये व्हिन्सेंटला ठेवावे. तिथे शांतता मिळेल. तिथले डॉक्टर्स त्याची नीट काळजी घेतील.

वेड्या-खुळ्या लोकांच्या सहवासात, शहरापासून दूर एकाकी असे आपल्या ह्या कलावंत दिराने राहू नये, असे थिओच्या बायकोला वाटले आणि 'त्यांना पुन्हा पॅरिसला आणा,' असे तिने आपल्या नवऱ्याला विनवले. ह्यावर थिओने तिला लिहिले :

'तुला वाटते, ते योग्य आहे; पण त्याचा स्वभाव जर तुला माहीत असता, तर त्याच्या बाबतीत निर्णय घेणं किती अवघड आहे, हे तुला पटलं असतं.

'चारचौघांप्रमाणे वागणं त्यानं केव्हाच सोडलेलं आहे. त्याचा पोशाख आणि वागणं-बोलणं बघूनच लोक म्हणतात की, हा वेडा आहे. हे मी समजू शकतो, पण ते आईला सहन होणं अशक्य आहे.

'मला दुसरी एक भीती वाटते. पॅरिसमध्ये अनेक दृश्ये त्याला रंगवावीशी वाटतात. पण पूर्वीचा अनुभव असा आहे की, लोक त्याला ते अशक्य करून सोडतात. मॉडेल्स त्याच्यापुढं बसायचं नाकारतात. रस्त्यात बसून काही रंगविण्याची त्याला इथं बंदी केली गेली होती. जे वाटलं, ते स्पष्ट बोलून टाकण्याच्या त्याच्या स्वभावामुळं जिथं तिथं ''सीन'' घडतात.

'त्याला पॅरिसला यायचं असलं, तर माझी मुळीच ना नाही; पण मी त्याला असं वाग, तसं वाग– असं मुळीच सांगणार नाही. त्याच्या मर्जीप्रमाणं त्याला वागता आलं पाहिजे.

'खरं तर, त्याला सांभाळील, अशी एखादी बायको हवी होती– भोग म्हणजे काय, प्राक्तन म्हणजे काय ह्याची जाण असणारी, त्याच्यावर प्रेम करणारी.

'मला फार वाईट वाटतं. मी काही करू शकलो नाही. अशा असामान्य माणसासाठी असामान्य इलाज केले पाहिजेत. सर्वसामान्य माणसे जिकडे पाहणार नाहीत, अशा ठिकाणीच हे इलाजही सापडतात.'

अखेर सँ रेमीला व्हान् गॉगची व्यवस्था झाली. एक खोली फुकट मिळाली. त्या उदास जागेत एक वर्षभर हा दुर्दैवी कलावंत राहत होता. वेडाचे झटके येतच होते. शरीर थकले होते. आपले म्हणावे, असे जवळ कोणी नव्हते, तरीही तो जिद्दी कलावंत काम करीत होता. आपल्या खोलीच्या खिडकीतून दिसणारे सूर्योदय आणि सूर्यास्त रंगवीत होता, रंगसाहित्य घेऊन असायलमच्या आजूबाजूच्या रानांतून, डोंगरांवरून भटकत होता; वेड्याविद्र्या फांद्यांचे ऑलिव्ह वृक्ष चितारीत होता, उदास दिसणारे सायप्रस वृक्ष चितारीत होता. आता, तो पूर्वीचा मनोहारी निसर्ग नव्हता. सगळ्या चित्रांवर औदासीन्याची कळा होती.

वर्षभराने थिओने त्याला पॅरिसपासून जवळ असलेल्या एका गावी पाठवले. पण व्हान् गॉग फार काळ जगला नाही. त्याने आत्महत्या केली.

मी आर्लला जाऊन व्हान् गॉग ज्या घरात राहत होता, ते पाहणार होतो. त्या रस्त्यावरून भटकणार होतो. ते सँ रेमी असायलम पाहणार होतो. ते ऑलिव्ह आणि सायप्रस वृक्ष, ती पिवळीरंजन मक्याची शेते, तो व्हान् गॉगने रंगवलेला पूल– हे सगळेच मला पाहायचे होते.

आणखीही एक विशेष आकर्षण आर्लला होते. सव्वीस हजार लोक बसतील, एवढे मोठे ग्रीकांनी बांधलेले अँफीथिएटर आर्लला होते आणि तिथे आता बुलफाइट्स होत होत्या.

शिवाय आणखी एक रोमन थिएटर होते, की जिथे सोळा हजार माणसे बसू शकत होती. ह्या रोमन वास्तू मला पाहायच्या होत्या.

जसजसे आम्ही आर्लकडे येऊ लागलो, तसा जोरदार वारा वाहू लागला.

अँगसबाई म्हणाल्या, ''मिस्त्राल इज ब्लोइंग!''

मी विचारले, ''वाऱ्याला मिस्त्राल का म्हणायचे?''

''मिस्त्राल नावाचा एक मोठा कवी आर्लला होऊन गेला. त्याची गाणी घरोघरी म्हटली जात होती. म्हणून वारा वाहू लागला की, इकडचे लोक म्हणतात, मिस्त्राल वाहू लागलाय!''

ह्याने वाऱ्याचा गौरव होत होता आणि कवीचाही.

रस्त्याच्या दोन्ही बाजूंना फळांच्या सुंदर बागा होत्या आणि वाऱ्यापासून बागेचे नुकसान होऊ नये, म्हणून सायप्रस वृक्षांचे तट जागोजाग उभे केले होते. व्हान् गॉगच्या निसर्गचित्रांतून सायप्रस वृक्ष सारखे का दिसत, त्याचे कोडे मला उलगडले. इझेर प्रांतापेक्षा ऱ्होन नदीकाठचा हा 'प्रोव्हान्स' जास्ती लखलखीत होता. इथे भरपूर सूर्यप्रकाश होता आणि वेडावून टाकणारा निसर्ग होता.

वाटेत अव्हिन्यों गाव लागले. इथे बघताना टोपी पडावी, एवढ्या उंचीचा प्रचंड भुईकोट किल्ला आहे. सात प्रचंड बुरूज असलेल्या ह्या वास्तूत पोपचे वास्तव्य असे. सात पोपचे असे हे सात बुरूज, म्हणे.

ही प्रचंड वास्तू आतून पाहण्याची वेळ टळली होती, म्हणून आम्ही मोठ्या चौकात असलेल्या उघड्या रेस्टॉरंटमध्ये येऊन बसलो.

शाबाना म्हणाले, ''इथे दर वर्षी मोठा नाट्यमहोत्सव होतो. मोठमोठे नट, नाटककार येतात. नाटके होतात. हे सगळे मे महिन्यात घडते.''

मी मनाशी म्हणालो, नाट्यमहोत्सव नाही तर नाही, निदान ते गाव तरी मी पाहिले.

आर्लला पोहोचलो, तेव्हा संध्याकाळ झाली होती. मुख्य चौकात, रुबाबात

उभ्या राहिलेल्या कोणा थोर पुरुषाचा ब्राँझचा पुतळा होता. त्या चौकातच मोटर ठेवण्याजोगी जागा मिळाली आणि शाबानांनी समाधानाचा सुस्कारा सोडला. चौकात बरीच मोठी झाडी होती आणि त्यावरची पाखरे गोंधळ करीत होती.

हा पुतळा कोणाचा, म्हणून विचारले, तर खुलासा झाला की, 'हाच तो थोर कवी मिस्त्राल.'

चौकाच्या आसपास बरीच हॉटेले होती. आर्ल हे तसे फार जुने गाव होते. ज्युलिअस सीझरने रोमन कॉलनी म्हणून वसविलेले, ख्रिस्तपूर्व ४६ मध्ये.

शाबाना म्हणाले, "इथं हॉटेलना मुळीच तोटा नाही. सगळ्या जुन्यापुराण्या वाड्यांतून आता हॉटेलंच आहेत."

एक सुरेख हॉटेल आम्ही शोधून काढले. माझी खोली पार वरच्या मजल्यावर होती. रात्री जेवायला खाली उतरलो, तर त्या हॉलमध्ये बुलफाइटचे फोटोग्राफ लावलेले. मस्तवाल काळ्या बैलांच्या प्रतिमा ठेवलेल्या. बैलांना टोचतात, ते बाण भिंतीवर लावलेले. ग्रनोब्लपेक्षा इथले सगळे वातावरणच वेगळे होते.

हॉटेलच्या रजिस्टरमध्ये नोंदण्यासाठी माझा पासपोर्ट-नंबर मॅनेजरबाईंना हवा होता. त्या रजिस्टर पुढे ठेवून निघून गेल्या.

मी म्हणालो, "आता तीन मजले चढून जाऊन मला पासपोर्टवरचा नंबर पाहिला पाहिजे; जाऊन येतो."

यावर डोळे मिचकावून अँगसबाई म्हणाल्या, "जाऊ दे. ठोकून लिही कुठलाही नंबर– कोण येतंय तपासायला!"

रात्री अंथरुणावर पडल्यावर मला बुलफाइट दिसत होती. मन विलक्षण अधीर झाले होते.

सकाळी हे-ते पाहत त्या अँफीथिएटरपाशी पोहोचलो. खरेच, केवढी भव्य इमारत होती! भिंतीशेजारी उभे राहिलेलो आम्ही, त्या जुन्या भव्य वास्तूपुढे सोंगटीएवढे दिसत होतो.

घाईघाईने मी शेजारी असलेल्या एका सुव्हनीरच्या दुकानात चौकशी केली, तर कळले की, शेवटची बुलफाइट पंधरा सप्टेंबरलाच झाली. आता चार महिने काही नाही.

माझी फार निराशा झाली. कमानीतून आत शिरलो, पायऱ्या चढलो, थेट दुसऱ्या मजल्यावर गेलो आणि एका बऱ्यापैकी जागेवर बसून मैदानाकडे बघत राहिलो.

प्रचंड अशा मोकळ्या काहिलीत एकच मुंगळा बसावा, तसा.

*

'The word 'love of art' is not exact, one must call it FAITH, a faith, to which Vincent fell a martyr!'

– Dr. Gachet

आर्लच्या रस्त्यांतून आम्ही तिघे जण बरेच भटकलो.

ऐंशी वर्षांपूर्वी व्हान् गॉगने पाहिले, ते आर्ल आता कुठे दिसणार? आणि व्हान् गॉगसारखे डोळे आपण कुठून आणणार? त्याला सगळेच कसे चित्रासारखे दिसे :

'एके दिवशी रात्री मी समुद्रकिनाऱ्यावरून हिंडून आलो. वातावरण उल्हसित नव्हते; पण तसे उदासही नव्हते. मला सगळे सुंदर वाटले. आकाश गर्द निळे होते, फिक्कट निळसर ढग कुठे कुठे दिसत होते. काही ढग निळसर पांढुरके होते. गर्द निळ्या आकाशात तारे चमचमत होते. काही हिरव्या रंगाचे, काही पिवळसर रंगाचे, काही शुभ्र, तर काही गुलाबी आणि रत्नांनी चमचम करावे, तसे ते दिसत होते. पॅरिसपेक्षा इथे तारे वेगळे दिसतात. ''ओपेल''सारखे म्हणेनास.

'समुद्राचा रंग आणखीनच गर्द निळा होता. किनारा जांभळ्या रंगाचा होता आणि झाडेझुडे काळसर निळ्या रंगाची होती.'

असे त्याने आर्लला आल्यावर थिओला एका पत्रातून लिहिले आहे.

व्हान् गॉग राहत होता, ते पिवळे घर आता कुठे होते? त्याचा तो प्रेमळ मित्र, पोस्टमन रूलाँ कुठे राहत होता? ह्या सगळ्या वास्तू आता नाहीशा झाल्या होत्या, म्हणे. दुसऱ्या महायुद्धामुळे त्या नष्ट झाल्या, असेही एक कारण कोणी सांगितले.

पंढरीला गेल्यावर प्रसाद-बुक्का घ्यावा, तसे काही चित्रकला-साहित्य मी ह्या व्हान् गॉगच्या गावी घेतले. रंगीत पेन्सिली, मोठे स्केचबुक, रंगीत कांड्यांची पेटी– एवढे.

आर्लमध्ये एक बऱ्यापैकी म्युझियम होते. पिकासो, व्हान् गॉग यांच्या कलाकृती तिथे मला पाहायला मिळाल्या. पिकासोने केलेले बुलफाइटचे एक पोस्टर होते, ते सामान्यच होते. काही उत्तम शिल्पे होती. विशेष म्हणजे, कृष्णमूर्तींचे एक सुंदर शिल्प तिथे होते. खरे तर मी कधी कृष्णमूर्तींना पाहिलेले नाही. त्यांनी दिलेल्या व्याख्यानांची काही पुस्तके वाचलेली आहेत, एवढेच. तरीसुद्धा, कोणा थोर शिल्पकाराने केलेला त्यांचा पुतळा पाहताच मी प्रथम चकित झालो. आपला गाववाला दिसावा, तसे झाले.

मी चित्र पाहत फार वेळ काढू लागलो, तेव्हा शाबाना म्हणाले, "ह्यापेक्षा उत्तम उत्तम चित्रे तुला पॅरिसला बघायला मिळतील. रोदँचे स्वतंत्र असे म्युझियम तिथे आहे."

मग मी भराभरा सगळी चित्रे पाहून टाकली आणि दुसरीकडे निघालो.

"फार जुन्या, दगडी शवपेट्यांचे प्रदर्शन आहे; पाहायचे का?"

मी म्हणालो, "पाहू या."

मोठे जुनाट असे लोखंडी फाटक होते. बाग होती. बागेत पानगळ सुरू होती आणि आत असलेल्या अगदी जुन्यापुराण्या अशा चर्चच्या वाटेला, दोन्ही बाजूंना असंख्य दगडी शवपेट्या मांडून ठेवलेल्या होत्या. त्या सुंदर नव्हत्या, फार ओबडधोबड होत्या. हळूहळू होत असलेली पानगळ, मरणकल्पनेशी निगडित असे सायप्रस वृक्ष आणि असंख्य जुन्यापुराण्या शेवपेट्या... पडझड झालेले, आत शिरताच कोंदट भपकारा येणारे ते बाराव्या शतकातले चर्च... हे सगळे बघून मला फारच उदास वाटले.

तसे मी त्या दोघांना सांगताच घाई-गडबडीने बाहेर पडत ते म्हणाले, "मग आपण जाऊ या. सुंदर नाही, तर कशाला पाहायचे?"

व्हान् गॉग आणि गोगँ ह्या दोघांनीही ह्या शवपेट्या आणि चर्च रंगवले आहे.

आर्लमधल्या गल्लीरस्त्याने भटकून अखेर आम्ही एका बाजूचे रेस्टॉरंट शोधून जेवलो.

दक्षिण फ्रान्समधला विशेष खाद्यपदार्थ म्हणून मागविलेली डिश दुसरे-तिसरे काही नसून वांग्याची भाजी आहे, हे बघून मी चकित झालो.

जेवून आम्ही आर्ल सोडले.

चांगली दुपार झाली. सँ रेमी असायलम ऐन रानात उभे होते. पांढऱ्या रंगाचे तट तेवढे बाहेरून दिसत होते. आजूबाजूला मोकळी राने होती. समोर पांढराधोप डोंगर होता. पिवळी, तांबूस, हिरवी झाडे होती.

मला वाटत होते की, इतक्या दूरवर व्हान् गॉगला वेडा म्हणून डांबले होते, ती जागा बघायला कोण येणार? पण बरेच लोक आले होते आणि गाड्या सावलीला लावून ठिकठिकाणी मंडळीही झाडाच्या सावलीत बसली होती. सगळ्या मोक्याच्या जागा त्यांनी अडवून टाकल्या होत्या.

मग आम्हीही एक झाड पाहिले आणि बसलो. का, तर म्हणे, असायलम तीन वाजता उघडणार; मग प्रवाशांनी आत जायचे. मी म्हणालो, ''ठीक आहे. तासभर सावलीला बसू.''

थिओला लिहिलेल्या पत्रांतून ह्या जागेचे केवढे तरी वर्णन व्हान् गॉगने केले आहे. त्याला इथे मुळीच यायचे नव्हते, मोठ्या बळजबरीने तो इथे येऊन राहिला होता. 'कान कापून देणे' ह्या प्रकारानंतर तो सावध झाला होता. थिओला त्याने आर्लच्या दवाखान्यातून लिहिले आहे :

'शेजारी-पाजारी माझ्याशी चांगले वागतात. इथं सगळे आजारीच आहेत. कुणाला ताप आहे, कुणाला वेड आहे, तर कुणाला आणखीन काही. त्यामुळे सर्वांना एकमेकांविषयी आस्था आहे. एकत्र कुटुंब असावं, तसं आमचं हे कुटुंब आहे. काल मी त्या पोरीला भेटावं, म्हणून गेलो होतो (वेश्यागृहातील राशेल नावाची मुलगी. डिसेंबर तेवीस तारखेला, आपला कान कापून व्हिन्सेन्टने हिला दिला होता.). थट्टा-मस्करी करता-करता मी चांगलाच घसरलो होतो. तिथले लोक मला म्हणाले, ''हे काही अगदी नवीन नाही; घडतं असं कधी कधी.'' पोरीला ह्या गोष्टीचा मनस्ताप झाला होता. ती बेशुद्ध पडली होती. पण लवकरच सावध झाली. लोक म्हणाले, की ती चांगली पोर आहे.'

हे पत्र लिहून होताच व्हिन्सेन्टला पुन्हा दुसरा ॲटॅक आला. त्यातूनही तो पुन्हा सावरला.

'मला आता बरे वाटते. फक्त खोल कुठे तरी एक उदासीनतेचा प्रवाह सतत

वाहत असतो,' असे तो लिहितो. भावाला धीर देतो की, 'अरे, आता मी नाही आजारी पडणार. पुन्हा मला कोणी कोंडून घालावे, इतके नाही होणार. आणि समज, तसे झाले आणि मी बरा व्हावा, म्हणून मला असायलममध्ये राहावे लागले, तरी हरकत नाही. तिथेसुद्धा रंगवावे, असे काही दृश्य असेलच की!'

हे पत्र फेब्रुवारी महिन्यातले आहे आणि लगेच पुढे जूनच्या सुरुवातीचे पत्र आहे, ते सँ रेमीमधून लिहिलेले :

'वेडाचा झटका आला की, मी विलक्षण भित्रा होतो. पूर्वी मला बरे होण्याची इच्छा नसे; पण आता ह्या भीतीपोटीच मी खूप खातो, इतर रोग्यांचा संपर्क टाळतो. खूप काम करतो. एखाद्या आत्महत्या करायचे ठरवलेल्या माणसाने पाणी फार गार आहे म्हणून माघार घ्यावी आणि किनारा गाठण्यासाठी धडपडावे, तसे माझे झाले आहे.'

व्हिन्सेन्टला ह्या वेड्यांच्या इस्पितळातले अधिकारी आवडले नाहीत. तिथले वातावरण तर त्याला भयंकर उदास वाटे. इथे राहण्यापेक्षा उघड्या रस्त्यावर राहिलेले परवडेल, असे तो म्हणे. आपले घर, स्टुडिओ सोडून आपण इथे का आलो? ह्यापेक्षा हातात पिस्तूल घेऊन पोलीस आणि शेजारी-पाजारी ह्यांना ठार का केले नाही, असे वैतागाचे विचार त्याच्या मनात येत.

बंद केलेल्या खोलीच्या खिडकीतून उगवता सूर्य आणि मावळता सूर्य पाहावा,

दिवसभर चित्रे रंगवावीत, असे चालले होते. आता आपले भरत आले आहे; जे काही काम करायचे, ते भराभरा उरकले पाहिजे, असे व्हिन्सेन्टला वाटत होते.

त्यानं जे भोग भोगले आणि अजरामर चित्रे निर्माण केली, ती हीच जागा; हाच तो सँ रेमीचा परिसर, हीच ती इमारत.

तीन वाजता वाजेनात. शेवटी शाबानांच्यातला नियम झुगारून देणारा फ्रेंच माणूस जागा झाला. ते म्हणाले, ''आपण आत तर जाऊ. कुणी हटकले, तर परत येऊ.''

आम्ही दारातून आत गेलो. लांबलचक वाट होती. उंच-उंच भिंती होत्या. झाडं हारीने उभी होती. माणूसकाणूस मात्र कुठे दिसत नव्हते. सर्वत्र कसे शांत होते.

मधेच डाव्या बाजूला व्हान् गॉगचा अर्धा पुतळा होता. रोडावलेला, खिन्न दिसणारा आणि एक कान गमावलेला. त्याच्या खाली लिहिले होते :

Vincent Van Gogh, who lived and painted here.

त्या नि:शब्द वातावरणात कारुण्यमूर्ती व्हान् गॉगचा तो खिन्न पुतळा बघून पोटात कालवून आले!

पुढे गेलो. आडवी इमारत होती.

प्रवेशद्वारावर पाटी होती :

SALLE DU SOUVENIR VAN GOGH

उभ्या राहिल्या-राहिल्या मी त्या जागेचे रेखाचित्र माझ्या वहीत काढून घेतले. इकडे-तिकडे दृष्टी टाकली. कोणी दिसत नव्हते.

पाय न वाजवता आम्ही तिघेही आत शिरलो. अंधारे असे लांबच लांब दालन होते. आत, त्याच्या अगदी शेवटी, डाव्या हाताला ती खोली होती–

व्हान् गॉगची खोली.

आत गेलो.

अंगावर सर्रकन् काटा आला.

आजवर मी व्हान् गॉगची किती चित्रे पाहिली होती आणि त्यांच्यासंबंधी किती वाचले होते! हा थोर चित्रकार एक वर्षभर ज्या खोलीत राहत होता, त्या खोलीत मी उभा होतो!

दहा बाय बाराची लहानशी खोली होती– अगदी रिकामी. फरशीवरसुद्धा काही

नव्हते. आवाज न करता मी पायांतले बूट, मोजे काढून हातात घेतले आणि उघडे तळवे त्या जमिनीला लागू दिले.

भिंतीवर व्हान् गॉगची पुष्कळशी चित्रे होती. थिओने ह्या संस्थेच्या डायरेक्टरला लिहिलेले पत्र होते. व्हिन्सेन्टचे बर्थ-सर्टिफिकेट होते आणि डॉक्टरच्या रजिस्टरमधली काही पानं होती.

पाच-दहा मिनिटांनी आम्ही बाहेर पडलो. बागेत आलो. तरीही कोणी हटकले नाही. कुठे माणूस दिसले नाही. अजून तीन वाजायचेच होते.

सँ रेमीचे आवार खूपच मोठे होते. बागेतून थोडा वेळ हिंडून आम्ही बाहेर पडलो, तेव्हा मन कसे उदास झाले होते.

गाडीत बसताना पुन्हा एकवार वळून त्या पांढऱ्या इमारतीकडे पाहिले आणि आर्लचा निरोप घेतला.

दक्षिण फ्रान्सची मनोहर भूमी मागे पडत होती. मोटरने वेग घेतला होता. गाण्याचं एकच कडवं आळवावं, तसं थिओच्या पत्नीनं व्हिन्सेन्टसंबंधी लिहिलेलं एक वाक्य मला सारखं आठवत होतं :

'Poor, poor Vincent! Life was a burden to him!'

■

'केसरी' : ४ व ११ एप्रिल, १९७१

समाधी

५

ऑक्टोबरच्या शेवटच्या आठवड्यात ग्रनोब्लचा मुक्काम संपवून मी पॅरिसला आलो. पॅरिसच्या उपनगरात स्वत:च्या छोटेखानी बंगल्यात राहणाऱ्या शांपिनेल कुटुंबात माझी सोय झाली.

आनंदाची गोष्ट म्हणजे, शांपिनेलसाहेबांच्या दोन्ही मुलांना इंग्रजी उत्तम येत होते. घरी दुभाष्याचे काम ऑलिव्हिये किंवा पेट्रिक ही मुले करीत. मिस्टर शांपिनेल हे नाणावलेले इंजिनिअर होते.

एके दिवशी संध्याकाळी गप्पागोष्टी चालल्या असताना मी आर्ल आणि सँ रेमी येथे जाऊन व्हान् गॉग जिथे राहत होता, ती ठिकाणे पाहिल्याचे बोललो. त्यासरशी मिस्टर शांपिनेल म्हणाले, ''मग इथून चाळीस किलोमीटर्सवर व्हान् गॉगची समाधी आहे, ती तुम्ही पाहिलीच पाहिजे. माझ्या सुटीच्या दिवशी आपण जाऊ.''

आव्ह्र-स्यूर्-वाझ् या गावाचे नाव मी व्हान् गॉगच्या चरित्रात वाचले होते. पण ते गाव पॅरिसपासून एवढ्या जवळ असेल आणि तिथे जाण्याची संधी मला अशी सहज मिळेल, अशी कल्पनाही नव्हती.

सँ रेमीच्या त्या भयाण 'असायलम'मध्ये आता आपल्या भावाला ठेवायचे नाही, असा निश्चय थिओने केला आणि योग्य जागेसाठी शोधाशोध सुरू केली. पिसारोचे नाव थिओला आठवले, कारण सुरुवातीला १८८६ मध्ये व्हिन्सेन्ट जेव्हा पॅरिसला गेला, तेव्हा त्याची चित्रे बघत पिसारोनेच भाकीत केले होते की, 'हा एक तर वेडा होईल किंवा आजवरच्या इंप्रेशनिस्ट्सना मागे टाकून फार पुढे जाईल.'

'पिसारोकडे, म्हणजे एरानी येथे व्हिन्सेन्टला येऊ दे का?' अशी विचारणा थिओने केली. पिसारोची हरकत नव्हती. पण मादाम पिसारोंना वाटले की, आपल्या मुलांवर परिणाम होईल. मग पिसारोने डॉ. गाश यांचे नाव सुचवले. हे डॉक्टर मेंदूच्या विकारांवरचे तज्ज्ञ होते

आणि स्वत: थोडेफार पेंटरही होते. ते आव्रला राहत.

व्हिन्सेन्ट १८९० च्या मे महिन्यात या गावी आला. गाव सुरेख होते. गवती छपरांची घरे होती. सगळे वातावरण ग्रामीण होते. व्हिन्सेन्टच्या आधी सेझान, पिसारो, कोरो, दाविन्यी, गिऑम्यॅ या चित्रकारांनी इथे साधना केलेली होती.

आपल्याकडे एका प्रतिभावान चित्रकाराची काळजी घेण्याचे काम आलेले आहे, याची जाणीव डॉक्टरांना होती. आपले घर त्यांनी व्हिन्सेन्टसाठी सदैव उघडे ठेवले होते. या घरात व्हिन्सेन्टला कौटुंबिक स्नेहाची ऊब मिळाली. त्याने डॉक्टरांच्या बागेची कित्येक चित्रे रंगवली. त्यांच्या मुलीचे पियानो वाजवताना एक चित्र काढले, खुद्द डॉक्टरांचे एक पोर्ट्रेट केले.

हवी होती ती शांतता, स्वस्थता आपल्याला मिळाली, असे वाटून व्हिन्सेन्ट जोमाने कामाला लागला. दोन महिन्यांच्या काळात त्याने सत्तर चित्रे काढली. त्यांतली काही चित्रे आनंदी, आरामशीर अशी आहेत. हिरव्या आणि गुलाबी रंगांनी रंगवलेली काही चित्रे पाहताच भीती वाटावी, अशी आहेत.

'मक्याचे शेत आणि कावळे' हे एकच चित्र पाहिले, की पुढे जे घडणार होते, त्याची जाणीव या चित्रकाराला झाली होती, हे स्पष्ट कळते. अजूनही कुणाच्या खासगी चित्रसंग्रहात असलेले हे चित्र मुळात मला बघायला मिळाले नाही. पॅरिसच्या प्रसिद्ध म्युझियममध्येही ते नव्हते, पण त्याची छापील प्रत मला म्युझियममध्ये मिळाली.

पिवळ्या-किरमिजी रंगाच्या जोरदार फटकाऱ्यांनी रंगवलेले मक्याचे विस्तीर्ण शेत, मधून धावत क्षितिजाकडे जाणारी वाट, दोन्ही बाजूंना हिरवी झाडी, पलीकडे गर्द काळे-निळे आकाश आणि उजव्या कोपऱ्यातून डावीकडे क्षितिजाच्या दिशेने भरारी घेणारा काळ्या-काळ्या कावळ्यांचा थवा– असे हे चित्र पाहताच पोटात ढवळते.

इथे रंगवलेल्या काही चित्रांतून, धरित्रीने आपल्या कुशीत येण्यासाठी व्हिन्सेन्टला दिलेली अस्पष्ट हाक ऐकू येते.

व्हिन्सेन्ट विलक्षण जोमाने चित्रे रंगवीत होता. कारण आता, तो आणि वेड ह्या दोन्हींमध्ये पेंटिग ही केवळ एकच गोष्ट होती. मरणानंतर त्याच्या खिशात थिओला लिहिलेली चिठ्ठी सापडली. तिच्यात मजकूर होता :

'As for my work, I do it at my life's risk, and half my reason has founded in it.'

सुरुवातीचा सर्वच काळ आशादायक होता. दिवसाला साडेतीन फ्रँक्स ह्या दराने एका लॉजिंग-बोर्डिंगमध्ये राहून व्हिन्सेन्ट आपले काम करीत होता. आपल्या आईला पाठवलेल्या पत्रात त्याने लिहिले आहे :

'मी इथली मक्याची शेते बघून दंग होतो. सपाटीपासून पार टेकड्यांपर्यंत पसरलेली ही विस्तीर्ण शेते सागरासारखी आहेत. ह्यांचा रंग नखरेल पिवळा, फिक्कट हिरवा आणि जांभळट झाक मारणारा असा आहे. ह्या शेतांना नांगरून टाकलेल्या जमिनीच्या पट्ट्यांचे काठ दोन्ही बाजूंना आहेत. या नांगरटीतून कुठे कुठे फुलांवर आलेले बटाट्याचे पीक दिसते. निळ्याशार आकाशात कुठे पांढुरकी, तर कुठे जांभळी-गुलाबी छटा असते आणि याखालचे हे विस्तीर्ण मक्याचे शेत! मला वाटते, हे अस्सेच्या अस्से मी कॅनव्हासवर उतरवीन!'

डॉक्टरांच्या बागेतील झाडे, डॉक्टरांची बायको, गावचे चर्च याच झपाट्यात व्हिन्सेन्टने रंगवले.

व्हान् गॉगच्या झपाटलेल्या रेषा आणि रंग यामुळे चर्चचा मुळातला आकार, रेषा गडबडल्या आहेत.

'मी गावच्या चर्चचे एक बरे पेंटिंग केले आहे. निळ्या आकाशाच्या पार्श्वभूमीवर जांभळ्या छपराचे चर्च उठून दिसते. छपराची एक बाजू भगव्या रंगाची आहे. खिडक्या निळ्या आहेत. पुढे फुलझाडे आणि उन्हात चमकणारी गुलाबी रंगाची वाळू आहे. मागे अशाच तऱ्हेचे एक पेंटिंग मी केले होते; पण ह्या खेपेला माझे रंग जास्ती परिणामकारक वाटतात.'

ह्या गावी त्याला किती तरी चित्रविषय मिळाले. एक रस्ता आणि त्याच्या बाजूने उभी असलेली घरे, म्हाताऱ्या कुणब्याची पडळ, रानातल्या वाटा– ह्या सगळ्या गोष्टी त्याला फार ओढ लावीत. कारण त्या पाहून त्याला हॉलंडमधल्या आपल्या खेड्याची आठवण येई.

ह्या खेड्यातले रस्ते साधे, दगड-मातीने तयार केलेले होते. ते गावाबाहेर पडत आणि उघड्या रानाला जाऊन मिळत. शेते-राने ऊन खाता-खाता पेंगाळून गेल्यासारखी दिसत. वरचे निळेशार आकाश खाली उतरल्यासारखे दिसे. अशा ह्या उघड्या रानामाळांतून किती हिंडावे, काय काय रंगवावे?

उघड्या रानातून हिंडून-हिंडून थकवा आला की, व्हिन्सेन्ट गावाकडे परत येई आणि डॉक्टरांच्या घरी जाई. तिथे चितारण्यासारख्या अनेक वस्तू होत्या. अचेतन वस्तू रंगवता-रंगवता मग एकाएकी व्यक्तिचित्रे करण्याच्या जबरदस्त हौसेने त्याला पछाडले.

व्यक्तिचित्रे करणे म्हणजे त्या व्यक्तीचे दडलेले व्यक्तिमत्त्व बरोबर हेरणे.

ह्या काळात त्याने केलेले डॉ. गाश यांचे व्यक्तिचित्र पाहावे.

'मी अशी व्यक्तिचित्रे रंगांतून जिवंत करीन की, आजपासून शंभर वर्षांनी पाहिले, तरी पाहणाऱ्यापुढे ती व्यक्तीच उभी राहिली पाहिजे,' अशी व्हिन्सेन्टची जिद्द होती. आणि हे त्याला केवळ फोटोग्राफरसारखा त्या व्यक्तीचा हुबेहूब चेहरा करून करायचे नव्हते. डॉक्टरांच्या व्यक्तिचित्रात त्याने लखलखीत विटकरी रंगाने चेहरा रंगवलेला आहे. केस तांबूस आहेत आणि निळ्या टेकड्यांच्या पार्श्वभूमीवर त्यांची टोपी पांढरी केली आहे. कोटाचा रंग गर्द निळा आहे, त्यामुळे चेहरा कसा ठसठशीत उठून दिसतो. आणि डॉक्टरांचे हात एखाद्या सुइणीच्या हातासारखे, चेहऱ्यापेक्षा फिकट रंगवलेले आहेत.

एक महिना गेला. डॉक्टरांचे नि व्हिन्सेन्टचे बरे जमले होते. पण पुढे-पुढे वादविवाद झडू लागले. ह्याचा व्हिन्सेन्टच्या प्रकृतीवर परिणाम झाला. हळूहळू डॉक्टरांवरचा त्याचा विश्वास डळमळीत झाला. त्याच वेळी कुंचल्यावरची आपली पकडही ढिली झाली आहे; जे मनात आहे, ते रंगांतून उतरत नाही, असे त्याला वाटू लागले. आपण अगदी यंत्रवत् रंग वापरतो आहोत, आपल्या कुंचल्यातली जादू नाहीशी झाली आहे, असे त्याला जाणवू लागले.

आता आपले कुणाला काही प्रेम राहिलेले नाही. थिओसुद्धा दूर गेला आहे. त्याचे लग्न झाले, मूल झाले. तो आता आपला राहिला नाही– ह्या उदास विचारांच्या जोडीला वेडेपणा पुन्हा येण्याची भीती त्याच्या मनाला सतत भेडसावीत राहिली.

सत्तावीस जुलै. मोठा चित्रफलक घेऊन व्हिन्सेन्ट गावाशेजारच्या उंचवट्यावर गेला. नेहमीच आकर्षक वाटणारे मक्याचे विस्तीर्ण शेत त्याला रंगवायचे होते.

ते रंगवता-रंगवता काय घडले, ते कुणाला ज्ञात नाही. कदाचित आपल्या जीवनातील वैयर्थ्य त्याला जाणवले असेल, प्रयत्नांतील निरर्थकता जाणवली असेल... आपल्याच हाताने त्याने रिव्हॉल्व्हर छातीवर उडवले. हृदय लक्ष्य होते, ते चुकले. जखमी व्हिन्सेन्ट कसाबसा घरी आला. म्हणजे, आपल्या लॉजवर आला.

थिओला बोलावणे गेले.

दोन दिवसांनी व्हिन्सेन्ट मरण पावला. जन्मभर ज्याच्यासाठी तो तडफडत होता, ती शांती त्याला अखेर मिळाली.

थिओच्या जिवाला ही गोष्ट इतकी लागली की, त्यानंतर सहाच महिन्यांनी तो आपल्या प्रिय बंधूपाठोपाठ गेला.

अगदी सकाळी-सकाळी मी अन् शांपिनेल निघालो आणि गावे ओलांडून आव्हला पोचलो.

गाव अजूनही तसेच शांत होते. रस्ते मोकळे होते.

रस्त्यावर जागजागी खुणा होत्या. त्या अनुरोधानं उंच रस्ता ओलांडून आम्ही सपाटीवर आलो, रानेच राने पसरली होती. काढणी झाली होती. त्यामुळे मक्याची उभी शेते दिसत नव्हती.

अशा अगदी मोकळ्या रानात असलेल्या स्मशानभूमीकडे तांबड्या वाटेने आम्ही गेलो. दार उघडेच होते. कोणी एक प्रौढ बाई बागेला पाणी घालीत होती. ती काही बोलली नाही, आम्हीही काही विचारले नाही.

स्मशानभूमीत अनेक क्रॉस उभे होते. श्रीमंतांच्या, गरिबांच्या समाध्या होत्या; त्यांतून वाट काढीत थेट पलीकडच्या भिंतीपाशी गेलो.

अगदी साधे असे दोन दगड शेजारी-शेजारी होते. पुढे हिरव्यागार वनस्पतींचा कापून नीटनेटका केलेला चौक होता. त्यात लाल जिऱ्यानियमची दाट झुडपे होती.

मक्याच्या शेतामध्ये मातीआड झालेल्या, युरोपच्या कला-इतिहासांतील सर्वश्रेष्ठ चित्रकाराच्या समाधीकडे एकटक बघत मी काही क्षण उभा राहिलो.

मन शरमून गेले!

मी मोकळ्या हाताने का आलो?

येताना इथे वाहण्यासाठी चार ताजी फुले आणायचे मला का बरे सुचले नाही?

■

'केसरी' : १८ एप्रिल, १९७१

यवतमाळचे साहित्य संमेलन
६

सगळा प्रवास मोटारचा. रस्ता उत्तम. येणाऱ्या-जाणाऱ्या वाहनांची गर्दी अजिबात नाही. रस्त्याच्या दोन्ही बाजूंना गर्द झाडी, शेतांतून संकरित ज्वारीची भरघोस पिके उभी. कुठे कुठे निळ्या आकाशाच्या पार्श्वभूमीवर पिवळ्यारंजन सूर्यफुलांनी भरलेले रान दिसे आणि तोंडातून 'वाहवा' असा शब्द निघे. तरीही पुणे ते यवतमाळ या लांबच लांब प्रवासाने शिणून गेलो. वाटले,

कुठल्या कुठं आहे हे यवतमाळ– जगाचं दुसरं टोक!

अखेर जंगल-वाट पार करून यवतमाळला पोहोचलो.

रेस्ट हाऊस अगदी चित्रासारखे होते. लाल छपराची लांबलचक इमारत, प्रशस्त व्हरांडा, समोर तीन-चार विशाल वटवृक्ष आणि सभोवार ज्वारीची उभी पिके. शांत आणि रम्य वातावरण.

आम्ही पोहोचलो, तोपर्यंत आणखी कोणी आले नव्हते.

तासाभरातच नागपूरहून कवी अनिल आले. वाईहून तर्कतीर्थ लक्ष्मणशास्त्री जोशी आले. व्हरांड्यात मैफल जमली. अण्णा होते, द. मा. मिरासदार होते, शंकर पाटील, तर्कतीर्थ, अनिल, मी. मग गप्पागोष्टींना काय कमी?

अनिलनी चौकशी केली–

"येताना मेहकरचा बालाजी पाहिलात का? नाही? अरे, यार! काय सुंदर मूर्ती आहे! ती मूर्ती पाहिल्यावर कळतं, की लक्ष्मीनं विष्णूच्या गळ्यात का माळ घातली असेल. आता जाताना बघा."

पान खाता-खाता ध्यानात आलं की, अप्पासाहेबांच्या डब्यातला चुना वाळला आहे. मी म्हणालो, "अप्पासाहेब, चुन्याचं इरं गेलं."

"अरे, हा शब्द तुमच्याकडं आहे? अर्थ काय, माहीत आहे का? इरं म्हणजे पाणी. इरावती नदी. आमच्याकडं इराकतीला जातो, असं म्हणतात. इरं गेलं म्हणजे पाणी गेलं चुन्यातलं."

मग इकडच्या-तिकडच्या शब्दांवरून गप्पा बऱ्याच रंगल्या. बोलता-बोलता तर्कतीर्थांनी सांगितलं, "तुमचा जसा माणदेश, तसा आमचा वायदेश. वाय म्हणजे कोष्टी, विणकर. त्या भागात विणकारांची वस्ती आहे."

गावातून काही मंडळी आली आणि आणखी कोण कोण आले आहे, याचा तपशील समजला. पु. भा. भावे आले होते. गंगाधर गाडगीळ आले होते. वा. ल. कुलकर्णी आले होते. कवी यशवंत, वि. भि. कोलते, अनंत काणेकर, वामन चोरघडे, नरहर कुरुंदकर, मुकुंदराव किर्लोस्कर, राजाभाऊ बढे अशी बरीच मंडळी आली होती. कुठे कुठे उतरली होती. म्हटले– चला, आता सभामंडपात सर्वांची गाठभेट होणार. एवढ्यांच्या गाठीभेटी म्हणजे दिवाळी-दसराच.

वीस तारखेला दुपारी साडेचारला संमेलनाला सुरुवात झाली. मंडप भव्य होता. आषाढी-कार्तिकीस भक्तजनांनी पंढरीला दाटी करावी, अशी साहित्यप्रेमिकांची दाटी झाली होती. आठ हजार तरी लोक असावेत.

व्यासपीठावर मान्यवर लोकनेत्यांचा आणि थोर-थोर साहित्यिकांचा एवढा मोठा मेळावा इतरत्र पूर्वी कधी दिसला असेल की नाही, याची मला शंका आहे.

'माडगूळकर हे कृतिकवी आहेत. समाजजीवनाशी समरस झालेले लोककवी आहेत,' अशा शब्दांत संमेलनाचे अध्यक्ष श्री. ग. दि. माडगूळकर यांचा गौरव करून साहित्य महामंडळाचे अध्यक्ष श्री. वा. ल. कुलकर्णी यांनी पूर्वाध्यक्ष श्री. पु. शि. रेगे यांच्या वतीने नव्या अध्यक्षांकडे अधिकारसूत्रे सुपूर्त केली.

स्वागताध्यक्ष श्री. सुधाकरराव नाईक यांनी उपस्थितांचे स्वागत केले.

संमेलनाचे उद्‌घाटक श्री. यशवंतराव चव्हाणांच्या भाषणाविषयी श्रोत्यांना उत्सुकता होती. पुसदला आदल्या संध्याकाळीच मी त्यांच्या तोंडून एक आठवण ऐकली होती. भारतातील एक थोर शास्त्रज्ञ श्री. भाभा यांच्याबरोबर ते कसल्याशा समारंभाला गेले होते. हॉलमध्ये वेगवेगळी पेंटिंग्ज् लावलेली होती. एक भव्य चित्र असं होतं की, सर्व पार्श्वभूमी काळी-काळी आणि मध्ये एक लाल ठिपका. पहिल्यांदा या चित्रापाशी जाऊन यशवंतरावजी उभे राहिले आणि त्यांनी भाभांना विचारले, "या चित्राचा अर्थ काय?"

भाभा म्हणाले, "हा प्रश्न निरर्थक आहे, असं तुम्हाला नाही का वाटत? इथं इतकी चित्रं आहेत, पण तुम्ही नेमके याच चित्रकडे आलात, ते पाहिलंत, विचार केलात; एवढंच त्या चित्राचं कार्य असू शकेल."

श्री. वसंतराव नाईकांच्या घरी त्यांनी ही आठवण सांगितली होती. त्यामुळे

आजची नवी कविता, नवी नाटके, या संदर्भात ते काही बोलतील, असे मलाही वाटले होते. पण ते या चर्चेत पडले नाहीत. 'स्वत:ला साहित्यिक म्हणवून घेण्याचा मला अधिकार नाही. साहित्याविषयी अपार प्रेम असणारा मी एक नम्र माणूस आहे,' अशी भूमिका त्यांनी घेतली.

सुमारे शंभर वर्षांच्या वाटचालीनंतर आता मराठी साहित्य संमेलन संस्था स्थिरावली असून, तिला मोठा दर्जा प्राप्त झाला आहे. तिने नैतिक दरारा प्राप्त केला आहे. तिने आता मराठी जीवन अन्य प्रांतांतील जीवनांशी, भाषाभगिनींशी सुसंवाद साधण्याची आकांक्षा ठेवावी, असा विचार त्यांनी मांडला. सामान्य माणूस आता जागरूक झाला आहे. साहित्यिकांनी त्याच्या सुख-दु:खाची जाणीव ठेवून त्याचे सामर्थ्य वाढविण्याचे कार्य केले पाहिजे. लोकांवर परिणाम करणारा शब्द ज्या माध्यमातून उमटतो– ती आकाशवाणी, दूरचित्रवाणी, वृत्तपत्रे हेही साहित्यच आहे. कलेसाठी कला की जीवनासाठी कला, हा अजूनही वादाचा विषय असला, तरी समाजजीवनाभोवती पिंगा घालणारी साहित्यकला, असे मी मानतो. आजवरच्या समाजजीवनातील चढ-उतार अभ्यासण्यासाठी विद्यार्थ्यांनी साहित्य संमेलनातून झालेली भाषणे वाचावीत, असे सांगून त्यांनी आपले छोटेसे भाषण संपविले.

संमेलनाच्या निमित्ताने आयोजित केलेल्या ग्रंथप्रदर्शनाचे उद्‌घाटन करताना मुख्यमंत्री वसंतराव नाईक यांनी असे आवाहन केले की, समाजाच्या सर्व व्यथांचे प्रतिबिंब साहित्यात उमटले पाहिजे. उपेक्षितांचे अंतरंग साहित्यिकांनी जाणले पाहिजेत. समाजाचा, समाज-परिस्थितीचा त्यांनी विसर पडू देता कामा नये. इष्ट प्रथांच्या पुरस्कारासाठी व अनिष्टांविरुद्ध साहित्यिकांनी बंड उभारावे!

संमेलनाचे अध्यक्ष श्री. ग. दि. माडगूळकर यांचे भाषण मुद्रित होते, ते त्यांनी वाचून दाखविले. आपल्या भाषणात त्यांनी सूत्ररूपाने अनेक विषय स्पर्शिले होते. मधूनमधून एखादा मुद्दा जास्ती स्पष्ट करताना ते उस्फूर्तही बोलत होते; त्यामुळे भाषण वेधक झाले, कंटाळवाणे झाले नाही. आपले प्रचीतीचे बोलणे श्रोत्यांना ऐकवताना ते म्हणाले, "साहित्यकाराला कोणताही विषयी वर्ज्य नाही. त्याला स्वातंत्र्य आहे. पण हे स्वातंत्र्य माझ्या मते, समुद्राच्या स्वातंत्र्यासारखे असावे. अनेक जलप्रवाह त्याने आपल्या प्रतिभेच्या पोटी सुखेनैव घ्यावेत. उसळावे, खवळावे, पूर्ण चंद्र कवेत घेण्याची जिद्द बाळगावी आणि तरीही काही निश्चित मर्यादा मात्र कधी सोडू नये. आपल्या स्वाभाविक मर्यादा सोडून समुद्र जर सत्यार्थाने उच्छृंखल झाला, तर प्रलय होईल. कवीच्या, लेखकाच्या लेखनस्वातंत्र्याला कवीच्या व लेखकाच्याच स्वाभाविक मर्यादा असाव्यात.

"मानवी स्वभावाचे मर्म शोधीत-शोधीत वाचकाला सत्याकडे नेणे, हे साहित्याचे काम. वाचकाला शुद्धानंदाचे दान करणारे साहित्य, हे चांगले साहित्य. जे केवळ मनोरंजन करते, त्या साहित्याला मी केवळ गौण म्हणेन.

"आजची कविता न-नाटकासारखी अ-कविता झाली आहे. नवकवितेतला दुर्बोधतेचा विशेष या अतिनवकवितेने आणखी मोठ्या प्रमाणात आत्मसात केला आहे. आक्रस्ताळेपणा, वैताग आणि अर्वाच्य शब्दांची उधळमाधळ एवढेच दिसते. माणूस, समाज, साहित्यकार, कलाकार या सर्वांचेच काही अन्योन्य संबंध आहेत. ज्ञानदान, लोकजागृती ही कार्ये ललित वाङ्मयाची नव्हेत; पण कलात्मकतेचा तोल सांभाळून त्याने ती केली, तर त्यात दोषास्पद असे काहीच नाही. राष्ट्राच्या इतिहासात एखादी दुसरी वेळ येते की, त्या वेळी साऱ्याच शक्ती राष्ट्रोद्धारासाठी खर्ची पडाव्या लागतात. साहित्यिकांची प्रतिभाही अशा वेळी या विधानाला अपवाद राहणार नाही.

"महाराष्ट्राच्या अगदी दूरदूरच्या खेड्यापाड्यांतूनही आता साहित्यनिर्मितीची हौस उपाडू लागलेली आहे. ती पूर्णतः प्रफुल्लित होईल, असे वातावरण उत्पन्न झाले; तर माझ्यासारख्यांना आज वाटणारी निराशा नाहीशी होईल.

"आजच्या साहित्याने काही काळासाठी तरी समाजकारण केले पाहिजे. आपली सृजनशक्ती दधिचीच्या अस्थींसारखी देशाच्या उत्कर्षासाठी दिली पाहिजे," असे सांगून अध्यक्षांनी आपले हे छोटेसे पण रम्य भाषण संपविले.

असा पहिल्या दिवसाचा सोहळा थाटामाटात पार पडला.

रविवारी सकाळी काव्य-संमेलनात नव्या-जुन्या कवींनी भाग घेतला. श्रोते रसगंगेत तब्बल दोन तास न्हात होते. कविवर्य अण्णासाहेब खापर्डे यांच्यापासून कोवळ्या सुधाकर गायधनींपर्यंत सर्व कवींनी या मैफलीत भाग घेतला.

कवी संमेलनाचे संचालन केले कविवर्य यशवंतांनी. ग. दि. माडगूळकर, डॉ. कोलते, अनिल, कृ. ब. निकुंब यांनी एक-दोन, एक-दोन रचना ऐकवल्या. कवी चंद्रशेखर यांची नात सौ. विजया जहागीरदार यांनी सुरेख आवाजात 'बोल माझ्या अंतरीचे ना कुणी जाणियले' आणि 'तोल माझ्या जाण्याचा क्षणी, ताल मी सांभाळिला' या आपल्या कविता म्हणून श्रोत्यांकडून चांगली दाद मिळवली. विदर्भातले कवी मधुकर केचे यांनी 'असं कसं झालं, बा, असं कसं झालं? बारकाजी बुढ्याला पोरगं झालं' या कवितेनं श्रोत्यांना चांगलंच हसवून सोडलं. राजा बढे यांनी 'वारांगना' (एअर होस्टेस्) म्हणून धमाल केली. लक्ष्मीकांत तांबोळी यांची दुष्काळावरची कविता 'जमिनीवरचं पाणी कुठं गेलं, कुठं गेलं, ज्याच्या त्याच्या डोळ्यांत आलं' चांगलीच परिणामकारक ठरली.

खरा हशा पिकवला प्रा. देविदास सोटे यांनी. 'माझे पराक्रम' या त्यांच्या

कवितेतील पराक्रम ऐकता-ऐकता श्रोते हसून बेजार झाले.

कौरवांशी झालेल्या युद्धात –
अर्जुन फारच गांगरला होता
'सोटे सर, आता काय करू?' म्हणून
मला विचारत होता.
तेव्हा मीच त्याला धीर दिला.
युद्धाला तयार केला...

अशा थाटाची त्यांची ही कविता होती.

एकूण कवी संमेलन झकास रंगले. श्रोत्यांची उपस्थिती भरगच्च होती.

कार्यक्रमही भरगच्च होते. कवी-संमलेनानंतर दुपारी परिसंवाद होता. 'स्वातंत्र्योत्तर काळातील मराठी वाङ्मयात स्त्रीचे दर्शन अवास्तव आहे', असा विषय होता. नागपूरच्या प्रा. शकुंतला खोत यांनी सभेपुढे बसून आपले विचार मांडले. आजच्या वाङ्मयातील स्त्रीचे चित्रण अवास्तव आहे. स्त्रीला स्वातंत्र्य हवे. मानव म्हणून प्रतिष्ठा हवी. वास्तवाच्या मर्यादा झुगारून केलेले चित्रण निषेधार्ह आहे, हा त्यांच्या विवेचनाचा सारांश.

नंतर प्रा. गंगाधार गाडगीळ बोलायला उभे राहिले. 'पुरुषांनी उभे राहावे आणि स्त्रियांनी मात्र बसून बोलावे', अशी त्यांनी सुरुवात करताच हशा उसळला. साहित्यात सारेच चित्रण आले पाहिजे. महाभारतात आणि रामायणातसुद्धा विकृत चित्रणे नाहीत का? आमची कामशिल्पे देवळावर प्रतिष्ठित नाहीत का?– असे त्यांचे म्हणणे.

यावर कथाकार भावे उठले आणि म्हणाले की, एखाद्या मवाल्याने दुसऱ्याला चाकू मारावा आणि त्यात काय झाले, शिवाजीने नव्हता का अफझलखान मारला, असे समर्थन करावे; तसा हा प्रकार आहे. महाभारतातील द्रौपदीचे वस्त्रहरण आणि आजच्या एखाद्या कॅबेरे डान्सरने स्वत:चे केलेले वस्त्रहरण एकच का, असा त्यांचा सवाल होता. भावे मोठे नाट्यपूर्ण बोलत होते. वास्तवच हवे, तर दिवाळी अंकांवर स्त्रियांची अर्धनग्न चित्रे का छापता; माझे छापा! – भावे बोलत होते. प्रेक्षक टाळ्या देत होते.

कला ही कृत्रिम असणारी एक अकृत्रिम वस्तू आहे. कलाकार हा प्रसंग, भावना, शब्द, पात्र यांची निवड करून सौंदर्याचा परिणाम साधण्यासाठी एक आकृती निर्माण करतो.

आपल्या आवेशपूर्ण बोलण्याने भाव्यांनी सभागृह दणाणून सोडले.

यानंतर सौ. यमुनाबाई शेवडे, प्रभाकर ऊर्ध्वरेषे बोलले आणि या रंगलेल्या परिसंवादाचा समारोप अध्यक्ष श्री. वा. ल. कुलकर्णी यांनी केला. ते म्हणाले की, परिसंवादामुळे कोणतेही प्रश्न सुटत नाहीत, पण प्रश्नाचे स्वरूप समजते. बाहेरच्या वास्तवाच्या फूटपट्ट्या कलेला लावू नयेत. साहित्याचे जग हे कल्पनेचे, पण वास्तवावर आधारलेले जग असते आणि ते स्वतःचे वास्तव निर्माण करते. हे कल्पनेचे जग वास्तव आहे का, हे पाहावे. त्यात अंतर्गत सुसंगती निर्माण झाली आहे का, हे पाहावे.

साहित्याच्या स्वरूपाविषयी ही चर्चा हजारोंनी उपस्थित असलेले श्रोते अवधानाने ऐकत होते. त्यांची साहित्यविषयक जाण विस्तृत करण्याचे काम या परिसंवादाने उत्तम रीतीने केले, यात शंकाच नाही.

'आजच्या साहित्यात कलाही नाही व जीवनही नाही', असा आणखी एक परिसंवाद झाला. अध्यक्ष होते अनंत काणेकर. वक्ते– डॉ. वि. भि. कोलते, डॉ. भीमराव कुलकर्णी आणि श्री. नरहर कुरुंदकर. खरे तर पहिल्या परिसंवादात यातले काही मुद्दे येऊन गेलेलेच होते. डॉ. कोलत्यांना आजच्या वाङ्मयात, कालच्या वाङ्मयापेक्षा कला आणि जीवन दोन्हीही आहे, असे ठामपणे वाटत होते, ते त्यांनी सांगितले. प्रा. कुरुंदवाडकरांना आजच्या वाङ्मयात गटार जास्त, गंगा कमी, हे मंजूर नव्हते. यांत्रिकता, अनीती, विफलता हे सारं जर जीवनात आहे; तर त्याचं चित्रण होणारच. आक्रोश करणं, उद्ध्वस्त जीवनाचं चित्रण करणं, हे जिवंतपणाचं लक्षण आहे, असं त्यांना वाटत होतं. हे करणाऱ्यांची व्यथा मंगल आहे का, एवढं मात्र पाहिलं पाहिजे. पु. भा. भावे यांनी महाभारत, रामायण हे ग्रंथ, त्यात महान व्यक्तींचे चित्रण आहे, म्हणून ते थोर ग्रंथ, असे सांगितले होते. रामायणातला राम काढला, सीता काढली, हनुमान काढला, लक्ष्मण काढला; तर रामायणात काय उरेल, असे ते म्हणाले होते. त्याचा उल्लेख करून कुरुंदकर म्हणाले की, मी असं विचारतो की, रामायणातला रावण काढला, कैकेयी काढली– सगळी दुष्ट पात्रे काढली; तर रामायणात काय उरेल?

तात्पर्य– उगाच ऊर बडवण्यात अर्थ नाही; नवे प्रयोग होणारच, त्यांचे स्वागत करायला पाहिजे. आजच्या वाङ्मयात कला आहे, जीवनही आहे.

या परिसंवादाचे अध्यक्ष अनंत काणेकर यांनी समारोप केला. अक्षर वाङ्मयात जीवन कसे असावे, याचा दाखला देताना त्यांनी पंचतंत्रातली गोष्ट खुबीने सांगितली. एक वृषणमत्त बैलाच्या पाठोपाठ हिंडणारा कोल्हा अखेर भुकेलाच कसा राहतो, पडेल-पडेल असा वाटणारा घास शेवटपर्यंत त्याच्या तोंडात कसा पडत नाही, ही कथा सांगून ते म्हणाले, प्र. के. अत्र्यांनी मला एकवार ही गोष्ट सांगितली आणि

म्हटले, 'काय द्रष्टा लेखक आहे हो हा, काणेकर! आज अडीच हजार वर्षांनंतर मला या गोष्टीचा पडताळा येतो आहे. चित्रपटासाठी कोणी धनिक भांडवल देईल, म्हणून मी अनेकांच्या मागे आशाळभूतपणे फिरतो आहे, पण माझ्या हाती काही गवसत नाही! पडेल, पडेल असं वाटणारं भलतंच घट्ट असतं, हे खरं!'

रात्रीच्या कथा-कथनात द. मा. मिरासदारांनी 'पहिली चोरी' ही कथा सांगितली. मंत्रिजन निघून गेल्यामुळे पोलीस अधिकारी आता मोकळे झाले होते; श्रोते बनून कथा ऐकत होते. 'काय लागला का काही तपास पुढं?' असं ज्यांच्या घरी चोरी झाली, त्यांनाच विचारणारे फौजदारसाहेब मिरासदारांनी श्रोत्यांसमोर हावभावांसह उभे केले, तेव्हा श्रोत्यांबरोबर पोलीस अधिकारीही हसत होते.

शंकर पाटलांनी 'ग्रामपंचायतीची मीटिंग' आणि 'दारू पिणाऱ्यांची धिंड' या दोन कथा सांगितल्या. अण्णांनी 'घोड्याचे पीक' ही कथा सांगितली. मी 'शाळा-तपासणी' सांगितली. हास्याचे कल्लोळ सारखे उठत होते.

तिसऱ्या दिवशी धो-धो पाऊस कोसळला आणि एवढा छानदार मंडप भिजून काला झाला. छत गळून, बैठकीसाठी अंथरलेल्या गाद्या आणि लोड ओले झाले. त्यामुळे खुले अधिवेशन एका लहानशा हॉलमध्ये घ्यावे लागले. गर्दी तुफान होतीच.

खुल्या अधिवेशनाआधी एक सुरेख कार्यक्रम झाला. या संमेलनाला सहा पूर्वाध्यक्ष उपस्थित होते. त्यांचा शाल आणि श्रीफळ देऊन सत्कार करण्यात आला. कविवर्य यशवंत, डॉ. कोलते, वा. ल. कुलकर्णी, काणेकर, आ. रा. देशपांडे, तर्कतीर्थ लक्ष्मणशास्त्री जोशी असे हे पूर्वाध्यक्ष होते. त्यांना हार घातले जात होते, शाल-श्रीफळ दिले जात होते, टाळ्या झडत होत्या. फोटोग्राफरमंडळींची धांदल होत होती.

कवी अनिल जेव्हा व्यासपीठावर येऊन बसले, तेव्हा एक फोटोग्राफर काकुळतीने म्हणाले, ''थोडे थांबा.''

''का, हो?''

''रोल संपलाय.''

तेव्हा श्रोत्यांकडे बघून कवी अनिल म्हणाले, ''आता आमचाही रोल संपलेला आहे!''

यावर केवढा तरी हशा उसळला.

'मराठी ग्रंथ-व्यवहार' असा एक परिसंवाद येथेच झाला. जाहीर केलेल्या

वक्त्यांपैकी काही उपस्थित नव्हते. त्यामुळे दोन-तीनच वक्ते बोलले. त्यांपैकी एकाने विषयाची गल्लत केली. श्री. बापूराव नाईक यांनी मराठी ग्रंथनिर्मितीचा इतिहास फार सुरेख पद्धतीने सांगितला. शेवटी अध्यक्ष तर्कतीर्थ लक्ष्मणशास्त्री जोशी यांनी समारोप केला. मुद्रणकला नव्हती, तेव्हा ग्रंथ पाठ करून ते म्हणून दाखवीत हिंडणारे लोक होते. हे फिरते ग्रंथच. दशग्रंथी म्हणजे दहा ग्रंथ पाठ केलेला. पुढे जेव्हा मुद्रणाची वेळ आली, तेव्हा अशा पंडितांच्या म्हणण्यावरून मुद्रणप्रती तयार करण्यात आल्या, अशी माहिती त्यांनी श्रोत्यांना पुरवली.

खुले अधिवेशन छान रंगले.

महाराष्ट्र शासनात मराठी भाषेचा वापर करण्याचा वेग वाढवावा. आकाशवाणी-वरच्या मराठी बातम्या सदोष असतात, त्या सुधाराव्यात. दूरचित्रवाणी जेव्हा काही वाङ्मयीन कार्यक्रमाचे चित्रण करते, तेव्हा ते काम जाणत्या मराठी अधिकाऱ्याकडून व्हावे. चित्रपट आणि ग्रंथ यांच्या आयातीवर मर्यादा आहे, ती असू नये, असे काही महत्त्वाचे ठराव पसार झाले.

संध्याकाळी पावसाने उघडीप दिली. त्यामुळे समारोपाचा समारंभ पुन्हा मंडपात घेता आला. तीन दिवस गाजत असलेल्या या सोहळ्याचा धावता आढावा अध्यक्षांनी घेतला. संमेलन यशस्वी करणाऱ्या सर्वांना धन्यवाद दिले आणि 'आम्ही जाऊनिया येतो,' असा निरोप घेतला.

सुप्रभाती आमचा परतीचा प्रवास सुरू झाला. रस्ता, कडेची वृक्षराजी, ज्वारीची अन् कापसाची शेते पावसामुळे न्हाऊन निघाली होती. टवटवीत दिसत होती. सूर्यफुलांची पिवळीरंजन शेते डुलत होती. वातावरणात चोहो दिशांना आल्हाद भरून राहिला होता.

या संमेलनाच्या निमित्ताने वर्षानुवर्षे ज्यांची गाठभेट होत नाही, अशी किती तरी जिव्हाळ्याची माणसे भेटली होती. रोज भेटत होती. हास्यविनोद होत होते. पु. भा. भावे सुप्रभाती गगनजाईची फुले घेऊन येत. अनिलांनी दिलेल्या विड्याने रोज ओठ रंगत. संध्याकाळी राजा बढे आपल्या 'वात्रटिका' मिस्किलपणाने म्हणून दाखवत आणि खसखस पिकवत. तर्कतीर्थ, वा.ल., गंगाधर गाडगीळ, वामनराव चोरघडे, वा.रा. ढवळे, काणेकर ही मंडळी इतक्या निवांतपणे, एकत्र अशी कुठून भेटायला!

येताना मेहकरच्या बालाजीचे दर्शन घेतले. देऊळ चांगले; पण त्याची कळा काही नीट ठेवलेली नव्हती. आपली देवळे असावीत, तसेच हे देऊळ होते. मूर्ती काळ्या पाषाणाची बरी होती, पण कोणा भक्ताने चांदीचे डोळे तिला लावले होते.

ते सगळे बघून वाटले– अखेर प्रेम आंधळे असते, हे लक्ष्मीच्याही बाबतीत खरे म्हणायचे!

परतीचा प्रवास सरता सरत नव्हता. मध्यान काळ झाला, तेव्हा देऊळगावराजा या गावाच्या खूप अलीकडे, रानात असलेल्या एका लहानशा डाक-बंगल्यात थांबलो. येथे फारशी वर्दळ नसावी. एकदम दोन गाड्या आणि दहा माणसे बघून डाक-बंगल्याची व्यवस्था पाहणारा माणूस गोंधळून गेला.

''जेवायला देणार का?''

''हो, जी.''

''काय देणार?''

''साधेच देऊ. साहेब, काही मिळत नाही आता.''

''भात?''

''तांदूळ मिळत नाहीत.''

''अंडी?''

''न्हाई जी, मिळायची. गावात दारूचं दुकान झाल्यापासनं अंडी अजिबात मिळत नाहीत.''

''पोळी?''

''गहू कुठे, हो?''

''मग काय देणार?''

''भाकरी आणि बेसन देतो.''

''दूध?''

''नाही.''

समोरच्या शेतात काही हिरव्या मिरच्या मिळाल्या. ठेचा, तळहातासारख्या जाड भाकरी आणि बेसन असे जेवण दोन-एक तास वाट बघितल्यावर मिळाले.

आमच्यापैकी कोणी म्हणाले, 'यवतमाळला पाहिली ती कला, आणि आता हे जीवन.'

■

'स्वराज्य' : ३ नोव्हेंबर, १९७३

माझा शिकारीचा छंद

७

मी तसा छांदिष्टच माणूस आहे. जनलोकांतून थोडे बाजूलाच असावे, काही तरी नाद लावून घ्यावा आणि त्याचा पाठपुरावा करीत राहावे, ह्यात मला विशेष आनंद वाटतो.

हा छांदिष्टपणा माझ्यात कोठून, कसा आला? आमच्या कुटुंबात तर असे कोणी दिसत नाही. आम्ही एकूण सात भावंडे आहोत. पण माझ्याप्रमाणे छंदामागे जाणारे कोणी नाही. वडील, आजोबा, चुलते ह्यांपैकी कोणी असे नव्हते, असे ऐकतो. तात्पर्य, हे काही आनुवंशिक नाही.

शिकार हा छंद फार खर्चिक समजला जातो, आणि आहेही. राजे-रजवाडे, सरदार-जहागीरदार ह्यांनाच हा छंद परवडतो आणि शोभतो. किंवा वैदू, कातकरी, फासेपारधी, रामोशी अशा लोकांना. 'शिकार आणि भिकार' अशी म्हणच आहे. जन्माने ह्यापैकी कोणत्याही जमातीत मी बसत नाही; कर्माने मात्र बसतो.

केवळ कुतूहलापोटी एकवार भृगुसंहितेतील माझ्या वाट्याचे भविष्य पाहिले होते. त्यात भृगू सांगतात :

> 'विप्रकुळात जन्मलेला हा बालक अभक्ष्य भक्षील आणि अपेयपान करील. गेल्या जन्मी हा क्षत्रिय होता. ऋषीने पाळलेल्या हरिणाचा ह्याच्या हातून वध झाला. त्यामुळे शाप मिळालेला आहे की, तू विप्रकुळात जन्म घेशील; पण तुझ्या हातून विप्रकर्म होणार नाही, हिंसाकर्म होईल.'
>
> (भृगुसंहिता : फ. खं., पा. १५४ व ९२)

म्हणजे, मी शिकारी होईन, हे सटवाईनेच माझ्या कपाळावर लिहिले आहे.

आता, हा नाद लागण्यासाठी कोणती बाह्य परिस्थिती कारण झाली?

जन्माने मध्यमवर्गातला, पण आर्थिक दृष्ट्या मी

माझा शिकारीचा छंद । ४९

मागासल्या वर्गापैकीच होतो. आठ-बाराशे वस्तीच्या आमच्या लहान संस्थानी खेड्यात माझ्या घराला लागून रामोसवाडा होता. रामोशी हे तसे आदिवासीच. डोंगर-जंगलाऐवजी गावात घरे करून राहिलेले, एवढाच फरक. गोफण, कुऱ्हाड, गलोली ही हत्यारे वापरून शिकार करणे, ह्यात त्यांना आनंद. कमरेला, गुडघ्याच्याही वर असे गोल धोतराचे फडके गुंडाळून, अंगात काहीही न घालता, तीरकमठ्यासारख्या गलोलीने होले, पारवे, चित्तूर, पकुर्ड्या धडाधड टिपणारा एक भाऊ रामोशी माझा लहानपणीचा हीरो होता. त्याच्यापाशी जुनीपानी एक ठासणीची बंदूकही होती. तिने तो माळावरची हरणे रांगत जाऊन मारीत असे. हरणे टप्प्यात यावीत, म्हणून हा हुशार माणूस नाना युक्त्या करी. डोक्याभोवती तरवडाचे डहाळे बांधून, भुईसपाट असा सरपटत अनेक यार्ड जाई.

ईश्वरा, गोंदा, बापू ही रामोश्याची मुले; अकबऱ्या, अब्दुल्या ही मुलाण्याची पोरे; महाराचा लखू, मांगाचा मार्तंडा हे माझे खेळगडी होते. शेरडे-गुरे राखण्यासाठी सकाळपासून संध्याकाळपर्यंत रानामाळांतून हिंडणे, हा त्यांचा व्यवसायच होता. त्यांच्या मागोमाग मीही रानात जात असे. गुरे-शेरडे चरणी लावल्यावर पांढऱ्या होल्यांची बाभळीच्या झाडाझुडपांतली कोटी तपास, लिंब-पिंपळाच्या ढोलीत राघूच्या पिलांसाठी हात घाल, नेपती-बोराटीत लागलेली मधाची पोळी काढ, तालीतून असलेल्या बिळात घोरपड आहे का बघ, ओढ्यात हिंडून धोतराने मासे झोळ– हेच त्यांचे उद्योग असत. आणि त्यांत मी आनंदाने सामील होत असे. रुक्ष माणदेशातील ह्या भागात डोंगर, जंगल असे नव्हते; पण लांबच लांब पसरलेला माळ होता. थोडे दूर डबईचे कुरण होते. त्याहीपेक्षा दूर लोटेवाडीला, साताऱ्याच्या महाराजांचे राखीव कुरण होते. लांडगे, खोकडे, घोरपडी असले प्राणी माळाला राहत आणि ससे, हरणे कुरणात मिळत. ढोक, पकुर्ड्या, लावे, होले यांसारखी पाखरेही त्या काळी बरीच दिसत.

वर्षातून एक-दोन दिवस सगळ्या गावानेच शिकारीला जाण्याचा प्रघात होता. आषाढ-श्रावण महिन्यात बैलांचा सण 'बेंदूर' झाल्यावर दुसऱ्या दिवशी आणि श्रावणात नागपंचमीच्या दुसऱ्या दिवशी– अशी दोनदा ही सामुदायिक शिकार असे. आदल्या दिवशीच्या शिळ्या पोळ्या आणि भजी बांधून घेऊन, मोठ्या माणसांबरोबर आम्ही ह्या शिकारीसाठी डबईच्या कुरणात किंवा लोटेवाडीच्या कुरणात पायी-पायीच जात असू. मोठ्या माणसांनी आपले शिकारी कुत्रे आणि काठ्या, कुऱ्हाडी, भाले बरोबर घेतलेले असत. निदान आम्हा पोरांपुरता तरी 'शिकार थोडी, सहल जास्त' असा हा प्रकार असे. दिवसभर कुरणात लोकांचा आणि कुत्र्यांचा धुमाकूळ चाले. रान धरून, झाडझाडोऱ्यांतून लोक धोंडे फेकत, हां-हूं ओरडत. होता-होता एखादे हरिण उठे, एखादा ससा उठे. गेलं, गेलं, गेलं; आलं, आलं, आलं– असा गलका होई. काठ्या-कुऱ्हाडी वर करून लोक धावत, कुत्री धावत. शिट्या, आरोळ्या,

शिव्या आणि धावपळ ह्यांचा एकच गदारोळ होई. आमच्या गावाप्रमाणेच इतर गावांतील मंडळीही कुरणाच्या ह्याच भागात शिकारीसाठी आलेली असत. ह्या ना त्या कारणावरून तक्रारी होत. थोडीफार दंगलही होई.

चालून-चालून आम्हा पोरांचा पिट्टा पडे. उन्हाने तोंडे करपून जात. उघड्या रानातला वारा अंगे बडवून काढी. अनवाणी पायांत काटेकुटे मोडत. कुठं तरी उंचावर बसून आम्ही हा सर्व खेळ बघत असू. कारण, 'मधे येऊन खेळात घाण कराल,' अशी थोरांची धमकी असे. बसून कंटाळा आला की, ओढ्या-ओघळी गाठून वाळूत झरे उकरायचे, सर्वांनी एकत्र बसून बरोबर आणलेली शिदोरी खायची, सावलीला लोळायचे; नाही तर कुठे लेंडी जांभळे मिळतात का– कुठं पिकली उंबरं, भोकरं, गोदंजी दिसतात का– ह्यासाठी भटकायचे, असे चाले.

ह्या शिकारीत गावकऱ्यांना कधी एखादे हरिण, तर कधी फक्त दोन-चार ससे मिळत. कधी लांडगा, कोल्हा, खोकड मिळे. ही शिकार काठ्यांना बांधून, दिवस गाजवीत, सगळा समुदाय दमून-भागून भुकेल्या पोटाने आणि थकल्या शरीराने परत फिरे. गाव यायला चांगली संध्याकाळ होई. सगळा घोळका वेशीशी पोचला की, तिथेच थांबून गुरवाला आणि वाजंत्रीवाल्या होलारांना निरोप जाई. पिपाणी-डफडे घेऊन होलारमंडळी येत आणि रणशिंग घेऊन गुरव येई. 'तूऽ तूऽ तूऽऽ' असा रणशिंगाचा नाद होताच डफडे घाईने वाजू लागले. पिपाणी फुंकली जाई. आणि मग वाजत-गाजत, मोठ्या आवेशाने आणि अभिमानाने गाववेस ओलांडून शिकार आत येई.

हरिण, ससा असल्या शिकारीचा रवा वतनदारांच्या घरी पोचवला जाई.

कुलकर्णी, जोशी यांच्या घरापुढे चौगुला आवाज देई :

'शिकार आली हो, अण्णा...'

डोक्यावर पागोटे गडबडीने ठेवीत अण्णा दरवाज्यात येऊन म्हणत, 'पावली, पावली. काय मिळालं?'

'हरण मिळालं हरण, औंदा.'

'शाबास, शाबास!'

आठ घरांतल्या जोशी-कुलकर्ण्यांचे रवे रामोश्यांच्याच पितळीत पडत.

शिकार केलेल्या प्राण्यांची शेपटे वेशीतील मोठ्या कडुनिंबाच्या झाडाला टांगून ठेवली जात. तिथे वाऱ्या-पावसात ही शेपटे काही महिने हलत-भिजत राहत. आल्या-गेल्याला बघायला मिळत. पुढे केव्हा तरी ती झिजून झडून जात आणि काथ्याच्या नुसत्या दोऱ्याच लोंबत राहत.

शिकारीच्या गप्पाही वाऱ्यावर विरून जात आणि लोक रोजच्या व्यापात, रानामाळांतल्या कामात व्यग्र होऊन जात.

माझी शिकारीची आवड ह्या वार्षिक उत्सवांमधून जोपासली गेली. एरवीही

आम्हा पोरांना गावाभोवतालची काळी राने आणि माळराने, ओढे-ताली आणि काटवने मोकळी होतीच. गावची शिकार संपली, तरी आमची सुरूच राही.

वार्षिक शिकारीशिवाय गावात लहान-सहान असे काही प्रसंग वारंवार घडत.

कधी फासेपारधी, कधी नंदीवाले, कधी वैदू, कधी बेलदार असे भटके लोक तट्टे, गाढवे, गाई ह्यांवर आपली पोरेबाळे, कोंबडी, घरसंसार लादून आमच्या गावी सुगीला येत आणि ओढ्यापलीकडच्या पडीक रानात त्यांची चार-सहा पाले पडत.

वैदूंच्या जवळ शेपूट तोडलेली, डागलेली कुत्री असत. ही कुलुंगी कुत्री सोडून वैदूलोक गावाभोवतालच्या निवडुंगाच्या वनातली मांजरे, मुंगसे हुसकत आणि शिकारीची मोठी धामधूम उडवून देत.

फासेपारधी गावात भीक मागत आणि रानात फासे लावून लावे, चित्तूर, पकुर्ड्या असली पाखरे पकडत. आपली गाय आणि फासे घेऊन एखादा मेदवाऱ्या नावाचा फासेपारधी रानात निघाला की, मीही त्याच्या मागे जात असे. पारधी चित्तुरासाठी जागा कशी हेरतो, फासा कसा लावतो, गळ्यात अडकवलेली चिव्याची शिट्टी वाजवून बरोबर चित्तुरासारखा आवाज कसा काढतो, हा कोण मला आव्हान देतो आहे, याची चौकशी करण्यासाठी अडचणीत दडलेला चित्तूर मोकळ्यावर येऊन बघू लागताच मेदवाऱ्या आपल्या चरणाऱ्या गाईच्या आड दडून किती हुशारीने त्याच्या जवळ जातो, बारीक खडे फेकून त्याला कसा चाळवतो आणि नेमका फाशाशी आणतो, हे सगळे मला बघायला मिळे.

बेलदारलोक ओढ्याकाठची झाडे हेरून त्यांच्या बुंध्याला जाळी लावत आणि तोंडाने खारीसारखे ओरडून त्यांना बोलावत. बापड्या खारी फसत आणि बेलदाराच्या फाशात सापडून, रात्री बेलदारणीने उघड्यावर मांडलेल्या तीन दगडांच्या चुलीवरच्या तव्यावर जात.

झाडावरच्या खारी, निवडुंगातली मांजरे आणि मुंगसे, माळावरची खोकडे, ओढ्याकाठचे चित्तूर, तालीतल्या घोरपडी, विहिरीतले पारवळे, नदीकाठचे ढोक, तळ्याकाठच्या पकुर्ड्या, सुगीच्या दिवसांत करड्याच्या पिकावर येणाऱ्या कांड्या-करकोच्या– ह्या सर्वांची शिकार गावच्या रामोश्यांकडून आणि भटक्या लोकांकडून होताना मी पाहत होतो आणि वनविद्या शिकत होतो.

मला चांगले आठवते– फार लहानपणापासून माझी एक महत्त्वाकांक्षा होती. आपण एक बंदूक, एक दुर्बीण आणि एक कॅमेरा मिळवायचाच. ह्या वस्तू हाती पडल्यावर आपण काय काय करू, याची केवळ कल्पनाचित्रे रंगवूनच मी आनंद घेत असे.

बालपण संपता-संपताच मी लहान-सहान उद्योग करून चार-दोन रुपये कमवू लागलो आणि ऐन विशी-बाविशीत एक उत्तम बंदूक मी घेतली. ('ललित'चे संपादक रा. रा. कोठावळे यांना प्रकाशनासाठी एक पुस्तक देऊन, बंदुकीच्या किमतीपैकी पाव रक्कम मी उभी केली होती, हे आजही आठवते.) कॅमेरा घेण्यासाठी फार वाट बघावी लागली नाही. दुर्बीण हाती यायला मात्र वयाची पन्नाशी उजाडली. असो.

बावन्नपासून सत्तर सालापर्यंत माझ्या हाती बंदूक होती. मी काही निष्णात शिकारी झालो नाही आणि मोठमोठ्या शिकारी केल्या नाहीत; पण माझ्यासारख्या चाकरमान्या माणसाने इतर सारे उद्योग सांभाळून जेवढा नाद करणे शक्य होते, तेवढा केला आणि रानावनांत हिंडण्याचा आनंद उपभोगला.

बुध्याळच्या तळ्याहून एकवार मी परत येत होतो. संध्याकाळची वेळ झालेली होती. उन्हे उतरली होती आणि चोपडी गाव सोडताच भुईमुगाच्या शेंगांच्या हिरव्यागार रानात दोन काळे क्रौंच पक्षी चरताना दिसले. लांब, खाली वळलेली चोच, तांबडे पाय, खांद्यावर पांढरा ठिपका आणि माथ्यावर तांबडा त्रिकोणी ठिपका. दोन्हीही नर-मादी चरण्याच्या नादात होते. मी बैलगाडीतून चाललो होतो. दोन्ही बाजूंना शेंगांची राने आणि मधून जाणारी तांबडी वाट.

गाडीत बसलेली रामोश्याची पोरं म्हणाली, "तात्या, ढोक नेटात आल्यात; मारता का?"

गाडीत बसल्या-बसल्याच मी एकावर आवाज टाकला. चरता-चरता नरपक्षी पडला, पंखे फडफडवून शांत झाला. आवाजासरशी मादी उडाली, पण दूर न जाता जोडीदाराभोवती घिरट्या घेत करुण ओरडत राहिली.

—एकाएकी हा कोलमडून का पडला, उठत का नाही, आपल्या हाकेला प्रतिसाद का देत नाही?

जणू त्याला उठवण्यासाठी आधार द्यावा, इतक्या जवळ येऊन ती पुन:पुन्हा ओरडत होती, घिरट्या घालत होती.

तो उठत नाही, हे ध्यानी येताच आणि रामोश्याच्या पोरांनी धावपळ करून, पायाला धरून त्याला गाडीकडे घेऊन येताच मादी निळ्या आभाळातून ओरडत-ओरडत दूरच्या एका चिंचेच्या झाडावर गेली. उंच अशा डहाळीवर एकाकी बसून राहिली.

मला खिन्न वाटले.

ससे मिळतात का, म्हणून जीपने मुळशी धरणाच्या दिशेने रात्री गेलो आणि

ध्यानी-मनी नसताना एक भेकर जीपपुढून आडवे पळत गेले. डोंगर चढले आणि क्षणभर थांबून, मान वळवून बघत राहिले.

क्षणार्धात मी बार टाकला. जीपमध्ये माझे बागाईतदार मित्र निंबाळकर होते. जीपखाली उतरून ते भेकर घेऊन आले आणि म्हणाले, ''अरारा! भाऊसाब, गर्भिणी हाये हो!''

कोथरूडला निंबाळकरांच्या बागेत रात्री दोनच्या पुढे आम्ही भेकर सोलत असताना, पुरी वाढ झालेलं पोर तिच्या पोटातून बाहेर काढलेलं पाहून, निंबाळकरांची म्हातारी कळवळून म्हणाली, ''अरं लेकरांनू, का सराप घेतला रे, हा...!''

अशा प्रसंगांची माळ मला सांगता येईल. पण अशा प्रसंगांमुळे बंदूक टाकून मी दुर्बीण हाती घेतली, असे म्हणता येणार नाही. मी मनाने वाढलो आणि हे आपोआप झाले. अवखळ असे वय सोडले, तर कोणता चांगला माणूस आपल्यासारख्या जिवंत राहण्याचा अधिकार असलेल्या कोणाही वन्य प्राण्याचा खून करण्याची इच्छा धरील?

माझे सन्मित्र जयंतराव टिळक यांच्या सोबतीने मी सिंहगडच्या जंगलात भटकलो. मुळशी धरणापलीकडचे जंगल हिंडलो. पुण्याच्या परिसरातले डोंगर वेधले. कर्नाटकातल्या दड्डीकेरी, कोंडणकेरी, गुंजावती, मासूर ह्या राखीव जंगलांत शिकारी केल्या आणि मुख्य म्हणजे, जंगल पाहिले. निसर्गाचा हा आदिअंत नसलेला विशाल ग्रंथ मी पाहिला आणि त्यातली चार अक्षरे मला ओळखता येऊ लागली.

ही अक्षरओळख झाली आणि लवकरच पशुपक्षी मारण्यातला आनंद नाहीसा झाला. त्यांच्याविषयी कुतूहल, जिव्हाळा एवढेच उरले. बंदुकीऐवजी दुर्बीण आणि रेखनचित्राची वही घेऊन रानात जाणे मला जास्ती आनंदाचे वाटू लागले. मला वाटते, हरेक सुसंस्कृत शिकारी ह्याच इयत्ता चढत पदवीपर्यंत जातो. आता मी शपथपूर्वक सांगू शकेन की, समोर कांचनमृगांचा डौलदार कळप बघितल्यावर मला घरी टांगलेल्या बंदुकीची आठवणसुद्धा होत नाही.

मला काही मृगपक्षी-शास्त्रवेत्ता व्हायचे नाही किंवा वनशास्त्र अभ्यासायचे नाही. पण ह्या अद्‌भुत जगाविषयी मला अपार कुतूहल आहे; आणि ते कधीही संपणार नाही. त्यामागे लागून वनवासी व्हावे, असे माझ्या हल्ली फार मनात येते.

■

'ललित' दिवाळी अंक, १९७६

पुरुषोत्तम भास्कर भावे : एक स्पार्टन योद्धा

८

मुंबई ह्या महानगरीत पुरुषोत्तम भास्करांची माझी प्रथम गाठभेट झाली, ह्या गोष्टीला आता तीस वर्षं उलटून गेली आहेत. भावे वयानं मोठे, कर्तृत्वानं मोठे; असं असूनही ते मला मित्र मानतात आणि आजतागायत आमची मैत्री घट्ट राहिली आहे. भावे नेहमी सांगतात– मैत्री जोपासावी लागते; एकमेकांच्या घरी जाणं-येणं, जिवाभावाच्या गोष्टी बोलणं, पत्रव्यवहार ठेवणं अशा अनेक लहानसहान गोष्टींतूनही मैत्री जोपासली जाते. भावे आपल्या मित्रांबाबत हे आवर्जून करतात. माझ्याकडून ही पाळणूक झाली का, ह्याबद्दल मी साशंक आहे. मुंबई सोडल्यानंतर वारंवार होणाऱ्या आमच्या भेटी पुष्कळशा कमी झाल्या. पंचावन्न साली मी चाकरमान्या झाल्यापासून तर भेटींत आणखीच घट झाली. कधी दसरा-दिवाळीला भेटीगाठी होऊ लागल्या, तरीही आमच्या मैत्रीत कधी दुरावा आलेला नाही.

एकोणीसशे सत्तेचाळीस साली नशीब काढण्यासाठी मी मुंबईला दाखल झालो होतो. एका माध्यान्ह काळी 'मौज' साप्ताहिकाच्या कचेरीत, 'मौजे'चे त्या वेळचे सहसंपादक गजानन रामचंद्र कामत ह्यांनी भावेअण्णांशी माझी ओळख करून दिली.

त्यांच्या प्रेमकथेतील नायकासारखेच भावे मला वाटले. भेदक घारे डोळे, उत्तम गोरा वर्ण, पुष्ट शरीर, चांगली रसिकता दाखविणारा पोशाख आणि अत्तराचा मंद सुवास.

मान कलती करून, सलामीला खड्या असलेल्या पहिलवानाप्रमाणे दोन्ही पायांत अंतर ठेवून ओठ रुंदावून हसण्याची भाव्यांची एक लकब आहे; तसे ते हसले. म्हणाले, ''वाचलंय तुमचं.''

इकडची-तिकडची विचारपूस झाली. मग भावे म्हणाले, ''जेवण झालंय का? नाही? मग चला आमच्याबरोबर. चला, कामतशेठ.''

तेवढ्यात आकाशवाणीतले एक कामसू अधिकारी

सीताकांत लाडही आले.

'व्हायनलीज्' ह्या समुद्रकाठच्या एका उत्तम हॉटेलमध्ये आम्ही गेलो. चांगला समृद्धीचा तो काळ होता. हॉटेलात खायला-प्यायला चांगले मिळायचे. आज आहे, ती बकाल दशा तेव्हा नव्हती. समोर निळा समुद्र, पुढ्यात उत्तम खाद्य-पेय, स्वाद घ्यायला ही शेलकी मंडळी. एक मोठा लेखक, एक साक्षेपी संपादक आणि एक रसिक वाचक– अशा तिघांच्या मैफलीत माझा गेलेला तो काळ केवढा अविस्मरणीय होता!

भावे हे किती रसिक आहेत, किती उत्तम मित्र आहेत आणि किती फर्डे बोलणारे आहेत, हे त्या वेळी अगदी पहिल्या बैठकीत मला कळलं.

भेटलेल्या माणसाविषयीचं आपलं पहिलं इंप्रेशन फार महत्त्वाचं असतं. भावे छान बोलतात. चमकदार अशा त्यांच्या बोलण्याचा प्रवाह वाहू लागला की, त्यात विनोद असतो, शहाणपण असतं, अनुभवाची खोली असते आणि आकर्षक असा व्रात्यपणाही असतो.

बराच काळ हॉटेलात गप्पागोष्टी करून तरल मनानं आणि भरल्या पोटानं आम्ही व्हिक्टोरियामधून हिंडत-फिरत लाडांच्या घरी गेलो. बस-टॅक्सीसारखं वाहन न करता व्हिक्टोरियातून जाण्याची कल्पनाही खास भावेअण्णांचीच.

पुढं आमचा चांगला स्नेह जमला. अनेक वेळा गप्पागोष्टी झाल्या. मुंबईच्या माझ्या उमेदवारीच्या काळात भावे आणि गंगाधर गाडगीळ ह्या दोघा लेखकांचा भरघोस सहवास मला मिळाला. ह्या ज्येष्ठ लेखकांनी माझ्यावर बंधुवत् प्रेम केलं. त्यांच्या आधारानंच मी वाढलो. आज मला वाटतं– ग. रा. कामत, भावे, गाडगीळ, श्री. पु. भागवत ही माणसं भेटली नसती; माझं भलं व्हावं, म्हणून ती जर खपली नसती; तर मुंबईत माझं काय बरं झालं असतं?

भाव्यांचं लेखन, भाव्यांची भाषा, भाव्यांचे विषय ह्यांवर मी बेहद्द खूश होतो. सत्तरावे वर्ष, व्यथा, सीमेवर, स्वप्न, रहस्य ह्यांसारख्या भाव्यांच्या कथा वाचल्या म्हणजे मला वाटे की, ह्या उभ्या जन्मात मला इतकं सुंदर लिहिता येईल का? भावे खरं तर पत्रकार. तिकडून सांधा बदलून लघुकथालेखनाकडं येताना केवढा तरी खडखडाट रुळांवर व्हायला हवा होता; पण तो झाल्याचं दिसत नाही. वृत्तपत्रीय लेखनाकडून ते फार सफाईनं इकडं वळले आहेत.

भाव्यांचं लेखन तर मला आवडेच, पण भाव्यांची मैत्रीही माझ्या हिशेबी फार मोठी गोष्ट होती. मी पाहिलं आहे की, बाबूराव पेंटर जेव्हा एखादं पेंटिंग करत असत, तेव्हा नवशिके चित्रकार गुपचूप येऊन कोपऱ्यातल्या बाकावर नुसतं बघत

बसत. बाबूरावांचे रंगं तासन् तास बघणे, हेच त्यांचं शिक्षण असे. भावे आणि गाडगीळ यांचा सहवास हेच त्या काळी माझं शिक्षण होतं.

भावे लिहीत होते, तो मराठी कथेच्या वैभवाचा काळ होता. 'मौज', 'दीपावली', 'हंस', 'वसंत' अशा मासिकांचे एकापेक्षा एक सरस दिवाळी अंक निघत आणि ह्या सगळ्या नियतकालिकांमधून भाव्यांच्या ज्या धुंद प्रेमकथा प्रसिद्ध होत, त्यांवर वाचकांच्या उड्या पडत. भाव्यांची प्रत्येक नवी गोष्ट म्हणजे एक चमत्कार असे.

भाव्यांच्या लेखनानं, भाव्यांच्या स्नेहानं ह्या काळात मी भारावून गेलो होतो. ह्या लेखकानं आपल्याला जो आनंद दिला, स्नेह दिला; त्याची परतफेड आपण कशी करणार, असं कोडं मला पडलेलं असे. मग चौपन्न साली माझी लहानशी कादंबरी 'बनगरवाडी' 'मौजे'तून प्रसिद्ध झाली. वाचकांना ती खूप आवडली आणि भाव्यांना देण्याजोगी गोष्ट मला सापडली. ही कादंबरी मी भाव्यांना अर्पण केली.

मराठीतील एक समर्थ लेखक
पुरुषोत्तम भास्कर भावे यांना—

अशी ही अर्पणपत्रिका आहे.

त्यानंतर काही कामासाठी मी दिल्लीला गेलो. सोबत माझे एक ज्येष्ठ कविमित्र होते. त्यांचं एक दैवत दिल्लीला होतं. हे म्हणजे मोठे राजकारणी गृहस्थ होते. वयोवृद्ध, तपोवृद्ध असे परभाषेतील मोठे लेखकही होते. कविमित्रांनी मला आग्रह केला की, माझ्याबरोबर तुम्हीही चला. ओळख होईल.

मी खेडवळ; नुकताच शहरात आलेलो, म्हणून संकोची होतो. फार मोठ्या लोकांत जायची भीती वाटे. असं म्हणतात की, उच्च पदावर असलेल्या आणि ज्या कुणाच्या डोईवर मोठ्ठं ओझं आहे, अशांना नमस्कार केला, तर तो वायाच जातो. दोघांचंही लक्ष आपणांकडं नसतं आणि नमस्काराचा स्वीकार करायला त्यांचे हातही रिकामे नसतात. पण कविमित्रांचा आग्रह मोडायचा नाही, म्हणून गेलो. जाताना तेच म्हणाले, "रिकाम्या हातानं येऊ नका, तुमचं नवं पुस्तक त्यांना भेट द्या."

मी 'बनगरवाडी' घेतली.

आचार्य बिछान्यावर बसले होते; उशापायथ्याशी सेवक, चाहते, भक्त होते.

ओळख होताच मी पुस्तक दिले. त्यांनी पान उघडले आणि अर्पणपत्रिका बघून म्हणाले, "अरे, वा! हे मराठीतले समर्थ लेखक आहेत का? आम्हाला ठाऊक नव्हतं!"

मला आचार्यांचा स्वर कळला.

दोन-एक वर्षांनी पुन्हा दिल्लीला मी कविमित्रांबरोबर असताना आचार्य पुन्हा भेटले. म्हणाले, ''तुम्ही माडगूळकर? तुमचं पुस्तक मी अद्याप वाचलेलं नाही.''

मी केवळ रुंद हसलो.

मनात म्हणालो, काही बिघडलं नाही. माझी अपेक्षा नव्हतीच. भावे कोण, हे ज्यांना माहीत नाही, त्यांच्याकडून वाचक म्हणून माझी काही अपेक्षा नाही. भाव्यांच्या कथा वाचून तुम्हाला आनंद झाला नाही; मग नव्या मराठी ललित लेखनात तुम्हाला काय रस असणार?

बावन्न साली मी मुंबई सोडली. कामाधामाच्या निमित्तानं भावे पुण्याला आले की, माझ्याकडे आवर्जून येत. मी त्यांच्याकडं जाई. आपल्या एका ललित लेखात भाव्यांनी लिहिले आहे, ज्या माणसांकडे मी माझ्या पायांनी चालत जातो आणि मी गेलो नाही, तर चुकल्या-चुकल्यासारखं होऊन, जी माझ्याकडं येतात; अशी काही माणसं आहेत. मला वाटतं, भाव्यांनी उल्लेख केलेल्या ह्या माणसांपैकी मी एक असलो पाहिजे. रात्री उशिरापर्यंत गप्पा झाल्यावर, पुण्याच्या घोले रोडला असलेल्या भाव्यांच्या मठीपासून मुंबई रोडवर असलेल्या माझ्या पहिल्या घरापर्यंत एकदा एकमेकांना पोचवता-पोचवता आमच्या इतक्या चकरा झाल्या, की पहाटेचे चार वाजले.

भाव्यांनी आणखी एका ठिकाणी लिहिले आहे की, शत्रू करण्याची कला मला चांगली अवगत आहे. ह्याबाबतीत माझा हात धरणारी माणसं फार थोडी आढळतील; पण भावेअण्णा, मित्र करण्याची तुमच्याजवळ जी कला आहे, त्याबाबतीतही तुमचा हात धरणारी माणसं फारच थोडी आढळतील.

परवा निवडणुकीत यशस्वी झाले, म्हणून भाव्यांचं अभिनंदन करण्यासाठी भल्या सकाळी मी त्यांच्या घोले रोडच्या घरी गेलो; तर इंदूर, भोपाळ, नागपूर, डोंबिवली अशा किती ठिकाणांहून आलेल्या नव्या-जुन्या मित्रांचा एवढा गराडा भाव्यांभोवती होता की, त्यांचं दर्शन घडत नव्हतं.

त्याच्या दुसऱ्या दिवशी आम्ही पायी हिंडत घरी येत होतो. 'ब्राह्मणु हिंडता बरा' असं भावेअण्णांचं आहे. कामाधामाच्या, व्याख्यान्याच्या निमित्तानं ते सदा गावोगावी भटकत असतात आणि गावी पोचल्यावरसुद्धा हमरस्त्यांनी, पायवाटांनी भटकत असतात.

हिंडता-हिंडता बराच उशीर झाला. साडेआठ वाजून गेले. पुतण्याला तार करायची होती, म्हणून आम्ही दोघेही शिवाजीनगरच्या पोस्ट ऑफिसात गेलो. पोस्टातल्या मंडळींच्या आगतस्वागताबद्दल काय बोलावे? खिडकीशी उभा असलेला प्रत्येक जण आपल्याला छळण्यासाठी आला आहे, असाच भाव त्यांच्या चेहऱ्यावर नेहमी दिसतो.

भाव्यांपाशी आरशी नव्हती, म्हणून मी लेखनिक झालो. तार लिहून कर्मचाऱ्याला दिली. तारेखाली लिहिलेला पत्ता वाचताच पोस्टात नोकरी करणाऱ्या त्या गृहस्थाचा चेहरा उजळला. तो सहकाऱ्यांच्या कानाशी लागला. चार-सहा जण एकत्र जमले. कोणी तरी तत्परतेनं माहिती दिली, "सर, तुमच्या नावाची एक तार आहे, पण पत्ता अपुरा होता; आत्ता कळला. सकाळी पाठवतो."

"कसली तार आहे?"

"अभिनंदनाची."

"बरं, पाठवा."

एवढं झाल्यावर, त्या चारचौघांपैकी एक जण म्हणाला, "सर, वुई ऑल्सो काँग्रॅच्युलेट यू..."

आता, हे काय शत्रू करणाऱ्या माणसाचं लक्षण आहे का? खिडकीशी उभ्या राहिलेल्या लेखकाचं अभिनंदन पोस्टातले कर्मचारी कधी करतात का?

छे– छे, भावेअण्णा, तुम्ही फार भाग्यवान आहात. तुम्हाला सर्वत्र मित्र आहेत. पोस्टात आहेत, बँकेत आहेत, आयकर खात्यात आणि आर.टी.ओ.त, एस.टी.तसुद्धा. जिथं सहसा लेखकाला मित्र मिळत नाहीत, तिथं तुम्हाला मिळतात. जंगल खात्यातले एवढे मोठे अधिकारी तुमचे फार घनिष्ठ मित्र झाल्याचं मी पाहिलंच आहे.

भाव्यांविषयी असा प्रवाद आहे की, ते फार उग्रप्रकृती गृहस्थ आहेत. फटकळ आहेत. आक्रमक आहेत. कुणाचा मुलाहिजा न ठेवणारे आहेत.

माझा स्वत:चा असा अनुभव नाही. ते खटाशी खट आणि उद्धटाशी उद्धट आहेत. स्वतंत्र वृत्तीचे आहेत. ढोंग-धत्तुरा कुठे दिसला की, त्यांची भंबेरी उडवायला ते धावतात. मी परवा रेडिओच्या मुलाखतीत विचारलं, "भावे, कधी चाकरी केलीत का?"

भावे तत्काळ म्हणाले, "नाही. एक क्षणसुद्धा नाही, व्यंकटराव."

स्वातंत्र्याला पर्याय नाही, हे त्यांना चांगलं ठाऊक आहे. हरएक लेखकाला मनातून आपण जसं असावं-राहावं असं वाटतं, तसेच भावे आजवर राहत आले. त्यांनी त्याची जबर किंमतही मोजली. स्वातंत्र्य ही वस्तू एकूण महागच असते.

पण लोकांचा बराच मोठा समुदाय असाही आहे, जो भाव्यांना फार मानतो. भावे

सहृदय आहेत, उदार आहेत, शब्दाचे सच्चे आहेत. लवमात्र भ्याड नाहीत. त्यांनी मानलेली काही मूल्यं आहेत, निष्ठा आहेत; त्यांपासून ते कधी ढळत नाहीत. याविषयी खात्री झालेली बरीच माणसं आहेत. आणि अनेकांना हेही माहीत आहे की, भावे चांगलेच खोडकर आणि व्रात्यही आहेत. होस्टेलमधल्या पोरांनी करावा, असा व्रात्यपणा भावे अजूनही करतात; डोळ्यांना पाणी येईल, असे स्वत: हसतात, हसवतात. भावे गंभीर चेहऱ्यानं फार वेळ राहूच शकत नाहीत. सारखे काही तरी आठवून, काही तरी बोलून खुदूखुदू हसत असतात.

मी एकदा डोंबिवलीला त्यांच्या घरी गेलो. वाटेतच भाव्यांच्या कुत्र्यांनी स्वागत केलं. दोन कुत्री होती. भाव्यांनी ओळख करून दिली :

"व्यंकटराव, हा आमचा 'निजाम' आणि हा दुसरा आहे नं, हा 'हजाम'!"

ही काही टोपणनावं नव्हती; चांगली पाळण्यातली नावं होती. कुत्रे आणि त्यांचे स्वभाव ह्यांविषयी भावेंना बोलताना ऐकलंच पाहिजे. ह्या जमातीविषयीचं त्यांचं निरीक्षण फार सूक्ष्म आहे.

पुण्याला घोले रोडला ते जिथं राहतात, त्या बंगल्यात अगदी दारातच, जिन्याखाली एक म्हातारे पण बेरकी गृहस्थ राहायचे. त्यांची ओळख करून देताना भावे म्हणाले, "हे जहागीरदार आहेत, जिन्याखालचे. त्यांना जहागीर नाही; पण नाव आणि राहायला पुरेसा जिना आहे."

भाव्यांच्या व्रात्यपणाच्या, खोडीलपणाच्या अनेक कथा तोंडातोंडी पसरलेल्या आहेत. गंमत म्हणजे; कुणाची तरी टोपी उडवणं, पाय आडवा घालून धडाम्कन् पाडणं, अशा खेळात ते चांगले रमतात.

मुंबईला एकदा व्हिन्सेंट रोडवरून चाललो असताना समोरून कवी श्रीकृष्ण पोवळे आले. नावांच्या दामट्या वळवण्यात भाव्यांना फार आनंद असतो. ते चोरघड्यांना घोडीचोर करतील, दिलीप चित्रेला फिलीप चित्रे म्हणतील– आम्हा सर्वांना त्यांनी टोपणनावं दिली आहेत. बाबा पाठक म्हणजे पँथर पाठक, मी म्हणजे कर्नेल व्यंकटराव, ग. दि. ना स्वामी; तसे पोवळेंना कवी कोवळे.

पोशाख, केस ह्यांविषयी कवी कोवळे फार बेफिकीर, हिप्पीसारखे. त्यांना बघून भावे म्हणाले, "काय कवी कोवळे, बरं आहे ना?"

कवी हसून म्हणाले, "हो, उत्तम."

कवी तेव्हा चांगले फॉर्ममध्ये होते.

‘काय करू मी, तू जळमाती मळली
तूच रेशमामधुनी लोकर वळली
मज हातून जे जे घडते, ते ते सारे
काय करू मी, तुवाचि लिहिले निटिली’

अशा सुरेख कविता लिहीत.

भाव्यांनी गंभीरपणे विचारलं, “कवी, रोज एक कविता लिहिता का?”

बापडे पोवळे म्हणाले, “हो, लिहितो.”

“रोज?”

“हो, बहुतेक रोज.”

भावे म्हणाले, “मग रोज एकदा अंघोळही करत जा ना!”

आम्ही सगळे कसेनुसे हसलो. कवीही हसले. दुसरं काय करणार!

अप्पासाहेब फडक्यांची त्यांनी एकवार अशीच खोडी काढली, तेव्हा मी हजरच होतो.

बावन्न साल. रखख उन्हाची वेळ. अशा वेळी भावे जिमखान्यावर माझ्याकडे घरी आले. थोडा वेळ बसल्यावर म्हणाले, “व्यंकटराव, अप्पाराव फडके इथंच राहतात, म्हणे?”

“हो, पलीकडंच... भांडारकर रोडला.”

“जाऊ या का त्यांच्याकडे सहज?”

माझी अप्पासाहेबांची तेव्हा तशी ओळखदेख नव्हती. म्हणालो, “आपण आधी कळवलं नाही; शिवाय भर दुपार आहे.”

“जाऊ या. नाही भेटले, तर परत येऊ.”

लांबलचक असं घर. ह्या टोकाच्या दारातून डोकावून भावे ओरडले, “आहेत का?”

त्या पलीकडच्या खोलीतून अप्पासाहेबांचा आवाज : “कोण आहे?”

“मी भावे. येऊ का?”

“या, या.”

अप्पासाहेबांचं लिहिणं चालू होतं. त्यांच्या टेबलासमोरच्या लांबड्या कोचावर बसलो.

“काय चाललंय?”

“लिहितोय.”

“रोज किती तास लिहिता?”

“चालू असतं सारखं.”

“फार लिहिलं की, कस राहत नाही; सुमार लिहून होतं, असं वाटत नाही का?”

“तुम्ही थोडं लिहिता आणि ते ग्लोरिफाय करता!”

“तुमच्या पहिल्या कादंबऱ्या उत्तम आहेत; हल्लीच्या नाहीत.”

“माझं उलटं मत आहे. आताचं माझं लेखन जास्ती मॅच्युअर आहे. पूर्वीचं चांगलंच होतं, आताचंही आहे.”

थोडा वेळ शांतता; पण ताणलेली. लेखनात व्यत्यय आला, म्हणून अप्पासाहेब अस्वस्थ झाले आहेत, असं मला वाटलं.

भाव्यांनी सिगारेट काढली.

“विडी ओढता का?”

“ओढू.”

मग काही क्षण धूर.

भावे एकदम विचारतात, “तुम्ही फार मेथॉडिकल आणि स्ट्रिक्ट आहात, असं म्हणतात. खरं का?”

अप्पासाहेब लिहिलेल्या कागदांकडे दृष्टी टाकून म्हणाले, “मेथड आता दिसली. स्ट्रिक्टनेस् थोड्या वेळानं दिसेल.”

“का? जा म्हणणार का आम्हाला?”

“नाही, बसा.”

पुन्हा काही क्षण अवघडलेले.

कोणीच काही बोलत नाही. सिगारेटी संपतात.

भावे–

“आता जायचं का?”

अप्पासाहेब शांतपणानं–

“बराय्, या.”

आम्ही उठून बाहेर पडलो. दुपारी अडीच-तीनचं ऊन्ह. घाम पुशीत भावे म्हणाले, “कर्नेल, स्वागत नाही, चहा नाही; विड्या आपल्याच. अप्पारावाचं काही खरं नाही!”

आता, हा व्रात्यपणा नाही तर दुसरं काय? काही अडलं होतं का?

असे हे भावेअण्णा– व्रात्य, आग्रही, आनंदी, दणकट आणि सहृदय. आणि सच्चे.

भाव्यांना जीवनात विलक्षण रस आहे. स्पार्टन लोकांप्रमाणं ते दणकट जगतात, घट्टपणानं दुःख सोसतात. जे जीवन गणलं जात नाही, त्याला बेलाशक गारद

करण्याचा घट्टपणा त्यांनी स्पार्टन लोकांप्रमाणंच दाखवला आहे.

भाव्यांकडं बघितलं की, मला स्वत:ला वाटतं– आपण फार तडजोडी करतो, फार नमतं घेतो, फार विचार करतो, फार काबाडकष्ट करतो. आपल्या मूळ पिंडाशी अशी सारखी फारकत घडत गेल्यामुळं खरंखुरं रसरशीत जगणं आपल्या हाती कधी लागतच नाही. चांगल्या जगण्यासाठी आपण सारखं धडपडत राहिलो; पण ते कधी हाती लागलंच नाही.

तीस वर्षांच्या स्नेहानं मला हे माहीत झालं आहे की, पुरुषोत्ताम भास्कर भावे हे तडजोडी करत नाहीत; नमतं तर मुळीच घेत नाहीत.

आजारानं वैतागलेल्या हेमिंग्वेला हॉचनेर नावाच्या त्याच्या मित्रानं विचारलं होतं, ''पपा, तुला हे जीवन संपवावं, असं का वाटतं? काय उणं आहे?''

हेमिंग्वे म्हणाला, ''लुक हिअर, हॉच. इफ् अॅट ऑल आय् वॉन्ट टु लिव्ह, आय् विल् लिव्ह् ऑन माय ओन टर्म्स!''

मला वाटतं, भावेअण्णांचंही तसंच आहे. ते स्वत:च्या तंत्रानं जगतात. ते मनस्वी आहेत. आजवर ते स्वत:च्या टर्म्सवरच जगत आले. असं रसरशीत जीवन आहे, म्हणूनच त्यांनी असं रसरशीत साहित्य निर्माण केलं आहे; त्याबद्दल आपण मराठी वाचकांनी कृतज्ञ राहिलं पाहिजे.

ग्रीक रंगभूमीवर एक प्रघात होता, म्हणे. नाटकातल्या पात्राचं काम संपत आलं की, एक्झिट घेण्याआधी तो नट प्रेक्षकांसमोर उभा राहून म्हणे,

'सज्जन हो, माझ्या वाट्याला आलेली भूमिका मी योग्य प्रकारे बजावली, असं आपल्याला वाटतं का?'

यावर, त्या-त्या नटाच्या गुणवत्तेनुसार, कामाच्या प्रतीनुसार प्रेक्षक संतोषानं टाळ्या देत.

मग अभिवादन करून तो नट म्हणे, 'तर, मी आपली रजा घेतो!'

माझी खात्री आहे, आज भावे जर आपल्या अफाट अशा वाचकांपुढं उभे राहिले आणि त्यांनी विचारलं, 'माझ्या वाट्याला आलेली भूमिका मी बरी वठवली का?'

– तर, टाळ्यांचा प्रचंड कडकडाट होईल.

■

'महाराष्ट्र टाइम्स' : १७ नोव्हेंबर, १९७७

साहसी संशोधक : जेन गुडाल

९

आफ्रिकेसारखा देश. तिथलं टांगानिका सरोवराकाठचं घनदाट जंगल. मस्तवाल रानरेडे, धूर्त बिबळे, काळे नाग यांची तिथं वस्ती. अशा अनोळखी, किर्र जंगलात कोणी एक तरुण, गोऱ्या कातड्याची पोरगी आपला इंग्लंड देश सोडून जाते– चिंपॅन्झी जातीच्या माकडांचा अभ्यास करण्यासाठी. माकडांच्या कळपांपाठोपाठ जंगलातून एकटी भटकत, रात्री-अपरात्री डोंगरात उघड्यावर झोपते. आज वर्षानुवर्षे केलेल्या निरीक्षणावर प्रबंध लिहून डॉक्टरेट मिळविते– ही सगळी हकिगतच आपल्या दृष्टीनं अद्‌भुत आहे.

'इन द शॅडो ऑफ मॅन' ह्या आपल्या ग्रंथात जेन गुडाल ह्या बाईंनी स्वत:च्या ह्या अभ्यासयात्रेसंबंधी तपशीलवार लिहिलं आहे. अभ्यासयात्रा कसली, ह्या ऋषितुल्य बाईंना स्फुरलेलं हे एक करुणरम्य असं आरण्यक आहे!

आपल्याकडं गावगन्ना दिसणारे लालतोंड्या माकडांचे अन् हुप्प्या वानरांचे कळपसुद्धा कधी कधी कशी धमाल उडवतात आणि गावच्या गाव कसं धास्तावून जातं... वृत्तपत्रांतून ठळक बातम्या येतात आणि अखेर कोणी तरी मिरजेचा वा कोल्हापूरचा तज्ज्ञ बोलावून या उपद्रवी माकडांची कशी धराधरी होते, जिवंत पकडून त्यांना दूर कुठं कसं सोडून दिलं जातं– हे आपल्याला ठाऊक आहे.

गुडालबाईंची ही माकडं सर्वांत जास्त हुशार, चिंपॅन्झी जातीची. दिसायला भीतिदायक आणि शक्तीनं दांडगी (एकेका पूर्ण वाढलेल्या माकडाला तीन पुरुषांचं बळ असतं.), तीही वर्षानुवर्षं जंगलात स्वैर राहिलेली. माणसांचा वारा त्यांना माहीत नाही. आपण म्हणतो, माकडं शाकाहारी असतात. फळं, कोवळा पाला, कोंब, धान्यधुन्य– असलं काहीबाही खातात. शाखामृगच ते! पण ही समजूत निदान चिंपॅन्झीच्या बाबतीत तरी खोटी. ती केवळ शाकाहारी नाहीत; अधून-मधून त्यांना कच्चं मांस खायला आवडतं.

गोम्बे स्ट्रीम ह्या भागातही चिंपॅन्झी माकडं दंगाधोपा करून एखादं हरिण किंवा रानडुकराचं पोर अचानकपणे पकडत आणि बोल-बोल म्हणता त्याचा फन्ना उडवत.

बाबून माकडं, तांबडी कोलोबस माकडं, निळी माकडं, तांबड्या शेपटीची माकडं– ही लहान जातीची माकडंसुद्धा त्यांचा घास होत. गोम्बे स्ट्रीम भागात गुडालबाई जाण्याच्या आधीच दोन आफ्रिकन बाळं ह्या माकडांनी पळवली होती. एका पोराची सुटका झाल्यावर दिसून आलं की, त्यांचं थोडंसं अंग माकडांनी खाऊन टाकलं आहे. म्हणजे, नरमांसही त्यांना वर्ज्य नव्हतं.

बाईंना मात्र ही गोष्ट आश्चर्याची वाटलेली नाही. त्यांनी लिहिलं आहे :

'चिंपॅन्झी माकडं माणसांची पोरं धरून खातात, ही गोष्ट काही लोकांना फार भयानक वाटते. पण त्यात विशेष काय आहे? चिंपॅन्झींना माणसं ही बाबून माकडासारखीच एक जात वाटते. आणि चिंपॅन्झी माकडं पकडून त्यांची शिकार करून काही लोक खातात, ही डेलिकसी समजली जाते; हे भयानक का नाही?'

अगदी लहानपणापासून जेनला वन्य प्राण्यांबद्दल आकर्षण होतं. ही पोर एक वर्षाची असताना आईनं खेळणं म्हणून तिला कापडी बाहुलं दिलं. ते होतं भलंमोठं. केसाळ, काळंभोर असं चिंपॅन्झी माकडाचं पोर. लंडनच्या प्राणिसंग्रहालयातली माकडीण पहिल्यांदाच व्याली होती आणि ज्युबिली नावाचं केसाळ पोर तिला झालं होतं. अशी खेळणी बाजारात लगोलग आली होती. पोरीला असलं खेळणं देऊ नका, ती भीती घेईल, असं शेजारपाजारणींनी जेनच्या आईला बजावलं; पण तसं काही झालं नाही. हे भयानक खेळणं जेनला फार आवडलं. कुठंही जाताना ती त्याला काखोटीला मारून घेऊन जाई. त्याच्यावाचून तिला चैन पडत नसे.

अगदी लहानपणीच एके दिवशी जेन घरातून नाहीशी झाली. कुठं गेली, हे कुणालाच ठाऊक नव्हतं. घबराट झाली. शोधाशोध झाली, तरीही सापडली नाही. शेवटी रडवेल्या आईनं पोलिसांत वर्दी दिली. आणि पाच तासांनंतर ही पोर कोंबड्यांच्या खुराड्यातून बाहेर येताना दिसली. इतका वेळ तिथं बसून ती कोंबडी गुळगुळीत अंडी कशी घालते, ते बघत होती म्हणे!

जेननं आठव्या वर्षीच ठरवून टाकलं होतं की, आपण आफ्रिकेत जाऊन जंगली प्राण्यांत राहायचं. अठराव्या वर्षी तिनं शाळा पुरी केली. मग सेक्रेटरी होण्यासाठी लागतो, तो एक कोर्स पुरा केला. नंतर दोन ठिकाणी नोकऱ्या केल्या. इतकं होऊन आफ्रिका डोक्यात होतीच. केव्हा ना केव्हा तिथं जायचं, हे वेड काही डोक्यातून गेलं नव्हतं. तशात आफ्रिकेतल्या एका मैत्रिणीचं निमंत्रण मिळालं. तिच्या वडिलांची मोठी शेती होती. 'सुट्टी काढून तू एकवार इकडं येच', असं मैत्रिणीनं लिहिलं होतं.

नेमकी ह्याच वेळी जेनला चांगली नोकरी होती. चित्रपट-स्टुडिओतली. काही विचार न करता तिनं नोकरी सोडून दिली. हॉटेलात वेटर म्हणून काम करून तिकिटापुरते पैसे भराभर कमावले आणि ती आफ्रिकेला गेली.

तिथं कोण तरी बोललं, ''अगं, तुला जंगलाची, प्राण्यांची इतकी आवड आहे; तर एकदा डॉ. लुईंना भेट. तो अगदी गड्डा आहे ह्याच्यातला.''

डॉ. लुई लीके हे नैरोबीच्या नॅचरल हिस्टरी म्युझियमचे प्रमुख व्यवस्थापक होते. प्राणिशास्त्रज्ञ म्हणून त्यांची ख्याती होती. जेन त्यांच्याकडे आवर्जून गेली आणि बोलली. तिच्या बोलण्यातून डॉक्टरांच्या हे ध्यानात आलं की, ह्या मुलीला नुसती आवड नाही ह्या विषयाची; तिचं ते जन्मभराचं वेड आहे. अशा एखाद्या वेड्याच्या शोधात ते गेली वीस वर्षं होते. डॉक्टरांनी जेनला सहायक म्हणून नोकरी दिली.

ह्या नोकरीत जेन पुष्कळ शिकली. कारण म्युझियममध्ये काम करणारे सगळेच वन्य प्राण्यांविषयी अभ्यास करणारे उत्साही लोक होते. तशात डॉक्टर आणि त्यांची पत्नी मेरी यांच्याबरोबर उत्खननाच्या मोहिमेवर जाण्यासाठी तिची निवड झाली. सेरेनगटी ह्या आफ्रिकेतल्या अतिशय प्रसिद्ध अशा भागात ही मोहीम होती. हा भाग तेव्हा आजच्यासारखा रस्ते, वाहने, प्रवासी ह्यांनी गजबजलेला नव्हता. अगदी निर्जन, निवांत असा होता. दिवसभराचं उत्खननाचं काम संपवल्यावर जेन आणि तिचे सहाध्यायी उघड्या रानातून हिंडत. हा भाग सपाट, वाळवंटी, खुरट्या झुडुपांनी भरलेला होता. छोटी माळ-हरणं, जिराफ, गेंडे आणि सिंह असले अपूर्वाईचे प्राणी जेननं सेरेनगटीला पहिल्यांदा पाहिले.

ह्या काळात डॉ. लुईंनी ठरवलं असलं पाहिजे की, अनेक वर्षं आपण शोधत होतो, ती व्यक्ती हीच! वन्य प्राणी आणि त्यांची जीवनपद्धती ह्याविषयी अपरंपार कुतूहल असलेली, त्या विषयाचा ध्यास घेतलेली; शहरी जीवनातील सुखसोई किंवा एकंदरच मानवी वस्तीतील सुख, यांच्यापासून बराच काळ दूर राहणं खुशीनं पत्करणारी व्यक्ती त्यांना हवी होती. डॉक्टरांना जेन तशी वाटली आणि टांगानिका सरोवराच्या काठी असलेल्या चिंपॅन्झींच्या टोळ्यांविषयी ते जेनशी चर्चा करू लागले.

ही माकडं Pan Troqlodytes Schweinfnrthi अशा नावानं शास्त्रज्ञ ओळखीत होते. गिरिकंदरांत राहणारी, माणसांचे वारे माहीत नसलेली, दणकट अशी ही माकडांची जात होती आणि त्यांच्या जीवनपद्धतीचा अभ्यास करण्यासाठी मोठा त्याग व जिवापाड श्रम करण्याची तयारी आवश्यक होती.

आजवर असा अभ्यास हेन्री निसेन नावाच्या फक्त एकाच शास्त्रज्ञानं फ्रेंच गिनियात अडीच महिने राहून केलेला होता. अडीच महिने हा काळ फार कमी होता. अशा अभ्यासासाठी कमीत कमी दोन वर्षं तरी जंगलात घालवली पाहिजेत, असं

डॉ. लुईंचं मत होतं. या सरोवराकाठी असणाऱ्या चिंपॅन्झींचाच अभ्यास महत्त्वाचा होता. कारण प्रागैतिहासिक काळातील मानवांच्या खुणा सरोवराकाठी केलेल्या उत्खननात सापडल्या होत्या. या अभ्यासामुळं आपल्या पूर्वजांच्या राहणीवर काही प्रकाश पडेल, असं डॉक्टरांना वाटत होतं.

एवढी सगळी माहिती सांगून डॉक्टरांनी जेनला स्पष्टच विचारलं, ''तू हे काम करशील का?''

काम जेनच्या आवडीचं होतं; पण अशा कार्यासाठी आवश्यक ती विद्यापीठाची पदवी तिनं मिळवलेली नव्हती. वन्य प्राण्यांच्या जीवनाचा शास्त्रीय अभ्यास व्हायला हवा होता, तो जेननं केलेला नव्हता.

ही कमतरता बोलून दाखवताच डॉक्टर म्हणाले, ''छे– छे! त्याची काही जरुरी नाही. मला उलट विद्यापीठात पाऊलही न टाकलेलाच अभ्यासक हवा. त्याला वन्य प्राण्यांविषयी प्रेम वाटलं पाहिजे आणि ज्ञानाची लालसा पाहिजे. तेवढं असलं, की पुरे! बाकी काही महत्त्वाचं नाही.''

जेननं आनंदानं होकार दिला.

डॉक्टर लगेच ह्या महत्त्वाच्या संशोधनासाठी लागणारा खर्च भागविण्यासाठी देणग्या मिळविण्यामागं लागले. हे कार्य अवघड होतं; कारण हा अभ्यास का आवश्यक आहे आणि एक तरुण, डिग्री नसलेली मुलगीच तो का योग्य तऱ्हेने करू शकेल, ही गोष्ट त्यांना प्रत्येक ठिकाणी पटवून द्यावी लागली. अमेरिकेतल्या विल्की फाउंडेशनला डॉक्टरांचं म्हणणं पटलं आणि सुरुवातीचा खर्च देण्याचं त्यांनी मान्य केलं.

सगळी प्राथमिक तयारी झाली. पण 'किगोमा' ह्या भागातले सरकारी अधिकारी एका गोष्टीला अजिबात राजी होईनात. एक युरोपियन बाई जंगलात एकटी राहील कशी? तिच्या सोबतीला कोणी तरी गोरं माणूस पाहिजे. ते नसलं, तर आम्ही परवानगी देणार नाही, म्हणून ते हटून बसले. चांगलीच पंचाईत झाली. काय करावं?

शेवटी जेनची आई म्हणाली, ''अगं, निराश का होतेस? मी राहीन तिथं तुझ्या सोबतीला.''

मग सगळा प्रश्न सुटला.

ह्या माय-लेकी प्रथम किगोमा ह्या लहानशा गावी गेल्या आणि तिथून लाँचनं 'गोम्बे स्ट्रीम रिझर्व्ह'ला यायला निघाल्या. सरोवरातल्या स्वच्छ निळ्या पाण्यातून बोट चालू लागताच जेन मनात म्हणाली, 'बहुतेक ही लाँच बुडेल किंवा मी एकटी सरोवरात पडेन आणि सुसरी मला खातील...'

पण तसं झालं नाही. लाँचमधे उभी राहून, सरोवराच्या पूर्व बाजूनं दूरवर

पसरलेल्या टेकड्या जेननं पाहिल्या. अडीच हजार फूट उंचीच्या ह्या टेकड्या, जंगलतोडीमुळं कुठं कुठं उघड्या दिसत होत्या. ठिकठिकाणच्या दऱ्यांतून मात्र दाट झाडी होती. सात मैल प्रवास होताच डोंगराचं रूप एकदम बदललं. दाट जंगलानं भरून गेलेले उंच डोंगर दिसले. किनाऱ्यावर कुठं कुठं ठिपक्यांप्रमाणं कोळ्यांच्या झोपड्या दिसल्या. कधी न पाहिलेलं ते दाट जंगल बघून जेनची आई घाबरून गेली.

सोबतीला असलेला अधिकारी मनात म्हणाला, 'सहा महिन्यांच्या आत ह्या बाया गाशा गुंडाळून नाही पळाल्या, तर नाव बदला माझं!'

दोन तासांच्या प्रवासानंतर लाँच थांबली. जंगल अधिकाऱ्याची कचेरी इथं होती. कागदपत्रं, तपासण्या, परवाना– असल्या गोष्टी उरकल्या. दाट झाडीतून, पायवाटेनं तीस यार्ड गेल्यावर उघडं मैदान लागलं. बरोबर आलेल्या अधिकाऱ्यांनी फॉरेस्ट गार्डच्या मदतीनं मोठा तंबू उभारला.

कँपसाठी छान जागा होती. मागच्या बाजूला लहानसा ओढा होता. छायेसाठी उंच-उंच अशी शिंदीची बरीच झाडं होती. ह्या तंबूपासून पन्नास यार्डांवर किनाऱ्याला लागून लहानसा आणखी एक तंबू उभारला गेला. तिथं डोमिनिक नावाची आफ्रिकन बाई राहणार होती. स्वयंपाकासाठी तिची नेमणूक झाली होती.

कँप सोडून एकवार डोंगरदऱ्या वेंघल्या की, गर्द जंगल होतं. इतकं की, शंभर-शंभर फूट उंच असलेल्या झाडांच्या विस्तारातून सूर्यप्रकाशसुद्धा खाली येऊ शकत नसे. कँप थोडासा लागल्यावर जेन आजूबाजूला भटकून आली. बरोबरचे अधिकारी आणि फॉरेस्ट गार्ड तिला सारखं पटवून देत होते की, ह्या जंगलात एकटं फिरणं धोक्याचं आहे. धावत येऊन एका कोळ्यानं तिला एक झाड दाखवलं. ह्या झाडाच्या बुंध्यावर सालीच्या चिंध्या लोंबत होत्या. शंभर जागी घाव, दणके बसले होते. चौकशी केल्यावर कळलं की, किनाऱ्यावर तात्पुरत्या झोपड्या बांधून राहिलेल्यांपैकी एका कोळ्याला रानरेड्यानं चांगला ताणला होता. कसाबसा तो ह्या झाडावर चढून बसला, तर रेड्यानं आपल्या शिंगांनी असे दणके दिले. आता हा कोळी फॉरेस्ट गार्डाला ही वर्दी देत होता का; हे जंगल किती भयंकर आहे, हे जेनला पटवत होता, ते तिला उमगलं नाही.

हा सगळी तीस चौरस मैलांचा परिसर होता. चिंपॅन्झींसाठीच तो राखलेला होता. दुसऱ्या दिवशी जेन बाहेर पडली, तेव्हा मिटुबा नावाच्या दरीत एक प्रचंड मोठं झाड अधिकाऱ्यानं तिला दाखवलं. नारिंगी आणि लाल फळांनी ते अगदी लहडून गेलं होतं. अर्धवट खाऊन टाकलेल्या फळांचा, मोडून पडलेल्या काटक्यांचा, डहाळ्यांचा, पानांचा सडा झाडाखाली होता. हाच तो मसुलूला वृक्ष. काल ह्याच्यावर चिंपॅन्झींची टोळी चरून गेली होती.

ह्या झाडावरची फळं दहाएक दिवस राहिली. वाटाड्या रशिदी आणि एक गार्ड बरोबर घेऊन जेननं रोज निरीक्षण केलं. कधी कधी रात्रीही ती तिथंच झोपे; पण हे निरीक्षण फार दुरून करावं लागत होतं. माणसाचा वारा चिंपॅन्झी अंगावर घेत नाहीत, हे खरं होतं. जेन पाहत आहे, हे ध्यानात येताच, खाणं सोडून माकडांचा कळप नाहीसा होत असे.

दहा दिवसांनी फळं संपली आणि दिवसभर वणवण हिंडून एकही माकड दृष्टीला पडेनासं झालं. ह्या भागात एकूण बारा दऱ्या होत्या. आठ आठवडे ह्या सगळ्या दऱ्या पालथ्या घालूनही काही पाहायला मिळालं नाही. कदाचित झाडांतून माकडं असतील आणि फार दुरून जेनचा सावट येताच निघून जात असतील. जेन निराश झाली.

'मला ह्या जंगलात एकटं हिंडूनच सगळी माहिती जमवली पाहिजे. माझ्या सोबतीला कोणीही नको', असं तिला वाटे; पण तिला एकटी सोडायला जंगल अधिकारी तयार नव्हते.

पण ह्या काळातल्या भटकंतीचा एक मोठा फायदा झाला. सगळा डोंगर, दऱ्या, पायवाटा माहितीच्या झाल्या. उतारावर, घसरतीवर पाय ठरू लागला. राठ गवताचा तिच्या कातडीला सराव झाला. सुरुवातीला काही दिवस विषारी माशी चावली की, फोड उठत; पण पुढं ह्या विषाची रक्ताला सवय झाली. फोड, गांधी उठेनाशा झाल्या.

जनावरांच्या वाटा, जागा माहितीच्या झाल्या. जंगलातून हिंडताना तिला कधी पाठीवर राठ पांढरे केस असलेल्या रानडुकरांचे कळप दिसायचे. गवतातून टोळ, किड्यांना शोधत हिंडणारी मुंगसं दिसायची. खारी दिसायच्या. रानरेडे, म्हशी, बिबळे ह्यांची गाठ पडायची. चिंपॅन्झीशिवाय अनेक जातींच्या माकडांच्या टोळ्या ह्या बाराही दऱ्यांतून होत्या. साठ-साठ कोलोबस माकड असलेल्या टोळ्या तिनं पाहिल्या. बाबून माकडं पुष्कळच होती. शिवाय तांबड्या शेपटीची माकडं, निळ्या रंगाची माकडं, चंदेरी माकडं, व्हेरवेट माकडं– यांच्याही टोळ्या होत्या.

रशिदी नावाचा वाटाड्या जेनबरोबर असे. त्याच्याकडून ती पुष्कळ वनविद्या शिकली.

पुढं आजार आला, मलेरियासारखा. जेन आणि बरोबर आलेली तिची आई आजारी पडली. त्यात तीन महिने गेले. जेन लवकर बरी झाली. आईला बराच काळ अंथरुणावर पडून राहावं लागलं.

ह्यानंतर तिचं एकटीचं भटकणं सुरू झालं. टेकडीवर तिला एक जागा अशी सापडली की, तिथनं चांगलं दिसत असे. ओढ्याकाठची फळांची सगळी झाडं पिकली आणि चिंपॅन्झी माकडांच्या टोळ्या चरायला येऊ लागल्या. वरच्या उतारावरून

नेहमीच्या वाटेनं त्या जात. जेनच्या बसायच्या जागेपासून, खालच्या गवंडावरूनही एक वाट होती. त्यावरनंही काही टोळ्या चरत. कधी मोठ्या टोळ्या; कधी लहान टोळ्या. कधी जोडीजोडीनं, तर कधी एकांडा नर. रोजच्या रोज जेन त्या ठरावीक टेकडीवर जाई आणि निरीक्षण करी.

रोज तिच्या अंगावर तसेच कपडे असत– फिकट रंगाचे. शिवाय माकडे बुजू नयेत, याची खबरदारी ती घेई. कधीही त्यांचा पाठलाग करीत नसे. कधी माकडांनी घाबरावं, त्यांच्या मनात शंका उत्पन्न व्हावी, असं रोखून एकटक पाहत नसे. हातवारे करीत नसे. साहजिकच, चिंपॅन्झींच्या हळूहळू ध्यानात आलं की, हा प्राणी धोकादायक नाही. मग मात्र जेननं सोबतीला वाटाड्या घ्यायचं अजिबात सोडलं. अगदी एकटी जाऊन ती निरीक्षण करू लागली.

डोंगरावर जाताना जेन एक लहानशी पत्र्याची पेटी घेऊन जाई. तिच्यात किटली असे, कॉफी असे, उकडलेल्या पावट्यांचे हवाबंद डबे असत. स्वेटर असे आणि ब्लँकेट असे. वर एक लहानसा झरा होता. पावसाळा सोडल्यास तो कोरडा असे. पण वाळूत थोडं खोल उकरून स्वच्छ पाणी मिळत असे. कधीमधी चरून झाल्यावर माकडं त्या झाडावरच मुक्कामाला राहत, तेव्हा जेनही डोंगरावरच राही. म्हणजे पुन्हा सकाळी डोंगर चढायची तिची दगदग वाचत असे. संध्याकाळी एखाद्या फॉरेस्ट गार्डबरोबर ती खाली– कँपवर आईला निरोप धाडी की, आज ती इथंच राहणार आहे.

डोंगरावर चढून तिनं जवळजवळ एक महिनाभर निरीक्षण केलं आणि चिंपॅन्झी कसे राहतात, याची थोडीफार माहिती मिळविली.

रात्री झोपण्यासाठी माकडांनी झाडावर केलेली घरटी पाहत, माकडं खातात ती झाडंझुडपं शोधत ह्या सगळ्या भागातून हिंडताना जेनला विलक्षण सुख होई. निसर्गाच्या सान्निध्यात एकटं राहणं ज्यांना आवडतं, त्यांना तिच्या या सुखाची कल्पना येईल. जेन लिहिते की–

'ज्यांना हा अनुभव नाही, त्यांच्यासाठी कितीही शब्द उधळले, तरी मी काय अनुभवलं, ते त्यांच्यापर्यंत मी पोचवूच शकणार नाही. निसर्गसौंदर्य तिथं नेहमीचंच होतं. तरीसुद्धा माझ्या नकळत अत्यंत सुखाचे असे काही क्षण येत.

'असे क्षण कधी माझ्यासमोरच्या झाडा-डहाळ्यांतून जेव्हा हळूहळू पलीकडचं आभाळ उजळे आणि पहाट होई, पूर्वेकडं उषेचे मोहक रंग पसरत, तेव्हा येत; तर कधी अंधार दाटून येताना, अजून उष्ण असलेल्या झाडाच्या बुंध्याला हात टेकून सरोवरापलीकडं उगवणाऱ्या चंद्राच्या शीतल किरणाची चमचम मी बघत असताना येत.

'एकदा झऱ्याच्या पाण्यात पाय सोडून बसले असताना, चरता-चरता एक हरिणी अगदी माझ्याजवळ आली. मी गप्प बसून राहिले. एक पाय उचलून ती माझ्याकडं एकटक पाहत राहिली. मी हलत नव्हते. त्यामुळं हे काय आहे, ह्याचा अंदाज तिला येत नव्हता. तिनं वारा वारंवार हुंगला, पण तो तिच्या दिशेनं माझ्याकडं वाहत होता. त्यामुळं तिचं नाकही तिला काही सांगेना.

'मग ती अगदी हळूहळू माझ्याकडं आली. मान वर करून– सावधपणानं. किती जवळ? तिचं गार ओलसर नाक अगदी माझ्या गुडघ्याला लागलं. तिचा उष्ण श्वास मला जाणवला, तिच्या अंगाचा रेशमी स्पर्श जाणवला. पण तेवढ्यात मी डोळ्यांची उघडझाप केली आणि ती तत्काळ उडाली. हिरव्या झाडीत दिसेनाशी झाली. तिचं इतरांना सावध करणारं कोकणं मला किती तरी वेळ ऐकू येत होतं.

'अनेकदा जंगलात हिंडताना एकाएकी मला बिबळ्याचा वास येई. एकदा मी टेकाडावर बसले असताना माझ्या खालच्या बाजूनं जाताना मी त्याला बघितला. शेपटी वर करून तो चढत होता. मी तिथं बसले आहे, हे त्याच्या ध्यानातच आलं नाही. तो माझ्याच दिशेनं वर येत होता. धावत जाऊन शेजारच्या झाडावर चढावं, म्हणून मी पळाले. पण अर्ध्या वाटेतच आठवलं की, बिबळेही झाडावर चढतात. तशी किंचाळले. माझी किंचाळी ऐकून बिबळ्याही माझ्याइतकाच घाबरला असावा. मला एकदम धसपस ऐकू आली आणि मग सगळीकडं शांत झालं. मी पुन्हा माझ्या उद्योगाला लागले. पण बिबळ्याचे हिरवे डोळे आपल्यावर रोखून आहेत, असं सारखं वाटत राहिलं. थोडं पलीकडे जाऊन मी काही निरीक्षण केलं आणि तीन-चार तासांनी परत आले, तर मी ज्या शिळेवर मघाशी बसले होते, त्यावर बिबळ्यानं शी करून ठेवली होती. म्हणजे त्यानं मला तिकडं जाताना पाहिलं असलं पाहिजे. हळूच येऊन मी बसले होते, ती जागा हुंगून वास घेतला असला पाहिजे आणि माझा घाणेरडा वास पुसून टाकण्यासाठी तिथं शी करून ठेवली असली पाहिजे.'

आठवड्यामागून आठवडे गेले. जेनला माकडं घाबरेनाशी झाली. त्यांच्यापासून दीड-दोनशे फुटांवर उभी राहून निरीक्षण केलं, तरी ती जागची हलेनाशी झाली.

पुढं हेही अंतर हळूहळू कमी झालं.

मग एका-एका चिंपॅन्झीला जेन ओळखू लागली. कोणाचा चेहरा पाहून कोणी तरी ओळखीचं माणूस आठवलं की, त्याचं नाव ती त्या माकडाला देई.

एक म्हातारा टकल्या नर होता तिशी-चाळिशीतला. (प्राणिसंग्रहालयातला एक चिंपॅन्झी सत्तेचाळीस वर्षं जगला, अशी नोंद आहे.) त्याच्या मानेवर, दोन्ही खांद्यांवरही केस नव्हते. जेननं त्याला नाव दिलं : 'मिस्टर मॅक ग्रेगोर.' हा नेहमी जेनला भीती

दाखवायचा. भयानक ओरडायचा. झाडावर चढून डहाळी जोरजोरानं हलवायचा, डोकं हलवायचा आणि झाडीत शिरून दिसेनासा व्हायचा.

एक होती प्लाव. बेढब नाकाची आणि फाटक्या कानाची. तिला दोन वर्षांचं पोर होतं. त्याचं नाव फिफी. आईच्या पाठुंगळी बसून ते हिंडायचं. तिच्यापेक्षा मोठा होता पोरगा. सहा-एक वर्षांचा असावा, तो फिगन. आपली आई आणि धाकटी बहीण यांच्या भोवती-भोवती तो असायचा.

– आणि दोघं जण होते. एक गोलिथ आणि दुसरा डेव्हिड. बायबलमधली ही नावं जेननं त्यांना दिली होती. गोलिथ तरणा आणि पहिलवानासारखा सुदृढ बांध्याचा होता. त्याचं वजन शंभर पौंड असावं. डेव्हिडला पांढरी दाढी होती. तो स्वभावानं शांत होता. तो जेनला जवळून निरीक्षण करू द्यायचा.

ह्या डेव्हिड ग्रे बिअर्डमुळं जेनला महत्त्वाचे दोन शोध लागले. तो तिला एकदा डुकराचं पोर खाताना दिसला. चिंपॅन्झी शिकार करून मांस खातात, हे तोपर्यंत तिला माहीत नव्हतं.

– आणि एकदा ऑक्टोबर महिन्यात थोडासा पाऊस पडून गेल्यावर गवत उगवलं होतं. डोंगरांचे उतार हिरव्यागार गवतानं आणि रंगीबेरंगी फुलांनी भरून गेले होते. ह्या दरीतून त्या दरीत असे खूप भटकूनही जेनला काही बघायला मिळालं नव्हतं, ती वैतागली होती. ओल्या झाड-झाडोऱ्यांतून चालून ओलीचिंब झाली होती. एवढ्यात साठ-एक फुटांवर उंच गवतात काही हालचाल तिला दिसली. दुर्बिणीतून बघितलं, तर हा डेव्हिड होता.

तांबड्या मातीच्या वारुळाशेजारी तो बसला होता. जेननं नीट न्याहाळून पाहिलं, तर गवताची लांब काडी घेऊन त्यानं ती वारुळाच्या बिळात खाली घातली, बाहेर काढली आणि तिच्या टोकाला जे लागलं होतं, ते वेचून खाल्लं. साठ फुटांवरून त्यानं काय खाल्लं, हे दिसलं नाही; पण त्यानं अकलेनं साधनाचा उपयोग केला, हे तिला कळलं.

एक तासभर त्याचा हा उद्योग चालला होता. डेव्हिड निघून गेल्यावर जेन वारुळापाशी गेली आणि गवताची गाडी तिनं एका बिळात खुपसली. लगेच तिला जाणवलं, की काडीला ओढ लागली आहे. काडी बाहेर काढताच तिला चिकटलेल्या अनेक वाळवी तिला दिसल्या. लहान-मोठ्या डोक्याच्या शिपाई वाळवी होत्या. काही कामकरी होत्या.

पुढं निरीक्षणात जेनला दोन गोष्टी पाहायला मिळाल्या. एका माकडानं बी फोडण्यासाठी दगड वापरला. आणखी एकदम दिसलं की, जमिनीच्या आत पोळं लागलं आहे. माकडं त्या भोकात काड्या खुपसताहेत आणि त्यांना

लागलेला मध चोखताहेत.

जेन लिहिते, 'आजवर माणसाची व्याख्या विशिष्ट पद्धतीची साधनं, हत्यारं बनवून त्याचा वापर करणारा प्राणी अशी होती. आता एक तर ही व्याख्या बदलली पाहिजे, नाही तर चिंपॅन्झीला माणूस म्हटलं पाहिजे.'

हा शोध फार महत्त्वाचा होता. जेननं लगेच तो तारेनं डॉ. लुईंना कळविला.

ह्या शोधामुळंच अमेरिकेतील नॅशनल जिऑग्राफी सोसायटीने जेनला आणखी एक वर्ष अभ्यास करण्यासाठी ग्रँट दिली.

जेनला पहिल्या पाच महिन्यांत आईची फार मदत झाली. तिची आई आजूबाजूच्या खेडुतांना औषधं देई आणि त्यांच्याशी मैत्री करी. त्यामुळं मुक्काम सुसह्य झाला.

पुढं आई इंग्लंडला निघून गेली. जेन एकटीच राहिली. रात्री कँपमध्ये शेकोटी पेटल्यावर फक्त दिव्याभोवताली जमलेले कीटक खाण्यासाठी नेहमी येणारा मोठा बेडूकच तिच्या सोबतीला राहिला.

त्यानंतर तिनं वाट्याला आलेलं एकटेपण स्वीकारलं आणि एकवार मनानं स्वीकारल्यावर एकटेपणा नाहीसा झाला. अचेतन वस्तू जित्याजागत्या वाटू लागल्या. डोंगरावरच्या आपल्या लहान झोपडीला बघून ती 'हॅलो' म्हणू लागली आणि वर पाणी देणाऱ्या त्या झऱ्याला 'गुड मॉर्निंग' करू लागली. झाडांबद्दल तिला विलक्षण ममता वाटू लागली. बुंध्याच्या नव्या सालीचा गुळगुळीत स्पर्श हाताला होताच त्या झाडाची जमिनीखालची मुळं आणि बुंध्यातून पानाफुलांकडे जाणारा जीवनरस तिला जाणवू लागला. माकडांप्रमाणे फांद्या-फांद्यांतून आपण झोके घ्यावेत, झाडाच्या शेंड्याला घरटं करून त्यात पडावं आणि रात्री डहाळ्यांची सळसळ-अंगाईनं आपल्याला झोप यावी, असं तिला वाटू लागलं.

पाऊस पडत असताना जंगलात बसून पानांवर होणारा थेंबांचा आवाज ऐकावा, अंधुक संधिप्रकाशात ह्या हिरव्या-हिरमुजी ओलसर जगात स्वतःला गुरफटून घ्यावं, यात तिला विलक्षण सुख वाटू लागलं.

लवकरच पावसाळा सुरू झाला. आभाळातून अपरंपार पाणी कोसळू लागलं. विजा कडाडू लागल्या. झाडं गदगदू लागली.

एके दिवशी सकाळपासून आभाळ भरून आलं होतं. एका मोठ्या उंबराच्या झाडावर चरणाऱ्या चिंपॅन्झींचा कळप न्याहाळत जेन आपल्या नेहमीच्या डोंगरावरच्या शिळेवर बसली होती. झाडावर डेव्हिड होता. गॉलिथ होता. काही माद्या होत्या. काही तरुण नर होते, पोरं होती. आणि एकाएकी वादळ सुरू झालं. कडाड्कड् अशी जोराची वीज झाली. धो-धो पाऊस कोसळू लागला.

माकडं झाडाखाली उतरली. उघड्यावर आली. एकापाठोपाठ एक अशा गवताळ गवंडावर चढली. पुन्हा वीज चमकली. त्यासरशी एक नर दोन पायांवर उभा राहिला. हलू-झुलू लागला. तालात पाय टाकू लागला. पावसाच्या, वाऱ्याच्या आवाजातूनही त्यानं मारलेल्या उंच आरोळ्या ऐकू येत होत्या. मग एकाएकी उतारावरून धावत तो तीस यार्डांवर असलेल्या त्या मघाच्या उंबराकडं आला. आपला घसरतीचा वेग सावरण्यासाठी एका लहान झाडाचा बुंधा धरून त्याच्याभोवती फिरला. डहाळीवर उडी मारून पावसात गप्प बसून राहिला.

त्याच्या मागोमाग आणखीही नर उभे राहिले. झाडावर चढून त्यांनी डहाळ्या वर-खाली हलविल्या. त्याच गतीत एकानं मोठी डहाळी तोडली. ती ओढत-ओढत चढ उतरला. हे त्याचं वर्षा-नृत्य बघत जेन बसून होती. वरच्यावर काळ्या आभाळात विजा लवत होत्या. माद्या-पोरं डहाळ्यांतून गप्प बसून होती आणि नर झुलत होते. फांद्या हलवीत होते, पळत होते. आनंदानं किंचाळत होते. डोक्यावर पॉलिथिन घेऊन जेन पाहत होती. तिला वाटलं, अश्मयुगात माणसानंही अशाच पद्धतीनं पंचमहाभूतांना आव्हान दिलं असेल!

पुढं सबंध दहा वर्षांच्या काळात तिला हे वर्षा-नृत्य फक्त दोनदा बघायला मिळालं.

पावसाळ्याच्या ह्या काळात उंच गवत ओलंचिंब असे. त्यातून हिंडणारी जेन भिजून जाई. 'जीवनातल्या सर्वांत थंड रात्री मी ह्या गोम्बेच्या डोंगरात काढल्या आहेत', असं ती लिहिते. 'सर्वांग ओलंचिंब झालेलं असे. थंडगार वारे वाहत आणि अंगाची जुडी करून मी माकडांकडं पाहत बसलेली असे.'

कधी कधी अजून काळी रात्र आहे, अशा वेळी ती कंदिलाच्या उजेडात कॉफी-ब्रेडची न्याहरी उरके आणि कोरड्या कपड्यांचं बंडल पॉलिथिनमध्ये गुंडाळून डोंगर चढे, भिजून चिंब होई. वर पोचल्यावर भान येई की, कोरडे कपडे जवळ आहेत. मग उंच गवतात उभं राहून ती ओले कपडे काढून टाकी. कारण आसपास लाज वाटावी, असं कोणीही बघणारं नसे. उघड्या शरीराला झालेला ओल्या गवताचा स्पर्श शिरशिरी आणी. सुरुवातीला धारदार ओरखड्यांनी तिच्या अंगावर अनेक वेड्यावाकड्या रेघा उठल्या, पण पुढं कातडी चिवट झाली.

ह्याच काळात दणकट अशा गॉलिथनं अगदी जवळ येऊन दोनदा आरोळ्या दिल्या होत्या. झाडाच्या फांद्या गदागदा हलवल्या होत्या आणि जेन विलक्षण घाबरून गेली होती. गॉलिथ आणि त्याच्या सोबतीची इतर माकडं आता आपल्यावर हल्ला करणार आणि आपले तुकडे-तुकडे करणार, असं तिला वाटलं होतं; पण

तसं घडलं नाही. केवळ भीती दाखवून गॉलिथ निघून गेला.

जे. बी. नावाचा एक प्रचंड नर मात्र केवळ भीती दाखवून गेला नाही. तो मागून जवळ आला आणि जेनच्या डोक्यावर एक सणसणीत थप्पड मारून गेला.

ह्या विलक्षण प्रसंगाचं तपशीलवार चित्रण करून जेन लिहिते :

'हा मला एका परीनं विजय वाटला.

'I had made real contact with a wild chimpanzee or perhaps it should be the other way round.'

जेन दिवसभर डोंगरात अठरा महिने काम करीत राहिली. पहाटे साडेपाचलाच गजर लावून ती जागी होई. ब्रेडचा तुकडा आणि कॉफीचा कप घेऊन डोंगरात जाई. जंगलात भटकताना अन्नाची गरजच तिला भासली नाही. डोंगरमाथ्यावर पाणी होतं आणि तिथं केलेल्या कॉफीला विशेष चव होती. अंधार पडायला लागल्यावर ती खाली उतरे आणि कॅंपवर आल्यावर दिवसभर जे पाहिलं, त्याची टिपणं करीत रात्री उशिरापर्यंत जागे. साहजिकच, अंगावरची चरबी झडली आणि जेन फार वाळलेली दिसू लागली.

दरम्यान, चिंपॅन्झींचे फोटोग्राफ घेण्यास तिची बहीण ज्युडी आली. नॅशनल जिऑग्राफिक सोसायटीला हवे होते, म्हणून.

जेनची कळा बघून ती हादरून गेली. आपली बहीण अंगानं सुधारावी, म्हणून ती रोज काहीबाही चांगलंचुंगलं, गोडधोड करून ठेवू लागली; पण जेनला काही इच्छा नसे. कस्टर्ड, पॉरिज, हॉर्लिक्स वाया जाऊ नये, म्हणून ज्युडीच दोघींच्या वाटचं खाऊ लागली. त्यामुळं ती फार लठ्ठ झाली.

डिसेंबर महिन्यात कॅंप संपवावा लागला, कारण लुईनं जेनचं नाव पीएच.डी.साठी केंब्रिज विद्यापीठात दिलं होतं. तिला ॲडमिशनही मिळाली होती. बी.ए. ही पदवी नसतानासुद्धा पीएच.डी. करणारे जे अगदी थोडे विद्यार्थी होते, त्यांपैकी एक जेन होती. 'वन्य प्राण्यांच्या सवयी' हा तिचा पीएच.डी.चा विषय होता.

नैरोबीला ह्या दोन्ही बहिणींना लुई भेटला आणि लगोलग त्यानं जेनच्या आईला तार केली :

'Girls arrived safely Stop One thin one fat'

'दोन्ही मुली सुखरूप पोचल्या. एक लुकडी– एक जाडी.'

एकोणीसशे एकसष्ट साल. इंग्लंडमधला ह्या वर्षीचा हिवाळा फारच कडाक्याचा होता. हिमवर्षाव व्हायचा. पाण्याचे नळ गोठून जायचे. जेनला वरचेवर आफ्रिकेची आणि चिंपॅन्झींची आठवण यायची. डेव्हिडचं काय झालं असेल बरं? गॉलिथ आणि प्लाव कशी असतील? हंफ्रेचं कसं असेल? जेनला चुकल्या-चुकल्यासारखं होई.

दरम्यान, आणखी एक संकट आलं. न्यूयॉर्कला आणि लंडनला भरणाऱ्या शास्त्रज्ञांच्या आंतरराष्ट्रीय परिषदेत बोलण्याचं निमंत्रण आलं. शास्त्रज्ञांना चिंपॅन्झींसंबंधी प्रत्यक्ष जेनच्या तोंडून ऐकायचं होतं.

पण सहा-सात महिन्यांत ह्या साऱ्या गोष्टी होऊन गेल्या आणि जेन पुन्हा आफ्रिकेकडं धावली. प्रवासात तिला एक भीती सारखी वाटत राहिली– सगळी माकडं आपल्याला विसरून तर गेली नसतील? आता पुन्हा पहिल्यापासून सगळी सुरुवात करावी लागणार का?

पण गोम्बे स्ट्रीमला जाताक्षणी वेगळाच अनुभव तिला आला. माकडं जेनला विसरली तर नव्हतीच, पण ती तिला आपल्यापैकीच एक समजू लागली होती. जणू मध्ये काही खंडच पडला नाही, असं समजून जेननं आपलं काम पुढं चालू केलं.

कँपच्या आजूबाजूला असलेली शिंदीची झाडं फळाला आली होती. त्यांचा पिकून वास सुटला होता. अशा वेळी एकदा चक्क एक मोठा नर कँपवरच आला आणि जेनचा तंबू ज्या झाडाच्या सावलीत होता, त्यावर तासभर चरला. जेन परत आल्यावर स्वयंपाकीणबाई आणि वाटाड्या हसन ह्यांनी घाईघाईनं मोठ्या आवाजात हातवारे करून ही विलक्षण घटना तिला ऐकवली.

असा प्रकार लागोपाठ दोन दिवस घडला, तेव्हा तिसऱ्या दिवशी जेन कँपवरच राहिली. अनेक दिवस सवय नव्हती, त्यामुळं चांगलं उजाडेपर्यंत अंथरुणात पडून राहणं, सकाळची न्याहारी कँपमध्ये घेणं आणि कचेरीप्रमाणं काल केलेल्या निरीक्षणाच्या नोंदी टाईप करत बसणं– हे सगळंच नवलाईचं वाटलं.

दहा वाजायच्या सुमाराला तंबूच्या दारासमोरून डेव्हिड जाताना जेननं पाहिला. शिंदीच्या झाडावर तो चढला. पहिलं फळ चाखताना त्यानं समाधानानं काढलेला हुंकार ऐकू आला.

तासाभरानं तो खाली उतरला. अगदी आवर्जून तंबूच्या दारातून आत डोकावला आणि गेला.

जेन लिहिते :

'मला विलक्षण आनंद झाला. किती तरी काळ ह्यांनी मला जवळ येऊ दिलं नव्हतं. मी पाचशे यार्ड दूर आहे तोवरच, केवळ माझ्या दर्शनानं जंगलात नाहीशी होणारी ही माकडं आज आरामात माझ्या कँपवर येऊन चरत होती.'

पुढं डेव्हिड नियमानं येऊ लागला. एकदा जेन तंबूच्या व्हरांड्यात बसली होती. डेव्हिड झाडावरनं उतरला आणि अगदी ठरवून आल्यासारखा जेनकडं आला. पाच फुटांवर येऊन थांबला. एकाएकी त्यानं सर्वांगावरचे केस पिंजारले. रागीट, भला मोठा दिसायला लागला. चिंपॅन्झी जेव्हा घाबरलेला असतो, रागावलेला असतो किंवा नर्व्हस असतो, तेव्हाच त्याचे केस असे उभे राहतात.

जेनला नेमकं कारण कळलं नाही. मग वेगानं तो तिच्या अंगावर गेल्यासारखा गेला आणि टेबलावर ठेवलेली केळी हिसकावल्यासारखी घेऊन पळाला. लांब जाऊन खात बसला. हळूहळू त्याचं पिंजारलेलं अंग पहिल्यासारखं झालं.

मग जेन मुद्दाम केळी ठेवू लागली. अधून-मधून येऊन चिंपॅन्झी ती खाऊ लागले. पुढं एकदा तर जेननं हातात केळ घेऊन बोलावलं, म्हणून डेव्हिड आला आणि अगदी पहिल्यांदा त्यानं जेनच्या हातातून केळ उचललं.

मग मात्र गॉलिथ, विल्यम्स, हंफ्रे, ही नर माकडंही कँपवर येऊन केळी खाऊ लागली.

दरम्यान, नॅशनल जिऑग्राफी सोसायटीनं ह्युगो नावाचा एक तरुण फोटोग्राफर गोम्बे स्ट्रीमला पाठवला. हा विलक्षण हुशार माणूस होता. वन्य प्राण्यांचे फोटो काढणं, हाच त्यानं आपला व्यवसाय केला होता. जेनच्या पुस्तकातील अप्रतिम फोटो त्याचेच आहेत. चिंपॅन्झींच्या जीवनावर त्यानं टीव्हीसाठी कार्यक्रम तयार केला. एक डॉक्युमेंटरी फिल्मही केली.

केंब्रिजला परत जाऊन जेननं दुसरी टर्म पुरी केली. ती परत जाण्याअगोदर थोडे दिवस विल्यम थंडीतापानं आजारी पडला. त्याच्या आजाराचं अतिशय करुण वर्णन जेननं आपल्या पुस्तकात केलं आहे. ती पुन्हा गोम्बे स्ट्रीमला परत आली, तेव्हा विल्यम मरून गेला होता.

पुढच्या सगळ्या संशोधनात चिंपॅन्झींच्या जीवनाचे अनेक बारीक-सारीक तपशील जेननं टिपले आहेत. त्यांचं कौटुंबिक जीवन, संभोग, पोरांचे जन्म, पोरांचं पालन, अपमृत्यू, आजार– या सर्वांचं वेधक चित्रण तिनं केलं आहे.

ही शहाणी माकडं खाण्यासाठी एकमेकांपुढं हात कशी पसरतात, पोराचा जन्म ही कशी अपूर्वाई असते, ओल्या बाळंतिणीचं पोर पाहण्यासाठी नर-माद्या कशा तिच्याभोवती जमतात, पोरांना ही माकडं कशी मायेनं वाढवतात, याचे अनेक सुरेख प्रसंग जेननं दिले आहेत.

आईवेगळी पोरं झाली की, त्यांच्यापेक्षा वयानं थोडी मोठी अशी बहीण किंवा

भाऊ त्यांना कशी सांभाळतात, अगदी लहानपणीच पोरं झाडावर घट्ट धरून झोपायला कशी शिकतात; मोठी माकडं एकमेकांच्या अंगाला स्पर्श करून, हातात हात घेऊन, मिठी मारून आपल्या भावना कशा व्यक्त करतात, याची अनेक उदाहरणं दिली आहेत. ह्युगोनं ह्या सगळ्या प्रसंगांचे सुरेख फोटो घेतले आहेत. ते विलक्षण बोलके आहेत.

जंगलाच्या ह्या ओळखीतून, एकत्र हिंडण्या-फिरण्यातून जेन आणि ह्युगो एकमेकांच्या प्रेमात पडले. त्यांना एक सुरेख मुलगाही झाला.

सतत केलेल्या निरीक्षणामुळं आश्चर्य वाटण्याजोग्या किती तरी गोष्टी जेनला कळल्या. चिंपॅन्झींना खाण्यासाठी म्हणून पहिल्यांदा केळ्यांचे घड तिनं आपल्या कँपशेजारीच ठेवले. ते बघताच, सगळी माकडं आधाश्यासारखी त्यावर तुटून पडली नाहीत; तर ज्यांना माहीत नव्हतं, त्यांना आनंदाच्या आरोळ्या ठोकून बोलावून घेतलं. हा अचानक लाभ बघून आनंदानं चीत्कार करून एकमेकांना मिठ्या मारल्या, उड्या मारल्या आणि मग बराच वेळ हा आनंदोत्सव साजरा करून त्यांनी केळी खाल्ली.

टोळ्यांमध्ये हा मोठा, हा धाकटा, असा भेदभाव आहे. दादालोक दादागिरी करतात. पण समोरच्यानं शरणागती पत्करली की, मिठी मारून, हाताला हात लावून दादासुद्धा प्रतिस्पर्ध्याला अभय, आश्वासन देतो.

प्रणयाराधनेत एखाद्या मादीला नर पसंत नसला, तर जबरदस्ती होत नाही. बलात्कार होत नाही. चार-सहा वर्षांचं लहान पोर आईवर अवलंबून असतं. रागानं धोंडे फेकून मारणं, मादीला बोलावण्यासाठी झाडाची डहाळी हातात घेऊन ती हलवणं, शरणागतीसाठी दोन्ही हात वर करणं– अशा खाणाखुणा ही माकडं करतात. आवाजावरनं त्यांना दुसरं माकडं कोण आहे, हे कळतं.

मोठी माकडं लहान पोरांना गुदगुल्या करतात; खेळवतात. लोखंडी पेट्यांतून ठेवलेली केळी पेटीच्या दाराच्या कड्या उघडून घ्यायला ती पट्कन शिकतात. एवढंच नव्हे, तर स्क्रू-बोल्ट लावून जरी पेटीचं झाकण बंद केलं, तरी स्क्रू काढून एक-दोन हुशार माकडं पेटी उघडतात आणि इतरांनाही दुसऱ्या पेट्या उघडून देतात. धीटपणानं तंबूत शिरून काही मोठी माकडं कार्डबोर्डच्या पेट्या शोधतात. कार्डबोर्ड चघळतात. ब्लँकेट पळवतात, पांघरून बसतात.

एकूण, त्यांच्यात थोडीफार माणुसकी असते.

आपल्या एवढ्याशा पोराला घेऊन ह्या जोडप्यानं आफ्रिकेच्या दुसऱ्या भागात जाऊन कोल्हे, तरस, रानटी कुत्रे ह्यांचाही अभ्यास केला आहे आणि 'इनोसंट

किलर्स' नावाचं आणखी एक पुस्तक सत्तर साली प्रसिद्ध केलं आहे. हे पुस्तक म्हणजे एका स्वतंत्र लेखाचा विषय आहे.

'इन द शॅडो ऑफ मॅन' पुस्तकाचा शेवट करताना जेननं लिहिलं आहे :
'एके दिवशी ओढ्याच्या काठी मी डेव्हिडच्या जवळ बसले होते. माझ्याशेजारीच पडलेलं शिंदीचं एक पिकलं फळ मी पाहिलं. ते उचलून मी हातावर घेतलं आणि हात डेव्हिडपुढं केला. त्यानं तोंड फिरवलं. मी हात आणखी पुढं केला. त्यानं फळाकडं पाहिलं, माझ्याकडं पाहिलं आणि माझ्या हातावरचं फळ घेतलं... आणि त्याच वेळी माझा हात आपल्या हातात घेतला. हळुवारपणे, पण घट्ट धरून ठेवला. मी निश्चल राहिले. त्यानं माझा हात सोडला. फळाकडं पाहिलं आणि ते जमिनीवर टाकलं. डेव्हिडच्या ह्या स्पर्शातलं आश्वासन कळायला प्राणिशास्त्रज्ञच असलं पाहिजे, असं नाही. त्या क्षणी मला वाटलं, की मी सगळं भरून पावले. अपेक्षेपेक्षा फार मोठं असं काही माझ्या पदरी पडलं आहे.'

अशी ही एक विलक्षण जिद्दी स्त्री, जेन व्हान लाविक गुडाल. आता तिच्याच कर्तृत्वानं सुरू झालेल्या गोम्बे स्ट्रीम रिसर्च सेंटरची ती डायरेक्टर आहे. शिवाय स्टॅनफोर्ड विद्यापीठात व्हिजिटिंग प्रोफेसर आहे.

∎

'स्त्री', दिवाळी १९७७

वाघांबरोबर एक वर्ष

१०

नवेगाव, पालांदूर, पवनी, गिधाडपहाड, इटियाडोह अशी ठिकाणं बघत-बघत, बराच प्रवास करून मी भंडारा जिल्ह्यातील नागझिरा ह्या सुंदर अभयारण्यात आलो. माझ्याबरोबर वनाधिकारी आणि अन्य पशुपक्ष्यांविषयी व्यासंगपूर्ण लेखन करणारे श्री. मारुती चितमपल्ली होते. नागझिऱ्याच्या रेस्ट हाऊसमध्ये वरच्या गॅलरीत आम्ही दोघे खुर्च्या टाकून बसलो. निवांत वेळ होता. समोर हिरवळ, बाग होती; त्या पलीकडे शांत निळा जलाशय होता. त्यापलीकडे जंगल आणि त्याहीपलीकडे डोंगरांच्या रांगा. अगदी हवा-हवा वाटणारा असा हा वनवास होता. जंगल खात्यातील अधिकारीच असल्यामुळे मारुतराव इथं बऱ्याच वेळा येऊन गेले होते. ते म्हणाले, "इथं लहानशी लायब्ररी आहे; वन्य प्राणी, पशू यांच्यासंबंधीची काही पुस्तकं आहेत."

सुदैवानं नागझिऱ्याला अद्याप वीज पोचलेली नाही. गॅसबत्त्या आणि कंदील हीच प्रकाशाची साधनं आहेत.

चौकीदारानं पुस्तकांचा भारा आणून समोर ठेवला.

जॉर्ज शेल्लर ह्या अफलातून लेखकाचं पहिलं पुस्तक मी इथं वाचलं.

रात्र वाढलेली होती. आजूबाजूला हिंडणाऱ्या, माजावर आलेल्या चितळ नरांच्या हाका जंगलात दणाणत होत्या आणि मी कंदिलाच्या सौम्य प्रकाशात, रात्री एक-दीडपर्यंत शेल्लर वाचत होतो.

कान्हा-किसली ह्या मध्य भारतातल्या अभयारण्यात वाघाच्या मागं वर्षभर हिंडून शेल्लरनं लिहिलेल्या ह्या पुस्तकाचं नाव :

'द डिअर ॲण्ड दि टायगर'.

आपल्याला वाटतं की, कुठं तरी बंदोबस्तानं, मचाणावर बसून ह्या गोऱ्या माणसानं वाघ पाहिले असतील आणि काही तरी थातुर-मातुर गप्पा मारलेल्या असतील.

छे! हा एक अभ्यासपूर्ण, वाचनीय असा साडेतीनशे पानांचा ग्रंथ आहे. भारतातल्या वाघांचं ह्यापूर्वी कोणा

अभ्यासकानं इतक्या जवळून निरीक्षण केलेलं नाही.

बत्तीस वर्षे वयाचा शेल्लर हातात दुर्बीण घेऊन कान्हा-किसलीच्या जंगलात पायी हिंडला. सहा महिन्यांच्या आत कान्हातल्या सगळ्या वाघांना तो ओळखू लागला आणि त्यानंच लिहिलं आहे की, 'प्रत्येक वाघही मला ओळखू लागला.'

'लाइफ' ह्या जगप्रसिद्ध नियतकालिकानं वाघांची रंगीत छायाचित्रं घेण्यासाठी आपला माणूस स्टॅन वेमन याला कान्हाला पाठवलं आणि ह्या कामी मदत म्हणून शेल्लरची नेमणूक केली. वेमनला शेल्लरनं समजावून सांगितलं, की वाघ पाहायचे, तर जमिनीवरनंच पाहिले पाहिजेत. गवताच्या आडून, कुणाला न दिसता आणि कसलंही संरक्षण न घेता.

कुरणात असलेल्या पाण्यापासून तीनशे फुटांवर, सहा बाय सहा अशी एक गवताची दडण शेल्लरनं तयार केली आणि दिवस कलल्यावर एक नेपाळी नोकर बरोबर घेऊन हे दोघे त्या घोल्यात जाऊन बसले. कॅमेरा, गरम पांघरूण आणि चहानं भरलेलं मोठं भांडं एवढं साहित्य बरोबर होतं. अंधार पडायच्या आत नेपाळी नोकराला शेल्लरनं परत जायला सांगितलं आणि वेमनपाशी खुलासा केला, "आपण ह्या दडणीला बसलो, ते वाघांनी बघितलं असेल. आपण उठून गेलो, असं त्यांना वाटावं, म्हणून मी त्याला परत पाठवलं."

वेमन म्हणाला, "पण आपण तिघं आलो; परत एकच गेला. सगळे गेले, असं त्यांना कसं वाटेल?"

ह्यावर शेल्लरचा खुलासा असा :

'वाघांना गणित येत नाही.'

अनेक दिवस हा कार्यक्रम चालू राहिला. तिसऱ्या प्रहरी घोल्यात शिरायचं आणि भल्या पहाटेपर्यंत चिडीचिप बसून राहायचं. डुलकी आली, तर घ्यायची; पण दोघांनी एकाच वेळी नाही, आळीपाळीनं. चार-सहा दिवस झाले की, हे घोलं पाण्याच्या दिशेनं थोडं पुढं आणलं जाई. रात्री जनावरांचे आवाज कानी पडत, पण दृष्टीला काही पडत नसे. अधीरता आणि मनावरचा ताण सारखा वाढत राहिला.

एकदा आवाज ऐकता-ऐकताच शेल्लरच्या कानापाशी तोंड नेऊन वेमन कुजबुजला, "खरं सांगायचं, तर मला फार भीती वाटतेय."

धीर वगैरे काही न देता शेल्लर फक्त एवढंच म्हणाला, "दॅट इज बीइंग सेन्सिबल."

पहिल्या आठवड्याच्या शेवटी वेमननं आपल्या डायरीत नोंद केली :

'दिवस उगवायच्या थोडे आधी, समोरच्या टेकडीवर उंच पिवळ्या गवताकडं

एकटक पाहत होतो. एकाएकी चमत्कार झाला आणि गवतानं वाघाचा आकार घेतला. बेडरपणानं तो आमच्या घोल्याकडंच बघत होता. माझ्या सहाशे एम. एम. लेन्सनं मी त्याला मोठ्ठं केलं. दाण्‌कन् त्याचा जबडा माझ्यासमोर, जवळ आला; आणि ह्याला जंगलचा राजा का म्हणतात, ते मला जाणवलं. त्याची तुमच्यावर रोखलेली नजर काळजाचाच ठाव घेते आणि अंगातलं वारंच जातं. ह्या सकाळी वाघाचं जे दर्शन मला झालं, ते टिपणं कॅमेऱ्याच्या ताकदीपलीकडची गोष्ट आहे.'

त्यानंतर वेमन लिहितो :

'रोज अठरा ते वीस तास मी ह्या घोल्यात बसून काढतोय. अन्न आणि झोप नसल्यामुळं मी शरीरानं आणि मनानं कोसळून जाईन, असं वाटतंय. ह्या भागात एक नरभक्षक बिबळ्याही आहे. शेल्लरला बोललं, तर तो म्हणतो, काही धोका आहे, असं मला वाटत नाही; पण ही खात्री प्रत्यक्ष बिबळ्याकडून मला तो ऐकवीत नाही, तोपर्यंत माझी घबराट जाणार नाही.'

शेवटी, शेल्लरनं वाघापासून शंभर फुटांवर घोलं नेलं आणि वाघानं एक चरणारी म्हैस तिच्या पाठीवर झेप घेऊन, मानेत नखं आणि दात घुसवून खाली गुडघ्यांवर पाडली. ती खाली येताच त्यानं तिचं नरडं फोडलं. लागलीच ह्या वाघाच्या तीन बहिणी जंगलातून आल्या आणि चौघेही म्हशीवर तुटून पडले. त्यांचे जबडे रक्तानं माखले, नर-वाघ मागल्या बाजूनं म्हैस खात होता. तिन्ही वाघांनी तिकडं तोंड लावली नाहीत. रात्रभर चौघे खात होते. सकाळी दोनशे पौंड मांस फस्त झालं होतं.

सकाळ झाली. बेसुमार खाल्ल्यामुळं पोटं जड होऊन चारही जण आता धापा टाकीत होते. एका मादीनं उरलेली म्हैस ओढली आणि गिधाडांनी फस्त करू नये, म्हणून दडवून ठेवली. लवकरच सकाळच्या उबदार उन्हात माद्या गवतात पसरल्या. चाटून-पुसून त्यांनी अंगं स्वच्छ केली. दोन-तीन भल्यामोठ्या जांभया देऊन नरही गवतात पसरला. ह्या सगळ्या प्रसंगांचे वेमननं टिपलेले रंगीत दोन पानी फोटो 'लाइफ'च्या बारा जुलै पासष्टच्या अंकात प्रसिद्ध झाले आहेत.

याच अंकात 'माय इअर वुइथ टायगर्स' हा शेल्लरचा लेख आहे. शंभर चौरस मैलांच्या कान्हा नॅशनल पार्कमध्ये वाघांच्या मागोमाग हा अभ्यासू माणूस हत्यार पात्यार न घेता पायी हिंडला. त्यानं वाघानं केलेली शिकार पाहिली, चांदण्या रात्री त्यांच्या हालचाली पाहिल्या. तो झाडांच्या बुंध्याआड दडला, घोल्यात बसला आणि मारलेल्या शिकारीवर वाघ कसा ताव मारतो, हे त्यानं तासन् तास पाहिलं. टिपणं घेतली.

कित्येकदा डरकाळी फोडून, गुरकावून वाघांनी आपली नापसंती व्यक्त केली. पण शेल्लर म्हणतो की, 'सामान्यत: आम्ही शांतता पाळली. प्रत्येक वाघाच्या डोळ्यांवर ज्या काळ्या-पांढऱ्या खुणा असतात, त्यांच्यांत वेगळेपणा असतो. ह्या खुणांवरून हा कोण, तो कोण, हे मी लवकरच ओळखू लागलो. वाघही मला

ओळखू लागले. एकदा तर दगडावर पसरलेल्या वाघासमोर मी अचानक तीन फूट अंतरावर गेलो आणि आमची नजरानजरही झाली. चार बच्चे असलेली एक वाघीण माझ्या चांगल्याच परिचयाची झाली. मी दृष्टीला पडलो, तरी तिला काही वाटेनासे झाले.

'भक्ष्यामागं वणवण हिंडण्यातच वाघाचा सगळा जन्म जातो. ही वणवण तो एकटाच करतो. तासाला दोन ते तीन मैल वेगानं जंगलातल्या वाटा, उंच गवत, दऱ्याखोरी तो पालथा घालतो. ह्या भटकंतीत त्याचे डोळे आणि कान सतत काम करत असतात. संध्याकाळ आणि सकाळ ह्या मधल्या वेळीच त्याची शिकार होते. रानडुक्कर, हरिण असली जनावरं ह्या वेळातच चरायला बाहेर पडलेली असतात. ही झाली नेहमीची गोष्ट. पण मादी व्यालेली, भुकेली असली; तर दिवसाउजेडीसुद्धा ती शिकार करते.

'साधारणत: आपली अशी समजूत असते की, वाघांजवळ तीक्ष्ण नजर आहे, ताकद आहे, चपळाई आहे, तीक्ष्ण नखं आणि दात आहेत; त्यामुळं त्याला जंगलात सहजासहजी शिकार मिळते. उन्हाळ्यात करवंदं गोळा करावीत, तसा तो शिकार मिळवतो. पण हे खरं नाही.' शेल्लर म्हणतो, 'उन्हाळ्याच्या दिवसांत पाण्यासाठी पाच चौरस मैलांच्या परिसरात आठशे प्राणी गोळा झालेले असतानासुद्धा, अनेक रात्री प्रयत्न करून वाघाला एकही शिकार मिळालेली नसते.

'पंधराशे पौंड वजनाचा गवा घ्या. त्याची पाडसं फक्त मारली जातात. एका वर्षाला जेवढी पाडसं जन्मतात, त्यांपैकी निम्मी वाघ उचलतात. जाणत्या गव्याच्या वाटेला जाण्याची चूक वाघ करत नाही. गव्याच्या प्रचंड ताकदीला, दणकट शिंगांना तो भिऊनच राहतो. सुळेवाल्या रानडुकरांनी, दणकट शिंगांच्या गव्यांनी आणि रानरेड्यांनी वाघाला भोसकल्याची अनेक उदाहरणं आहेत.

'जंगलात शिकार मिळणं, ही फार जिकिरीची गोष्ट असते. त्यामुळं बापडे वाघ अनेक दिवस उपाशी असतात. मग खानदान विसरून, ते कधी वानर धरून त्याचा फराळ करतात; कधी बेडकं, कधी पक्ष्यांची अंडी, कधी खेकडे, तर कधी जांभळं, करवंदं असल्या भिकार खाद्यांनी त्यांना भूक भागवावी लागते. करणार काय?'

एका वाघिणीनं पाच रानकोंबड्यांच्या थव्यावर झेप घेतल्याची नोंद शेल्लरने केली आहे. पाचही कोंबड्या दाही दिशांनी फडाडल्या, हिला काही मिळालं नाही.

एकदा एका बिबळ्यानं मारलेलं हरणाचं पोर वाघिणीनं चोरल्याचंही त्यानं पाहिलं आहे.

शेल्लरचा हिशेब असा आहे :

'एका पूर्ण वाढ झालेल्या वाघाला रोज पंधरा ते वीस पौंड मांस लागतं. किंवा असं म्हणा की, साडेतीन टन मांस त्याला एका वर्षाला लागतं. साधारण चितळ एकशे पंचवीस पौंडांचं असतं. म्हणजे वर्षाला सत्तर चितळं त्याला लागतात किंवा

तीस पाळीव गुरं लागतात. कान्हा पार्कच्या आसपास चरणाऱ्या गुरांपैकी दहा टक्के गुरं वाघांकडून मारली जातात. ('वाघाला वाचवा, वाघाला वाचवा' अशी आरोळी आपण ठोकतो, त्या आधी हे सगळे गणित ध्यानी घेणे आवश्यक आहे!)'

'सर्वांत जास्त गैरसमज वाघाच्या कौटुंबिक आणि सामाजिक जीवनाविषयी आहेत,' असं शेल्लरचं निरीक्षण आहे. तो म्हणतो, 'वाघ एकटे हिंडतात, हे खरं; पण रात्री उभ्या-उभ्या एकमेकांची गाठभेट होते. बऱ्याच अंतरावरून वाघ एकमेकांना हाका देतात. ह्या हाकेतच एक हाक 'मी इथं आहे' असं सांगणारी असते. ही हाक 'AA...UUU...AA...UUU...' असा आवाज वारंवार काढून ते देतात. ह्यात पहिल्या स्वरावर आघात असतो. रात्रीच्या शांततेत हा आवाज एक मैलभर दूर पोहोचतो. शिवाय, वाघ– नर असो वा मादी– वाटेनं जाता-जाता मध्येच शेपटी वर करून झाडांच्या बुंध्यावर, झुडपावर मुताच्या तुरतुऱ्या सोडतात. ह्या तुरतुऱ्यांचा भपकारा तीन-तीन महिन्यांनीसुद्धा मी ओळखून काढीन. ह्या जागा एकमेकांना शोधून काढण्यासाठी वाघांच्या कामाला येतात.

'एकानं मारलेली शिकार एकटाच खातो, असं नाही. माझ्या निरीक्षणात एकदा वाघिणीनं मोठ्यानं हाक देताच दूर असलेले तिचे बच्चे तर आलेच; पण एक पाहुणी वाघीणही आली. सर्वांनी मिळून शिकार खाल्ली. आणखी एकदा, एक वाघीण आणि तिचे चार बच्चे, दुसरी वाघीण आणि तिचा एक बच्चा, असे सात जण एका शिकारीवर दोन दिवस जोगावत होते.'

शेल्लर लिहितो :

'पहिल्यांदा मी वाघीण आणि तिची चार पिल्लं पाहिली, तेव्हा ही पिल्लं चार महिन्यांची असावीत. ती सेटर कुत्र्याएवढी होती. त्यांच्या आईनं गवा मारला होता. त्यांच्यापासून शंभर फुटांवर असलेल्या एका झाडाच्या बुंध्यामागं दडून मी रात्रभर निरीक्षण करत राहिलो. रात्री पोटभर मांस खाऊन ही पिलं झोपली. सकाळची कोवळी उन्हं पडताच मात्र त्यांचं खेळणं सुरू झालं. ती पाठशिवणी खेळली, कुस्ती खेळली. मग आजूबाजूच्या जागेचं संशोधन झालं. पानं हुंग, बिळांतून डोकाव, किड्यामागोमाग गवतातून झेपा घे, एकमेकांत शिकार-शिकार खेळ, असा प्रकार दुपारपर्यंत चालला. उन्हं तापू लागताच वाघीण उठली. हळू आवाजात वारंवार गुरगुरली. ह्याचा अर्थ बहुधा– 'हं, आता माझ्यामागोमाग या मुकाट्यानं–' असाच असावा. आई पिलांना सावलीत घेऊन गेली. हे कुटुंब मारलेल्या गव्याभोवतीच पाच दिवस होतं. सगळा गवा संपला, तेव्हा ते तिथून हललं.'

'दि डिअर ॲण्ड दि टायगर' ह्या पुस्तकात वाघांची अनेक निरीक्षणं आहेत. सबंध पुस्तकापैकी शंभर पानांचा मजकूर वाघांवर आहे; आणि त्यानंतर चितळ,

बारशिंगा, गवा, काळवीट, सांबर ह्यांवर वेगवेगळी प्रकरणं आहेत. हा सर्वच अभ्यास सूक्ष्म आहे. एकच उदाहरण द्यायचं, तर चितळाचा तहानेला नर पाणी किती सेकंद पितो, ह्यापासून चितळ कोणते गवत, कोणत्या झाडांचे पाले, कोणत्या वेली आणि कोणती फळे खातात– त्या यादीपर्यंत सर्व गोष्टी शेल्लरनं दिल्या आहेत.

असाच एक अभ्यास शेल्लरनं आफ्रिकेतील सेरेनगटी पार्कमधील सिंहावर केलेला आहे. सिंहांच्या कळपाबरोबर हिंडूनच त्यानं सगळी माहिती गोळा केली आहे. तो लिहितो :

‘ऐतिहासिक काळात ग्रीस, सबंध मध्य-पूर्व, उत्तर भारत आणि आफ्रिका ह्या भू-भागात सिंहांची वस्ती होती. आता मात्र ती आकसून आफ्रिकेतील काही भाग आणि भारतातील लहानसं गीर जंगल एवढ्यापुरती मर्यादित झाली आहे. आफ्रिकेतील सेरेनगटी पार्क हे अभ्यासकांसाठी सोईचं ठिकाण आहे. इथं पुष्कळ सिंह आहेत. सहज उघड्यावर आपल्याला ते आढळतात. मोटारीसारख्या वाहनांना ते भीत नाहीत. त्यामुळं सपाट गवताळ रानात त्यांच्या अगदी नजीक आपण जाऊ शकतो. पुष्कळदा माझ्या लहानशा घरात बसूनच माझं निरीक्षण मला करता आलं; कारण मी, माझी बायको के आणि दोन लहान मुलं– सेरेनगटीला ज्या लहानशा लाकडी बंगल्यात राहत होतो, त्याच्याभोवती सिंह हिंडायचे. माझ्या डायरीत एक नोंद अशी आहे– एकवीस नोव्हेंबरला बॉर्डन टर्नच्या घरापाठीमागं पंधरा यार्डांवर असलेल्या लाकडाच्या ढिगावर पंधरा सिंह पसरलेले दिसले. रात्री हिरवळीवर येऊन त्यांनी टेनिसचे नेट चावून टाकलेले होते.

‘मी निरीक्षण करतो आहे, त्या कळपांपैकी एकात तीन मोठे नर, सात सिंहिणी आणि नऊ पोरे आहेत. दुसऱ्या कळपात दोन नर, सोळा सिंहिणी आणि चार पोरं आहेत. ह्यांपैकी प्रत्येकाला मी ओळखतो. जखमांचे व्रण, फाटका कान, गेलेला डोळा अशा काही विशिष्ट खुणांमुळे हे शक्य असतं.

‘माद्या शिकार करतात आणि नरही संधी साधतात. मी पाहिलं, हवेतून उड्या घेत चाललेल्या एका हरणाला झेप घेऊन एका सिंहिणीनं पकडलं. मानेला धरून ओढत जाळीत नेलं. दरम्यान, दुसऱ्या सिंहिणीनं तिला पाहिलं. काही वेळ दोघींचा झगडा झाला. दोघींनीही अर्धं-अर्धं हरिण घेतलं आणि त्या खायला बसतात ना बसतात, तेवढ्यात दोन सिंह आले. दोघांनीही सिंहिणींवर झडप घेऊन हरिण हिसकावलं. सिंहिणींनी पुष्कळ गुरगुराट केला, सिंहांच्या तोंडावर पंजे मारले; पण अखेर त्यांना गप्प निघून जावं लागलं.

‘आणखी एकदा तीन सिंहिणी खोल बिळात दडून बसलेलं एक डुक्कर उकरून काढत होत्या. त्यांचा हा उद्योग शांतपणानं बघत दोन सिंह बसले होते. दीड

तास जारीचा प्रयत्न केल्यावर त्या तिघींनी बिळातलं डुक्कर ओढून काढलं आणि इतका वेळ वाट बघत बसलेल्या दोन सिंहांनी झडप घालून ते बळकावलं.'

'गोल्डन शॅडोज, फ्लाइंग हूव्हज्' ह्या पुस्तकात शेल्लरने सिंहांसंबधीचा आपला सगळा अभ्यास दिला आहे. सिंह, चित्ते, बिबळे आणि तरस यांचं निरीक्षण करत शेल्लर तीन वर्षे सेरेनगटीला राहिला. हे पुस्तक म्हणजे एक अभ्यास असूनसुद्धा कादंबरीसारखं ते आपण वाचतो. कारण शेल्लर नुसता शास्त्रज्ञ नाही, तर चांगला लेखकही आहे. ह्या सर्वच प्राण्यांचं कौटुंबिक जीवन, संभोग, जनन, मरण–सगळ्यांविषयी शेल्लर लिहितो आणि निसर्गातील घडामोडींचं केवढं तरी भव्य दर्शन आपल्याला घडवतो.

'जानेवारीच्या शेवटी किंवा फेब्रुवारीत वाइल्ड बीस्ट नावानंच ओळखल्या जाणाऱ्या जंगली गुरांच्या माद्या वासरं टाकतात. हा सगळा सोहळा पाहणं, हे एका परीनं स्फूर्तिदायक आणि तितकंच करुणही असतं. मी एकदा पोर घालताना मादी पाहिली. दूर होतो आणि डोळ्यांना दुर्बीण लावून पाहत होतो. जोरजोरानं धापा टाकीत ती एका जागी उभी होती. लवकरच वासराचे दोन पाय दिसू लागले. खुरांचा रंग अगदी फिक्कट होता. मग डोकं, शरीर चमकदार राखी रंगाच्या आवरणात गुंडाळलेलं मोटलं खाली गवतात पडलं. त्यासरशी नाळ तुटली. आई तत्काळ वासराचं ओलंचिक् अंग चाटू लागली. काही सेकंदांतच वासरानं तोंड वर उचललं. वर आईचं शरीर दिसताच ते उभं राहण्यासाठी धडपडायला लागलं, थोडंसं उठलं आणि बद्कन् बुडावर पडलं. पुन्हा उभं, पुन्हा लटपटून पडलं. पण मातीतून मिळालेलं शहाणपण त्याला स्वस्थ पडू देत नव्हतं. धडपडून-धडपडून फाकलेल्या चारी पायांवर अखेर ते उभं राहिलं. आता पाय घट्ट होते, पण शरीर झुलत होतं. त्याचा हा विजय बघून मी आनंदित झालो. मूकपणानं शाबासकी दिली. ते पुन:पुन्हा पडलं, पण दहाएक मिनिटांत छान, आईला टेकून उभं राहिलं. बाकीच्या गुरांत खळबळ उडाली. काहींनी ह्या आई-लेकरांभोवती कोंडाळं केलं. कुणी हळूच पोराच्या नाकाला नाक लावलं. ढुशी दिली. आपणच ताड्कन् उडी घेतली किंवा दोन पायांवर उभे राहिले. आज्ञापालनापैकी वासरानं पाळायची पहिली आज्ञा म्हणजे, स्वत:च्या पायांवर उभं राहायचं; आणि दुसरी, सतत आईबरोबर राहायचं. कारण प्रचंड मोठा असा वाइल्ड बीस्टचा कळप सारखा पुढं-पुढं चालत असतो. आईत आणि पोरात पन्नास फुटांचं अंतर जरी पडलं, तरी आई-लेकराची पुन्हा कधीही गाठ पडत नाही.

'दुसरी कोणतीही मादी चुकलेलं पोर आपलं म्हणत नाही; त्याला स्वीकारत नाही. एकटं पडलेलं हे पोर मग भुकेनं मरून जातं किंवा कोणी तरी सिंह, चित्ता, तरस त्याला खाऊन टाकतो.

'चुकलेलं पोर– हे नेहमीचं दृश्य. आपण चुकलो, हे ध्यानी येताच सैरभैर

होऊन पोर कधी समोर, कधी मागं असं उधळतं, ओरडतं. पण चौखूर दौडत चाललेल्या कळपाच्या खुरांच्या आवाजानं त्याचं ओरडणं कुणाच्या कानी पडत नाही. मग हे पोर कुणाची तरी पाठ धरतं. ते कुणी तरी त्याला ढकलून दूर सारतं. शेवटी थकून गेलेलं हे पोर कुणाची तरी पाठ धरायचीच, म्हणून इकडं-तिकडं बघत राहतं. धुरोळ्याबरोबर कळप पुढं चाललेला असतो. हे एकाकी पोर अफाट अशा त्या गवताळ प्रदेशात फिक्कट विटकरी रंगाचा ठिपका दिसावा, तसं दिसतं. अखेर बावरलेलं ते आईवेगळं पोर कुणाच्याही मागं जातं. कधी झेब्राच्या, कधी मोठ्या काळविटाच्या. वाइल्ड बीस्ट पोरं टाकतात, त्या मोसमात माझी बायको पहिल्यांदा माझ्याबरोबर जेव्हा आली, तेव्हा असं चुकलेलं एक पोर आमच्या मोटारीलाच आई समजून धावत मागं येऊ लागलं. त्याचं ते केविलवाणं ओरडणं आणि धावणं बघून के लाही रडू कोसळलं. पुढं जेव्हा अशी अनेक चुकलेली पोरं तिनं पाहिली, तेव्हा माझ्याबरोबर येण्याचं तिनं साफ नाकारलं!

'एकदा चुकलेलं असलं एक पोर सिंहाच्या पाठी लागलेलं मी पाहिलं. दोन सिंह पुढं चालले होते आणि त्यांच्यामागे पन्नास फुटांवर पोर होतं. पार पुढं जाऊन सिंह गवतात बसले. पोरानं त्यांचा नाद सोडला आणि ते चढणीला लागलं, पुढं त्याच्या पलीकडचं तसंच एक दुसरं पोर त्याला दिसलं. लगोलग हे पोर त्याच्याकडं धावलं आणि ते धावताना बघून गवतातून एक सिंहीण उठली. आणि थोडा वेळ पाठलाग करून तिनं त्याला धरलं.

'सिंहिणीनं नरड्यावरची दातांची पकड गच्च केली, पोराचे डोळे विझत चालले, आणि त्याच वेळी ते दुसरं पोर धावत त्याच्याकडे येत होतं!'

शेल्लरचं अगदी पहिलं पुस्तक 'गोरिलांबरोबर एक वर्ष' हे मला पुष्कळ दिवस मिळालं नव्हतं, ते नुकतंच मिळालं. आफ्रिकेतल्या पूर्व कांगोच्या डोंगराळ मुलुखात गोरिलाच्या कळपाबरोबर वर्षभर हिंडून शेल्लरनं हे पुस्तक लिहिलं आहे. सहा-सात फूट उंची आणि प्रचंड बळ असलेल्या ह्या प्राण्यांच्या कळपाबरोबर एकटं हिंडून त्यांच्या जीवनाचा अभ्यास करणं, ही सामान्य गोष्ट नाही. इथंही, चार-सहा कळपांतल्या प्रत्येक गोरिलाला तो ओळखू लागला. त्यांना त्याने नावं दिली. गोरिला झाडावर झोपण्यासाठी घरटं कसं करतात, त्यांचं सामूहिक जीवन कसं असतं, ते काय खातात, पोरांना कसं वाढवतात, आपल्या भावभावना कशा व्यक्त करतात, ह्या सर्वांविषयी शेल्लरनं लिहिलं आहे.

जंगलातल्या प्राण्यांविषयी शेल्लरच्या भावना दाखविणारा ह्या पुस्तकातला हा एकच उतारा :

'मी एकटाच भटकत होतो. बांबूच्या जंगलात रानटी हत्तींच्या जाण्या-येण्याच्या

वाटा पडलेल्या होत्या. ह्या वाटा जुन्या होत्या. पण पुढे मला अगदी ताज्या अशा हत्तींच्या पायांच्या खुणा दिसल्या. जागजागी ताज्या शेणांचे ढीग होते. त्यांवर माश्या घोंगावत होत्या. मी शेणात बोटं खुपसून पाहिलं. शेण आत उष्ण लागत होतं! वाऱ्याबरोबर ढग जंगलात उतरले. त्यांनी बांबूंना वेढलं. दाट धुकं दिसू लागलं. पन्नास फुटांपलीकडचं मला काही दिसेना. मी सावधपणानं चालत राहिलो. कुठं डहाळी वाजते का, हत्तीचं पोट गुरगुरल्याचं ऐकू येतं का, कुठं काळे-निळे ढीग असे हत्तींचे आकार दिसतात का, हत्तीच्या अंगाचा वास कुठं येतो का? पण काही दिसत नव्हतं, काही ऐकू येत नव्हतं. माझ्याच छातीची धडधड मात्र ऐकू येत होती. एकाएकी मी हत्तीवरच जाऊन धडकेन, अशी भीती मला वाटत होती. असं अचानक त्याच्या कळपात जाणं फार धोक्याचं होतं.

'मग मी नेहमीच्या आवाजात त्यांच्याशी बोललो, "एलिफन्टस्, हॅलो! कृपा करून मला जाऊ द्या. ही वाट माझ्या कॅम्पकडे जाते, ती मला सोडायची नाही. मी दुर्बल असा एक केवळ मनुष्यप्राणी आहे, माझ्यापाशी काही हत्यार नाही. माझ्यापासून तुम्हाला काही धोका नाही. प्लीज, बाजूला व्हा, मला वाट द्या."

'आवाज न करता हत्तींनी वाट सोडली आणि थोडं पुढं वळून ते दरीत उतरले!'

असा हा शेल्लर आणि अशी त्याची ज्ञानलालसा. भारतातील वन्य पशु-प्राण्यांच्या अभ्यासाविषयी नुकतंच त्यानं लिहिलेलं एक लहानसं टिपण मी वाचलं. शेल्लरच्या मते, 'वन्य प्राण्यांबद्दल जे काही करणं आवश्यक आहे, त्या बाबतीत भारतीय लोक आफ्रिकेच्या चाळीस वर्षं मागं आहेत. कोणताही पद्धतशीर अभ्यास तिथं झालेला नाही. वन्य प्राणिसंपदा सांभाळायची, जतन करायची; तर असा अभ्यास आवश्यक आहे. नाहीशी होत चाललेली चित्त्याची जात जतन करावी, असं नुसतं म्हणून भागत नाही. व्यालेल्या, बरोबर पोरं असलेल्या चित्त्यांच्या मादीला खाण्यासाठी रोज एक हरिण लागतं; त्याची काही सोय तुमच्याकडे आहे का? अभ्यास नाही, असं म्हटलं की, हे लोक खर्चाचा बाऊ पुढं उभा करतात. पण मला वाटतं की, कोणताही अभ्यास पैशावाचून अडण्याचं काही कारण नाही. गळ्यात एक दुर्बीण आणि शरीरात उत्साह असला, की अभ्यास होतो.'

आपण कधी इतिहासापासून धडा शिकलो नाही, मग शेल्लरपासून काय शिकणार?

■

'रसिक' दिवाळी अंक, १९७६

वनमानवाचा प्रेमिक

११

फार थोडी माणसं अशी असतात की, जी अनेकांनी चालून मळलेली वाट चालण्याचं नाकारतात आणि स्वत:च एक वाट शोधून एकाकी चालतात. ह्या वाटचालीत पुष्कळ वेळा अखिल मानवजातीचे ज्यात कल्याण आहे, असं काही तरी त्यांना सापडतं आणि त्यांच्या कर्तृत्वाकडे आपण थक्क होऊन पाहतो, नतमस्तक होतो.

अशी एक अगदी वेगळी वाट जॉर्ज शेल्लर या विलक्षण माणसानं शोधून काढली आहे. आपण वन्य प्राण्यांत जाऊन त्यांच्यापैकीच एक असं राहायचं आणि त्यांच्या जीवनाचा अभ्यास करायचा, ही त्याची महत्त्वाकांक्षा!

'माझ्या आयुष्यात नशिबानं हात दिल्याचे अनेक प्रसंग आहेत,' असं म्हणून शेल्लर सांगतो की, 'मी नुकताच ग्रॅज्युएट झालो होतो. माझे प्राणिशास्त्राचे प्राध्यापक एकदमच मला म्हणाले, "का रे, गोरिला माकडांचा अभ्यास करायला आफ्रिकेत जाशील का?"

'मीही तत्काळ उत्तर दिलं, "हो, जाईन!"...'

हा तरुण माणूस आपल्या बायकोला घेऊन १९५९-६० मध्ये चक्क आफ्रिकेतल्या पूर्व कांगो आणि पश्चिम युगांडातल्या पर्वतराजींवरच्या घनदाट जंगलात हिंडला आणि ह्या आपल्या अभ्यासावर त्यानं 'The Year of The Gorilla' हे विलक्षण पुस्तक लिहिलं.

यापूर्वी जंगलात हिंडणाऱ्या गोरिलांचा इतका तपशीलवार अभ्यास कोणीही केलेला नव्हता.

साहसकथांतून, चित्रपटांतून, प्रवासवर्णनांतून, शिकारकथांतून गोरिलाची भयानक वर्णनं वाचायला मिळतात; ती शेल्लरनं आधी वाचून काढली. ही प्रचंड साधनसामग्री जमा झाली; पण त्यावर विश्वास कितपत ठेवायचा?

अँड्र्यू बाटेल ह्या ब्रिटिश प्रवाशानं १६२५ मध्ये लिहिलं आहे :

'हा प्राणी माणसासारखा, पण प्रचंड दिसतो. उंच, माणसासारख्या चेहऱ्याचा. केसाळ आहे. याच्या तोंडावर आणि कानांवर केस नाहीत. माणसापेक्षा वेगळा दिसतो

तो फक्त एका बाबतीत– याच्या पायाला पोटऱ्या नाहीत. तो झाडावर झोपतो आणि पावसाळ्यापासून बचाव व्हावा, म्हणून निवारा बांधतो.'

समुद्रावर प्रवास करणाऱ्या एका कॅप्टननं १७७४ मध्ये आणखी लिहिलंय : 'हा उभा राहिला, म्हणजे सात ते नऊ फूट असतो.'

शेल्लरच्या पूर्वी काही अभ्यासकांनी तुरळक प्रयत्न केले होते; पण ते अपुरे होते.

शेवटी दोन वर्षं जंगलात हिंडून गोरिलांच्या राहणीचा, सवयींचा अभ्यास करण्यासाठी शेल्लर आणि त्याची बायको आफ्रिकेला गेली.

आपल्या गोरिलाच्या संशोधनावर 'The Mountain Gorilla' हा प्रबंध शेल्लरनं लिहिला, तो वेगळा. पण ह्या जंगलात फिरताना त्यानं जे पाहिलं, अनुभवलं; ते सर्वसामान्य वाचकांपर्यंत पोचवावं, म्हणून त्यानं हे दुसरं पुस्तक लिहिलं आहे. पुस्तकाच्या सुरुवातीलाच तो सांगतो, की–

'ही काही साहसकथा नाही. साहसकथेत कष्ट असतात, अपघात असतात. ह्या गोष्टी बहुधा घडतात त्या निष्काळजीपणामुळे आणि योग्य नियोजनाच्या अभावामुळे. माझ्या बाबतीत तसं नाही. रेखीव-आखीव अशी ही मोहीम होती आणि आम्ही ती प्रयत्नपूर्वक यशस्वी केली. दोन वर्षांच्या ह्या मोहिमेसाठी आम्हाला अनेकांची, म्हणजे व्यक्तींची आणि संस्थांची मदत झाली.

'काबारा ह्या डोंगरावर, म्हणजे दहा हजार फूट उंचीवर चढून गेल्यावर कार्ल ॲकूले या संशोधकाला १९२६ मध्ये गोरिलांचं संशोधन करताना इथंच मरण आलं होतं. त्याची समाधी अद्यापही तिथं होती. शिवाय पंचवीस वर्षांपूर्वी बांधलेली झोपडी इथं होती. तीन खोल्या, दोन टेबलं, तीन खुर्च्या, दोन खाटा. झोपडीचं छप्पर पत्र्याचं होतं. थंडी विलक्षण होती. झोपडीपासून चारशे फुटांवर पाण्याचा झरा होता. चारी बाजूंना गर्द जंगल होतं.'

सकाळी झोपडीपाठीमागच्या माऊन्ट मिकेनो डोंगरावर शेल्लर एकटाच भटकायला निघाला. त्यानं सोबतीला मुद्दाम कुणाला घेतलं नाही. चढणीवर, उतारावर झाडझाडोरा, गवत वेड्यासारखं वाढलं होतं– सहा-सहा फूट.

शेल्लर वेलीत पाय अडकून आपटला. अंग-तोंड ओरखड्यांनी रक्तबंबाळ झालं. मधेच पायातून एक लहान हरिण अकस्मात ओरडत उडालं आणि त्याच्या छातीत धडधडाट झाला.

'आपल्याला माहीत नसलेल्या जंगलातून भटकणं, हा विशेष अनुभव असतो. सगळं नवं, गूढ वाटतं. आपली सगळी ज्ञानेंद्रियं तीक्ष्ण होतात. कानांवर पडणारा प्रत्येक आवाज स्पष्ट होतो; डोळ्यांना दिसणारी प्रत्येक हालचाल अगदी ठळक

दिसते. ह्या डोंगरात बिबळे आहेत, हे मला ठाऊक होतं. रानम्हशींच्या अनेक पायवाटा एकमेकींना छेद देऊन गेलेल्या तर दिसतच होत्या. ही दोन्हीही जनावरं बेभरवशाची म्हणून प्रख्यात आहेत. पण मी सावध होतो. संशयास्पद अशा कुणापासूनही प्रत्येक प्राणी एक विशिष्ट अंतर ठेवून राहतो आणि हे अंतर कमी होतंय म्हणताच दूर उधळतो. स्वतःच्या संरक्षणासाठी, हल्ला करायला सिद्ध होण्याअगोदरसुद्धा एका विशिष्ट अंतरापर्यंत तो दुसऱ्याला येऊ देतो. वेगवेगळ्या जातींच्या जनावरांच्या या वागणुकीचा अंदाज जोपर्यंत येत नाही आणि समोरचं दृश्य, कानांवर पडणारे आवाज, येणारे वास याचा अन्वयार्थ जोपर्यंत लावता येत नाही; तोपर्यंत जंगलात धोका असतो. पण त्या धोक्याची जाणीव काही आपल्याला घेतलेली वाट सोडायला लावत नाही. उलट, माग शोधण्यातला उत्साह वाढतो, मजा येते.

'ह्या भटकंतीत मला फक्त गोरिलानं केलेली तीन घरटी दिसली. झाडाझुडपांच्या डहाळ्या ओढून ओबडधोबड असा बिछाना तयार केलेला होता. पण सुकलेल्या डहाळ्या आणि गोरिलांनी टाकलेल्या शेणावर जमलेली बुरशी बघितल्यावर ही घरटी जुनी आहेत, याबद्दल माझी खात्री झाली.'

दुसऱ्या दिवशी शेल्लर आणखी हजार फूट वर गेला. तिथं आणखी एक झोपडी होती, म्हणे. जाताना त्यानं आपली झोपायची पिशवीही बरोबर घेतली. न जाणो, राहण्याचा प्रसंग आलाच, तर ती असावी.

तेरा हजार पाचशे फूट उंच अशा 'कारिसिंबी' डोंगराचं शिखर ढगात झाकून गेलं होतं.

आता मात्र शेल्लरला चढणं जिकिरीचं झालं. अंग जड वाटायला लागलं. पन्नास पावलं टाकावीत; थांबावं, दम घ्यावा; पुन्हा पन्नास पावलं टाकावीत. फार दमलं की, गार जमिनीवर पालथं पसरावं, पक्ष्यानं पंख पसरावेत, तसे हात पसरावेत; आता उठून चालू शकेन, असं वाटलं, की उठून चालावं– असा प्रकार सुरू झाला.

'ह्याच डोंगराच्या उजाड शिखरावर डॉ. जेम्स चॅप्लिन या संशोधकाला माकडाचा सांगाडा सापडला होता. आणि माऊन्ट किलिमांजारोच्या शिखरावर वीस हजार फूट उंचीवर रानकुत्र्यांचा कळप पाहिल्याचंही कोणा संशोधकानं नोंदवल्याचं मला आठवलं. म्हणजे, उंच डोंगरशिखर जिंकायचं, ही ऊर्मी काही माणसाच्याच मनात येते, असं नाही.

'मी वर पोचलो. इथं १९०३ पासून आलेल्या गिर्यारोहकांनी टाकून दिलेली डबडी, फळकुटं असला कचरा मला दिसला.

'वीस मिनिटं थांबलो. ढग सरकले, पण एकाएकी गारा सुरू झाल्या. मग मात्र मी भराभर खाली उतारावर आलो. एक भूगर्भशास्त्रज्ञ १९०७ च्या फेब्रुवारी महिन्यात इथं पोचला होता. बरोबर आणलेलं सामान वाहणारे आफ्रिकन लोक थंडीनं, हिमवर्षावानं इतके गारठून गेले की, जमिनीवर पसरलेले ते उठलेच नाहीत.

'आम्हाला हे देवाचं बोलावणं आलंय,' असं वरचेवर विव्हळत राहिले. वीस लोक तिथं मेले होते. तो सगळा प्रकार मला आठवला.

'कंपासचं वरचेवर साह्य घेत मी रेस्ट हाऊसपर्यंत आलो, तेव्हा फक्त एक आफ्रिकन हमाल माझी वाट पाहत तिथं उभा होता. बरोबरची सगळी मंडळी काबाराला गेली होती. मी भिजून चिंब झालो होतो.

'दुसऱ्या दिवशी जंगलात फिरताना मला आवाज आला. गोरिलानं मला पाहिलं असलं पाहिजे. मी झाडावर चढलो. उंच डहाळ्यांत जाऊन बघत बसलो. गोरिलांच्या भिजल्या अंगाचा वास हवेत होता. दिसलं काही नाही; पण गोरिलाचं ओरडणं पुन:पुन्हा ऐकू आलं. ओरडणं, म्हणजे ती किंकाळीच होती.

'जंगलातल्या शांततेला हजार तडे गेले. माझ्या मानेवरचे केस उभे राहिले.

'मी हलकेच खाली उतरलो. सावकाश थोडं पुढं जावं, थांबावं, सावट घ्यावा, पुन्हा चालावं– असं करू लागलो. माश्यांच्या घोंघावण्याचा आवाज तेवढा यायचा.

'पार खाली, पांढरे ढग वर चढून हलके-हलके येत होते.

'पुन्हा एक गर्जना ऐकू आली.

'अजून पुढं जायला हवं होतं. हा उतार उतर, तो चढ, पुन्हा उतर, पुन्हा चढ– असं मी करत होतो.

'– आणि एकदाचे गोरिला मला दिसले. काही खाली गवतात होते, काही झाडांवर होते. त्यांच्या-माझ्यात दोनशे फूट अंतर होतं.

'एक नर प्रचंड मोठा. पांढऱ्या पाठीचा. झुडुपात बसला होता. माझ्याकडे रोखून बघता-बघता त्यानं पुन्हा गर्जना केली. त्याच्या शेजारी एक पोर होतं. चार-एक वर्षांचं असावं. शेजारीच तीन माद्या होत्या. लठ्ठ, शांत अशा. त्यांच्या छात्या लोंबत होत्या. टोकं लांबडी दिसत होती. नराच्या शेजारीच त्या बसल्या होत्या. आणि वर झाडाच्या दुबेळक्यात एक मादी बसलेली होती. तिच्या खांद्याच्या केसांना लहान पोर लोंबकळत होतं. काही गोरिला मला बघून दाट झाडीत शिरल्याचं मी पाहिलं.

'आजवर मी फक्त प्राणिसंग्रहालयातले गोरिला पाहिले होते. अंगावरच्या केसांच्या मळकट जटा झालेल्या. पिंजऱ्यातल्या सिमेंटच्या जमिनीवर लोळून दुसरं काय होणार? त्यामुळे जंगलात स्वैर हिंडणारे हे सुंदर गोरिला बघून मी चकित झालो. त्यांची अंगं नुसती काळीभोर नव्हती; तर निळी-काळी, चकचकीत झालेली होती. आणि त्यांचे चेहरे तर काय, तुकतुकीत काळेभोर होते!

'एकमेकांकडे बघत आम्ही बसलो. सर्वांत माझं लक्ष त्या पहिलवान नराकडं होतं. उठाबश्या काढाव्यात, तसा तो उठला, बसला. चांगला सहा फूट उंच होता. उभ्या-उभ्या त्यानं छाती बडवून आवाज केला. पुन्हा बसला.

'इतकं उमदं जनावर मी कधी पाहिलं नव्हतं. त्याच्या डोळ्यांवर भुवयांचे केस पुढे आले होते. डोक्यावर केसांचं टोपलं होतं. ओरडताना त्याचे पांढरे सुळेसुद्धा मला दिसले. काळ्या टार्टरनी ते भरले होते. छातीचे स्नायू कसे पीळदार होते! दमदार छातीचा, रुबाबदार, शक्तिशाली असा हा नर होता. त्याच्याशी जवळून परिचय व्हावा, अशी ऊर्मी माझ्या मनात निर्माण झाली. काही तरी करून माझ्या मनातली ही गोष्ट त्याला कळवावी, असं वाटलं. मित्रा, माझ्यापासून तुला काही भय नाही; फक्त मला तुझ्याजवळ यायचं आहे– ही अशी इच्छा यापूर्वी कोणत्याही जनावराविषयी माझ्या मनात निर्माण झाली नव्हती. एकमेकांकडे पाहता-पाहता, कोणत्या तरी नात्यानं आपण बांधलेलो आहोत, हे त्याला कळलं तर नसेल ना, असा विचार माझ्या मनात आला!

'मी दुसऱ्या दिवशी हा कळप बघितला, तर एकूण बावीस गोरिला त्यात होते.

'पाच तास निरीक्षण करून मी परत मुक्कामाशी आलो!'

'दिवसाच्या वेगवेगळ्या प्रहरी मी आत्तापर्यंत गोरिलांचं निरीक्षण केलं होतं– शांतपणे सगळा कळप विश्रांती घेताना, ह्या ठिकाणाहून त्या ठिकाणी जाताना, आपसात खेळताना, त्यांचं खाणं चालू असताना... पण संध्याकाळी ते झोपतात कसे आणि सकाळी उठतात केव्हा, हे पाहायचं राहिलं होतं.

'एके दिवशी दुपारी आभाळ काळवंडून आलं असताना पाच क्रमांकाच्या कळपाबरोबर झोपावं, म्हणून मी काबारा सोडून बाहेर पडलो. पाठीवर बिस्तारा घेऊन चालायला लागलो. माऊंट मिकेनोच्या उंच भागात हा कळप त्या वेळी वावरत होता. पावसानं, शेवाळानं गुळगुळीत झालेले कडे पार करता-करता मला वर पोचायला बराच उशीर झाला. हा सगळा भाग पार करून गोरिला वर गेले होते. तेव्हा माझ्यापेक्षा ते नक्कीच जास्त काटक होते; पण गोरिलाही पाय घसरून पडतात. एका शेवाळल्या खडकावरनं पाय घसरून वीस फूट खाली कोसळलेल्या गोरिलाचा माग मी पाहिला. पण कुठं तरी लटकल्यामुळं त्याला दुखापत झाली नसली पाहिजे. कारण माग तिथंच न थांबता पुढं गेला होता.

'चाळीस यार्डांवर असतानाच माझ्या ध्यानात आलं की, पुढे कळप आहे. झाडाचा आडोसा घेऊन मी बघत राहिलो. एका कललेल्या झाडावर एक-दोन वर्षं वयाची चार पोरं खेळात अजून दंग होती. आपल्या म्होरक्यामागोमाग भरभर वर चढायचं आणि शेवाळल्या खोडावरनं एकापाठोपाठ एक असं बुंध्याकडे घसरत

यायचं, असा खेळ चालू होता.

'एवढ्यात एक मादी खोडावर चढली. खोडाला पाठ लावून फांदीवर बसली आणि काही आवाज न करता तिनं पोरांकडं बघितलं. तिच्या दृष्टीतूनच पोरांना अर्थ कळला असावा. चला झोपायला, असं तिनं सांगितलं असावं. कारण अगदी शहाण्या पोरांप्रमाणं त्यांनी खेळ बंद केला. एक पोर तिच्या कुशीतून घुसलं, दोन्ही टांगांमधून गेलं आणि मग खोडावर उतरलं. दुसरं तिच्या खांद्यावर उतरून घोडा-घोडा खेळलं आणि मग उतरलं. तिसऱ्यानं तिच्या पाठीवरच धाप्कन् उडी घेतली. फक्त चौथं पोर तिच्यामागून नीट चालत झोपायच्या जागेकडं गेलं.

'बिग डॅडी एका झुडपाशेजारी पोक काढून गप्प असा बसला होता– पाषाणातून कोरलेल्या पुतळ्यासारखा. उजवा हात लांब करून त्यानं एक डहाळी आपल्या डाव्या पायाखाली ओढली. पाच-एक मिनिटं तो डहाळ्या ओढत होता. जवळपासच्या झुडपाच्या अशा डहाळ्या घेऊन त्यानं आपल्या अंगाभोवती घरकुल तयार केलं आणि हातपाय पोटाशी घेऊन तो पाऊस पाठीवर घेत पडून राहिला. बिग डॅडीनं घरकुल बांधायला सुरुवात केल्याचं बघून बाकीच्यांनी बांधकाम सुरू केलं. माद्या ह्या कामात गुंतल्या असताना एक पोर दोन वर्षं वयाचं, सात फूट झुडपावर चढलं. त्यानं एक डहाळी धरून वाकवली. ही इतकी वाकली की, तिचे अनेक तुकडे झाले. अखेर असले तुकडे एकमेकांवर रचून सहा-सात मिनिटं खटपट करून त्या पोरानं ओबडधोबड घर बांधलं आणि मग ते आपल्या आईनं केलेल्या घरट्यात, तिच्या शेजारी झोपायला गेलं.

'गोरिलाची पोरं तीन वर्षांची होईपर्यंत आईशेजारीच झोपतात. मात्र घरटं कसं बांधावं, हे शिकण्याची त्यांची खटपट वयाच्या दीड वर्षापासून सुरू होते.

'साडेपाचच्या सुमाराला सगळीकडं शांतता झाली. त्यांच्या काळ्या आकृत्या झाडाझुडपांच्या काळ्या सावल्यांत मिसळून गेल्या. मी बसलो होतो त्या झाडाखाली, काही भाग कोरडा होता. खोडाच्या आडोशामुळं तिथं पाऊस लागत नव्हता. मी खाली उतरलो. ती जागा साफसूफ केली. बसलो. सारडिन माशाचा टिन फोडून क्रीमक्रॅकर बिस्किटांबरोबर तो फस्त केला आणि माझ्या झोपायच्या पिशवीत शिरलो. पानावर सावकाश पडणाऱ्या पावसाच्या थेंबांचा आवाज ऐकत राहिलो. आभाळात ढग जा-ये करताना दिसत होते. माझ्या त्या झाडाला शेवाळं लोंबत होतं, ते काळ्या दाढीसारखं हलत होतं.

'सकाळचे सव्वापाच वाजले, तेव्हा सगळा डोंगर शांत होता. काळागर्द होता. लांब क्षितिजावर अंधुक प्रकाश दिसला. मी झाडावर चढून, सकाळच्या गार वाऱ्यानं कुडकुडत बसलो. सगळी गोरिलामंडळी अजून झोपूनच होती. कुणी कुशीवर झोपलं होतं, कुणी पोटावर पडलं होतं. सात वाजले. पार पलीकडच्या टेकडीवर सूर्य वर

आला, तेव्हा एक-दोघी माद्या उठून हिंडू-फिरू लागल्या. त्यांच्या हालचालींमुळं बिग डॅडी उठला. डोळे मिचमिचे करून इकडं-तिकडं बघू लागला. डी. जे. उठून झाडावर दहा फूट चढला आणि तिथं बसून पेंगू लागला. मग त्यानं वरची फांदी दोन्ही हातांनी पकडली आणि पाय हलवीत बसून राहिला. पण तो बसला होता, ती डहाळी त्याचं ओझं पेलू शकली नाही. ती सावकाश मोडली आणि हा खाली गवतात, झाड-झाडोऱ्यात ढुंगणावर आदळला.

'एका नरानं (हा त्या कळपात नवा आला होता) मला हेरलं आणि दोन आरोळ्या ठोकल्या. दोघा इतर नरांनी त्याला प्रतिसाद दिला.

'मग त्यांचं हिंडणं, फिरणं, चरणं सुरू झालं.

'दिवस मावळला की, गोरिला झोपतात; सूर्य उगवला की, त्यांचं हिंडणं-फिरणं सुरू होतं. त्यांची झोप एकूण तेरा तास असते. रात्री त्यांच्यात काही घबराट, गडबड मला ऐकू आली नाही. काही जणांच्या पोटातलं गुरगुरणं, वारा सोडणं तेवढं ऐकू आलं. कोणी घोरताना मी ऐकलं नाही.

'सर्वसाधारण गोरिलांचं आयुष्य तीस वर्षांचं असतं. पाठीवर केस पांढरे झालेले नर कळपाचे म्होरके असतात. आकार आणि ताकद यानुसार म्होरकेपण मिळतं. माद्यांचा वचक तरण्या पोरांवर असतो आणि तरण्या पोरांना लहान पोरं बिचकून राहतात.

'सामान्यत: गोरिला हे शांत स्वभावाचे प्राणी आहेत. त्यांच्यात दंगाधोपा सहसा होत नाही. काहीसे अंतर्मुख, तपस्वी दिसावा तसे ते दिसतात. त्यांच्या सगळ्या भावभावना त्यांच्या गडद तपकिरी रंगाच्या डोळ्यांतून व्यक्त होतात. त्यांची भाषा ही केवळ डोळ्यांचीच भाषा आहे. आरशात प्रतिबिंब दिसावं, तसं त्यांचं मन त्यांच्या डोळ्यांत दिसतं. समोरासमोर माझी-त्यांची गाठ पडत असे; तेव्हा त्यांच्या हालचालीपेक्षा, आवाजांपेक्षा त्यांचे डोळे बघूनच मी माझा पुढचा पवित्रा ठरवीत असे.

'डी. जे. आणि ज्युनिअर, आणखी एक मादी बराच वेळ माती खात बसलेली मला दिसली.

'ती माती गोळा करून मी आणली आणि तपासली, तेव्हा तिच्यात पोटॅशियम आणि सोडियम हे क्षार आढळले.'

आपल्या अभ्यासाच्या काळात शेल्लरनं निरनिराळे कळप पाहिले. त्यांना क्रमांक दिले, नावं दिली. तो लिहितो की, '१९५९ ते ६० ह्या काळात सहा क्रमांकाच्या कळपाचं निरीक्षण करण्यात मी एकूण एकशे एकूणसाठ तास खर्च केले. काही रात्री मी त्यांच्या सोबतच झोपलो, त्यांच्याबरोबर प्रवास केला. त्यामुळे त्यांच्या रोजच्या दिनक्रमाचा मला जवळून परिचय करून घेता आला. त्याचं सगळं जीवन रमत-गमत चाललेलं असतं. हिंडायचं, खायचं, झोपायचं. 'आला दिन,

गेला दिन' ह्या काळाच्या लयीत कुठं बाध येत नव्हता. असं जीवन माणसाच्या वाट्याला आलं, तर तो कंटाळून जाईल; पण गोरिलांना कधी कंटाळा आल्याचं मी पाहिलं नाही. कंटाळा का येतो? आजच्या परिस्थितीपेक्षा काही वेगळी अशी चांगली परिस्थिती कल्पनेनं पाहिली की, कंटाळ्याला सुरुवात होते. गोरिलामंडळी भविष्याचा विचार न करता, 'ठेविले अनंते तैसेचि राहावे, चित्ती असो द्यावे समाधान' अशी राहतात. खरोखर मी इतकी जनावरं आजवर जवळून पाहिली; पण गोरिलांइतकी शांत, निवांत दुसरी कोणी आढळली नाहीत. त्यांच्या गरजेच्या वस्तू म्हणजे अन्न, घरटं बांधण्यासाठी आवश्यक त्या काटक्या, डहाळ्या, पाने अन् दुसऱ्या गोरिलाची सोबत आणि माद्या. ह्याबाबत स्पर्धा कधी दिसत नाही. गोरिला सतत भीतीच्या छायेत कधीही नसतात. कुणाला भ्यायचं? एक माणूस सोडला, क्वचित बिबळ्या सोडला; तर त्याच्यावर हल्ला करण्याची कुणाची प्राज्ञा आहे? हां; अपरिचित, एकदम नव्या अशा दर्शनानं तो पळून जाईल आणि धोका वाटला, तर स्वत:च्या रक्षणासाठी सिद्ध राहील. पण एरवी तो ह्या डोंगरभागाचा राजाच असतो.

'सहा क्रमांकाच्या कळपात, मिसेस गंथ नावाची जी गोरिला मादी होती, तिनं सत्तर फुटांवर एक प्रचंड रानरेडा बघितला. अतिशय धोकेबाज, शक्तिशाली असा हा प्राणी. पण आपलं पोर पाठीवर घेऊन मिसेस गंथ सरळ त्याच्याकडं चालत गेली. ती तीस फुटांवर येईपर्यंत रेडा कान टवकारून बघत उभा होता. पण मग मात्र शेपूट उभं केलं आणि तोंड फिरवून तो धूम पळाला!'

शेल्लरचं म्हणणं आहे की, माणसापेक्षा जनावरांना हावभाव, नजर याचा अर्थ तत्काळ आणि बरोबर लागतो. मी शांतपणे त्यांच्याजवळ गेलो, तर याच्यापासून आपल्याला काही धोका नाही, हे गोरिलांना कळत असे. आपण श्रेष्ठपणा, उद्दामपणा, हे सगळं झाडून टाकून, मवाळ होऊन जनावरापुढं जाणं, हे माणसाला फार कठीण असतं. तुम्ही बंदुकीसारखं हत्यार घेऊन त्यांच्याकडं गेलात, तर केवळ ते हत्यार जवळ असल्यामुळं तुमच्या चालण्यात, नजरेत तो उद्दामपणा येतो; तो जनावरांना तत्काळ कळतो. साधी रोखलेली नजरसुद्धा त्यांना कळते. म्हणून मी फार वेळ टक लावून त्यांच्याकडं बघत नसे. दुर्बिणीचा वापरसुद्धा कमीत कमी करी. एक कळप जागचा हलला की, त्यांचा पाठलाग करणं टाळत असे. एकाऐवजी दोन माणसं झाली की, गोरिलांचा कळप अस्वस्थ होई. म्हणून मी सोबत कुणी वाटाड्याही घेत नसे. ह्या सगळ्या खबरदारीमुळं इतके दिवस त्यांच्यात राहून माझ्यावर कधीही हल्ला नाही.

सहा-सहा फूट उंची आणि चारशे ते साडेचारशे पौंड वजन असलेल्या

जंगलातल्या गोरिलांत हिंडून त्यांच्याविषयी जो बारीकसारीक तपशील शेल्लरनं गोळा केला आहे आणि ज्या पद्धतीनं तो पुस्तकात मांडला आहे, तो वाचून आपण थक्क होतो.

पुस्तक संपवताना शेल्लरनं लिहिलं आहे की, गोरिलांच्या संगतीत डोंगरात घालवलेले दिवस हे माझ्या आयुष्यातले अत्यंत संस्मरणीय दिवस आहेत. अभ्यास संपवून तिथून निघताना, ह्या उमद्या प्राण्याविषयीचं माझं प्रेम, त्याच्याविषयी मला वाटणारं कौतुक, हे मला त्यांच्याजवळ व्यक्त करता आलं नाही, ह्या कल्पनेनं मला फार उदास वाटलं.

हाच शेल्लर आफ्रिकेतील सेरेनगटीच्या जंगलात सिंहांपाठोपाठ हिंडला आहे. सिंह, तरस, जंगली कुत्रे यांच्या जीवनावरही त्यानं उत्तमोत्तम पुस्तकं लिहिली आहेत. भारतातील कान्हा-किसली ह्या जंगलात तो वाघांपाठोपाठ हिंडला आहे. वाघ, सांबर, चितळ ह्यांविषयीही त्यानं एक अप्रतिम ग्रंथ लिहिला आहे.

आजपर्यंत अशी वेगळी वाट चोखाळलेले जे कोणी लेखक मी वाचले आहेत, त्या सर्वांत जॉर्ज बी. शेल्लर हा अफलातून लेखक आहे.

■

'ललित', दिवाळी अंक, १९७७

रंग-रेषांचे मृगजळ

१२

आपल्या छंदातूनच आपली उपजीविका करता आली, तर उपजीविका करणं हे माणसाच्या मानेवरचं जोखड न होता विटी-दांडूसारखा एखादा खेळ होईल. पण असे भाग्यवान फारच थोडे असतात की, ज्यांचा छंद आणि उपजीविकेचं साधन एकच असतं. आणि जरी असलं, तरी ज्याचा उपयोग अनावश्यक वस्तू खरेदी करण्यापलीकडं होत नाही, असा अधिक पैसा मिळविण्यासाठी ह्या छंदाचा आणि स्वत:ची उपजीविका करणाऱ्या खेळाचा बोल-बोल म्हणता धंदा होतो. आणि कसलाही धंदा करायचा म्हटला, की माणूस म्हणून आपण उणे-उणेच होत जातो.

मी माझी आयुष्यातली पहिलीवहिली कमाई चित्रकलेवरच केली आहे आणि पहिलीवहिली नोकरी केली, तीही चित्रकार म्हणूनच. माझ्या अत्यंत आवडीचा हा विषय, पण तो मला पुरा अभ्यासता आला नाही. याचं एक कारण म्हणजे रंग, कागद, कुंचले ह्या चित्रकलेच्या साधनांना पैसे पडत होते. अभ्यासासाठी मुंबई, पुणे, कोल्हापूर असल्या मोठ्या शहरांत राहावं लागत होतं. त्या मानानं लेखनासाठी लागणारी साधनं स्वस्त होती. ते कुठंही बसून करता येण्यासारखं होतं. वयाची अत्यंत सुंदर अशी पंधरा वर्षे प्रयोगासाठी खर्च करूनही लिहिण्याचा छंद हे उपजीविकेचं साधन मला करता आलं नाही, आणि मनूनं ज्याला श्ववृत्ती म्हणून त्याज्य असं सांगितलं आहे, ती सेवावृत्ती पत्करावी लागली. असो.

प्राथमिक शाळेत आल्यापासून मला चित्र काढायची आवड होती. ही आवड कशी निर्माण झाली, हे आज शोधून काढणं अवघड आहे.

आठवणी उकरू लागल्यावर ध्यानात येतं की, ही आवड निर्माण व्हायला माझी आई थोडीफार कारणीभूत झालेली आहे.

ती चित्रे काढी.

वर्षभर कसली ना कसली व्रतवैकल्यं करीत राहावं, असं माझ्या आईचं असे. श्रावणमासात तर त्यांना बहर येई. आईची चित्रकला हा व्रतवैकल्याचाच एक भाग होता.

नागपंचमी आली की, घरातली पांढरीच्या मातीनं सारवलेली भिंत घेऊन तिच्यावर एक ठळक पांढरा चौकोन ती चुन्यानं रंगवी. हा चौकोन पाटाच्या आकाराचा असे. मग सहाणेवर हळकुंड उगाळून ती पिवळा, पातळ रंग करी आणि काडीला कापूस गुंडाळून केलेल्या कुंचल्यानं पाच नागांची चित्रं ह्या पांढऱ्या चौकोनावर काढी. तांबडे हळकुंड उगाळून केलेल्या गंधाने ती ह्या नागांना डोळे भरी. एका कोपऱ्यात चंद्र आणि दुसऱ्या कोपऱ्यात सूर्य काढून झाला की, तिचे हे पूजाचित्र पूर्ण होई.

अंग धुऊन, तांबडा रेशमी मुकटा नेसून आई ह्या नाग-नरसोबाची पूजा करी; तेव्हा त्यांच्या फण्यांवर ओली हळद, ओले कुंकू आणि अक्षता चिकटत. कापसाच्या गेजमाळा त्यांना डकवल्या जात. समई-निरंजनाच्या उजेडात पूजामंडित असे हे नाग फार सुरेख दिसत!

अशीच चित्राची पूजा वटसावित्रीची असे. जिवती, वड, असली छापील चित्रे

काही आमच्या गावी मिळत नसत. मग आई चुना, पिवडी, गेरू असले काहीबाही वापरून भिंतीवर, चौरंगावर किंवा पाटावर वटवृक्षाचे चित्र काढी आणि त्याची यथासांग पूजा करी.

रथसप्तमीचा सूर्याचा रथ, दाराच्या चौकटीवरच्या सटवाया, हत्ती यांच्याही बाबतीत असाच प्रकार असे.

माझ्या अगदी बालपणी मी तिची ही चित्रकला जवळ बसून बघितली. पुढं थोडा कळता झालो, तेव्हा आई मलाच सांगू लागली,

"व्यंकटेशा, अरे, मला पाटावर रथ काढून दे की छान. आज रथसप्तमी आहे.''

मग बराच वेळ उत्साहानं खटपट करून; कुंकू, हळद, चंदनाचं गंध, तांदूळ ही साधनं वापरून मी आईला पाटावर रथ काढून देई.

माझी आई कमरेवर हात ठेवून तो पाही आणि म्हणे, "दृष्ट लागावी, असा काढलास की रे! माझी पूजा आज सूर्यनारायणापर्यंत पोचेल बघ!''

रंग आणि रेषांबरोबरच शिल्पाकृती हाही आईच्या व्रताचा भाग असे.

दिवाळी आली की, गाईचे शेण गोळा करून शंकूच्या आकाराचे पाच पांडव ती अंगणात घाली. हे सगळे उभेच असत. बळीराम तेवढा जमिनीवर पसरलेला असे.

बेंदूर ह्या सणाच्या दिवशी बैल पुजायचे असत. आमच्या दारी तेव्हा काही खरे बैल नव्हते. मग आई मला चिखलाचे बैल करून मागे. ओढ्याकाठची चिकणमाती

आणून, ती नीट मळून मी तिला बैल करून देत असे. बंकुरा हॉर्ससारखे हे बैल असत. त्यांच्या गळ्यात माळा आणि पायांत साखळ्यासुद्धा मी घाली.

गणेश चतुर्थीला शाडूची माती मळून गणपती करणं, त्याला रंगरंगोटी करणं, हे कामही मी आणि आमचे बिटाकाका करीत असू. हे काम घरात वर्षानुवर्ष होत होतं.

आईची बोटे तर कापसाच्या नाना तऱ्हा वळत. काडवाती, फुलवाती, गेजमाळा– काय न् काय.

तिचे व्रतवैकल्याचे दिवेही नाना तऱ्हांचे असत. कधी पिवळ्या पुरणाचे, कधी कणकेचे. अंधाऱ्या देवघरात हे दिवे पेटले, म्हणजे प्रकाशाला पावित्र्यही येई.

रांगोळ्या, गव्हा-तांदळांनी भरलेले चौक, रंगविलेले संक्रांतीचे घट... हिरवी पाने, नारळ, सुपाऱ्या, खणांच्या घड्या, काचेच्या बांगड्या, बुक्का, गुलाल, हळद, कुंकू, चैत्रगौरी, त्यांच्यापुढची आरास, सारवलेल्या अंगणात रेखलेली गौरीची पावले...

आकृती, रंग, रेषा यांची किती विविध आणि किती सुंदर रूपं मला बघायला मिळायची!

मला आज वाटतं, चित्रकलेचं माझं शिक्षण इथून सुरू झालं.

मराठी पाचव्या इयत्तेत होतो, तेव्हा मला नवसरलाल लाल कलाल हे चित्रकला-शिक्षक मिळाले. ते म्हणत, "तुझा हात चांगला आहे. शिकलास, कष्ट केलेस, तर चांगला चित्रकार होशील."

अगदी प्राथमिक अशा परीक्षा– एलिमेंटरी आणि इंटरही– त्यांच्याच हाताखाली मी दिल्या.

कलालमास्तरांचा माझ्यावर एवढा लोभ होता की, जुन्या काळी शिष्य जसे गुरुगृही राहत, तसे त्यांनी मला आपल्या घरी ठेवून घेतले होते. फरक इतकाच की, ह्या घरात ते स्वत:ही एकटेच होते.

हे कलालगुरुजी हरहुन्नरी होते. ते मेळ्यासाठी गाणी करत. नदीकाठच्या मातीची सुंदर चित्रे करत.

त्यांनी नव्या धर्तीचा वर्णमालेचा एक सचित्र तक्तासुद्धा तयार केला होता. त्यातल्या ग अक्षराजागी गवळी होता. काठीला अडकवलेली दुधाची घागर त्यानं खांद्यावर आडवी घेतली होती. अशी खुबीनं की, लोंबती घागर ही 'ग' चा एक भाग. उभा गवळी ही उभी रेघ आणि खांद्यावरची काठी ही आडवी रेघ.

त्यांच्या ह्या सर्व उद्योगात ते मला बहुधा हाताखाली घेत. मास्तर स्वभावाने

फार मोकळे आणि गमत्ये होते. सारख्या कोट्या कराव्यात आणि स्वतः खुदूखुदू हसून दुसऱ्याला हसवावं, असं त्यांचं असे.

चित्राखाली सही करताना ते फक्त क हे अक्षर लाल रंगात काढत. असं का, म्हणून विचारलं, की म्हणत, 'क' लाल आहे!

पुढे बऱ्याच वर्षांनी औषधाचं दुकान काढून त्यांनी आपल्या व्यवसायावर आणि आडनावावरही मोठी कोटी केली.

कलालमास्तरांच्या हाताखाली मातीची चित्रं करून रंगवण्यापासून तो दुकाना-हॉटेलचे बोर्ड रंगविण्यापर्यंत कामं केल्यामुळे इंग्रजी चवथ्या इयत्तेत असताना मला औंध संस्थानच्या रस्ते आणि बांधकाम खात्याकडून आटपाडी ते भिवघाट ह्या अठरा मैलांचे फर्लांगावरचे आणि मैलावरचे दगड रंगवून त्यावर आकडे व नावे घालण्याचे काँट्रॅक्ट मिळाले. सोबत एका मैलकुलीला घेऊन हे काम मी चोख बजावले. त्याचा मोबदला म्हणून छत्तीस रुपये आणि एक माणदेशी माणूस 'रामा मैलकुली' मिळाला.

पुढे मी काही काळ कोल्हापूरला काढला. त्या काळी कोल्हापूरला जशा अनेक तालमी आणि तालीमबाज होते; रंकाळे, पद्माळे, फिरंगाळे अशी तळी होती; तसे उत्तमोत्तम चित्रकार आणि आर्ट स्कुलेही होती.

'दळवीज् आर्ट इन्स्टिट्यूट' ह्या संस्थेत मी शिक्षण घेत होतो. पण स्वातंत्र्य चळवळीत पडलो आणि पुढे चार वर्षे धामधुमीत, पळापळीत घालवावी लागली.

सेहेचाळीस सालच्या सुमारास मी कोल्हापूरच्या 'महाद्वार' मासिकासाठी आणि

त्याचेच भावंडं म्हणून एक साप्ताहिक निघत होते त्याच्यासाठी; चित्रे, राजकीय व्यंगचित्रेसुद्धा काढली.

मला वाटतं, ह्याच काळात माझं लक्ष लेखनाकडं वळलं. 'काळ्या तोंडाची' ही कथा 'अभिरुचि'त, 'वडारवाडीच्या वस्तीत' ही कथा 'नवयुग'च्या अंकात, 'पडकं खोपटं' ही कथा 'मौज'च्या रौप्यमहोत्सवी अंकात– अशा माझ्या कथा प्रसिद्ध झाल्या. 'समीक्षक', 'सत्यकथा', 'अभिरुचि' ह्या मासिकांतून माझ्या काही कविताही प्रसिद्ध झाल्या आणि चित्रकलेची वाट हळूहळू सुटू लागली.

कधी अधून-मधून आठवण होई. आर्ट स्कूलची परीक्षा देण्यासाठी आणलेले कॅनव्हास, ऑइल पेंट्स, ब्रश शिल्लक होते तोवर माडगूळला असताना, आटपाडीला असताना मी ऑईल्सही केल्याचे स्मरते. पोर्ट्रेट्स आणि स्टिल लाईफमधे माझं मन अधिक रंगे.

पुढं पन्नास साली मी मुंबईची उमेदवारी संपवून पुण्याला आलो. फटिंग होतो. सकाळी सायकलवर टांग टाकून रानावनांत जात असे आणि लॅण्डस्केप्स् करीत असे. ह्याच काळात 'सत्यकथे'त प्रसिद्ध झालेल्या बिटाकाका ह्या व्यक्तिचित्रासाठी स्वत:च केलेले रेखाटन सत्यकथेत प्रसिद्ध झाल्याचे स्मरते.

श्री. माटे (विश्वकर्मा साहित्यालय) यांच्यासाठी संपादित केलेल्या 'शिरीष'च्या दिवाळी अंकासाठी चित्रकार रिकामे मिळेनात; तेव्हा बाजारात जाऊन शाई, ब्रश, निबे विकत आणून बैठक मारली आणि थोड्या वेळात 'शिरीष'चा सगळा अंक एकट्याने सजवला. ह्या अंकात पु. लं.चा 'बाळे गोदावरी' हा लेख, शंकर पाटलांची 'शारी' ही कथा, माझे 'आबा चांदोरकरांचे व्यक्तिचित्र', रा. भि. जोशी यांचे प्रवासवर्णन असे छान-छान साहित्य होते. आता हा अंक माझ्यापाशी नाही. श्री. माटे यांच्यापाशीही असेल का नाही, याची शंकाच आहे.

मधे बराच काळ मी शिकार, चित्रपट-कथालेखन, चित्रपटात काम, चित्रपट फ्लोअरवर नटांना संवाद बोलून दाखविण्याचे काम, नाटक लिहिणं, तमाशा लिहिणं, रेडिओसाठी लिहिणं आणि पुढं तिथं नोकरीच धरणं– अशी अनेक वेडीवाकडी वळणे घेत राहिलो.

एकूणसत्तर साली फ्रान्सला जाण्याचा योग आला. इथून जातानाच फ्रान्समध्ये काय बघायचे, ते मी ठरवून टाकले होते. मी सुदैवानं ग्रनोब्ल ह्या आल्प्समधल्या

सुंदर गावी तीन आठवडे राहिलो. फान्ता लातून आणि स्तांदाल यांचं हे भाग्यशाली गाव. तिथून पार दक्षिणेकडं, जिथं व्हान् गॉग आणि गोगँ पिवळ्या घरात राहून चित्रे रंगवीत, त्या आर्लला गेलो. वाटेने जातानाच, व्हान् गॉगचे ते सायप्रस वृक्ष आणि टळटळीत दुपारचा सूर्य मी पाहिला. दक्षिण फ्रान्सची ही भूमी इतकी प्रकाशमान आहे की, पॅरिस सोडून हे दोघे चित्रकार इकडे का धावले, हे समजते. व्हान् गॉगने वेडाच्या भरात आपला कान कापून प्रेयसीला भेट दिल्यावर त्याला ज्या सँ रेमी ह्या हॉस्पिटलमध्ये ठेवले होते, तेही आर्लपासून जवळ होते; तेही मी पाहिले. ज्या खोलीत हा रुग्ण चित्रकार राहिला होता, ती खोली अद्याप फ्रेंच लोकांनी पादुकांप्रमाणे सांभाळली आहे. व्हान् गॉगने रुग्णावस्थेत केलेली रेखाटने तिथे आहेत. डॉक्टरांनी नोंदी केलेली रजिस्टरची पाने फ्रेम करून भिंतींवरून लावली आहेत.

व्हान् गॉग आणि पॉल गोगँ ह्या थोर कलावंतांची पावले ज्या भूमीवरून

उमटली, तिथे आपण वावरतो आहोत, ह्या कल्पनेने आर्लेला अनेक जागी माझ्या अंगावर रोमांच उभे राहिले. परतताना, पंढरपूरला बुक्का घ्यावा, तसे चित्रकलेचे साहित्य मी आर्लेला विकत घेतले. ते अजून राखले आहे.

मी पॅरिसला आलो. ही तर चित्रकारांची चंद्रभागा होती. तिथं मी लूव्ह्र पाहिलं, मोमार्त पाहिलं. रोदाँची शिल्पं पाहिली. ज्या-ज्या थोर चित्रकारांची चित्रं मी छाप्यांत पाहिली होती, ती सगळी मुळातून पाहण्यासाठी मी पॅरिसची अनेक चित्रसंग्रहालये भटकलो. तो व्हान् गॉग, तो लोत्रेक, तो गोगँ, तो मातीस, तो क्रॉस, तो पिकासो आणि तो रेनाँ.

अल्लाउद्दीन खाँसाहेबांना गुरूची सतार ऐकताना वाटायचं, तसं वाटलं.

'ओ हो हो! भगवान आ गया!'

व्हान् गॉग हा माझा सर्वांत आवडता, अत्यंतच प्रिय चित्रकार आहे. माणूस म्हणूनही माझं त्याच्यावर फार फार प्रेम आहे. केवळ तो राहिला होता ते गाव, म्हणूनच मी एका टोकाला असलेल्या आर्लेला गेलो. तसाच मी पॅरिसला आल्यावर तिथून दूरवरच्या नदीकाठच्या खेड्यातही गेलो, की जिथं व्हान् गॉगनं देह ठेवला. त्यानं रंगवलेलं ते चर्च मी प्रत्यक्षात उभं असलेलं पाहिलं. आणि दोन्ही बाजूंना लांबलचक अशी पिवळी मक्याची शेतं आणि मधे अतिशय साध्या अशा ह्या दोघा भावांच्या समाध्या. व्हिन्सेंट व्हान् गॉग, थिओ व्हान् गॉग. पुढं जिरॅनियमचे हिरवे फुललेले चौक.

वेडाच्या भरात त्याने काढलेले ते चित्र माझ्या डोळ्यांसमोर उभे राहिले. मक्याचे पिवळे शेत, निळे-काळे आभाळ आणि क्षितिजाकडे उडणारा कावळ्यांचा थवा. समीक्षक म्हणतात, हे त्याला जवळ आलेल्या मृत्यूचे झालेले दर्शन होते.

व्हान् गॉग आणि थिओ ह्यांच्या त्या समाध्या बघून मी इतका भारावलो की, जवळचे पॅड आणि काळे पेन घेऊन उभ्या-उभ्याच मी त्यांचे रेखाटन केले.

यानंतर मात्र फ्रान्समध्ये मी जिथं जिथं हिंडलो, तिथं तिथं अनेक रेखाटनं केली. मधे अनेक वर्षे काहीही केलं नसताना, माळावर पडलेल्या कोरफडीच्या पात्याप्रमाणं माझ्याजवळच्या रेषेनं अंगच्या रसावर पोषण करून आपली मुळे जमिनीत पसरवली होती. मला बरी रेखाचित्रं काढता येत होती!

आपलं एक सुंदर कौलारू घर असावं, त्यात भल्या मोठ्या काचेच्या खिडक्या असलेली अभ्यासिका असावी आणि अंगात पांढरा ॲप्रन घालून आपण तासन् तास कॅनव्हॉस रंगवीत उभं राहावं– असं माझं एक स्वप्न होतं. पण स्वप्नं ही स्वप्नंच राहतात आणि म्हणूनच विटत नाहीत.

अजूनही अधून-मधून रेखाटनं करतो. स्वत:ला हरवून जावं, अशी चित्रकलेशिवाय

दुसरी काही वस्तू मला अजून तरी मिळालेली नाही.

पुष्कळदा वाटतं, आपल्या हातून हे अपुरं राहिलं. मनाला खिन्नता येते.

आपल्या हातून अपुरी राहिली, ती गोष्ट आपल्या मुलाबाळांनी पुरी करावी, अशी एक वेडी इच्छा प्रत्येक बाप करीत असतो. माझ्या तिन्हीही मुलांना अगदी लहान वयातच मी रंग, कुंचले आणि कागद खेळायला दिले. त्यांच्या समोर बसून स्वत: चित्रे काढली. उत्तमोत्तम चित्रकारांच्या प्रतिकृती देशविदेश धुंडून आणल्या, घरात टांगल्या. कलापूर्ण अशा नाना वस्तूंचा संग्रह जमवला, घरात मांडला. पण अद्याप तरी माझ्या मुलांपैकी कोणी चित्रकार, शिल्पकार होईल अशी लक्षणं दिसत नाहीत.

खरं तर अशी अपेक्षा तरी का करावी?

> *'बूडा बंसु कबीरका*
> *उपजियो पूत कमालु*
> *हरिका सुमिरन छांडिके,*
> *धरि लै आया मालु!'*

– पोरगा, कमाल जन्माला आला आणि कबीराचा वंश बुडाला; हरिनाम सोडून ह्या पोरानं व्यापार सुरू केला.

...ही सगळ्या बापांची व्यथाच कबीर बोलून नाही का गेला?

∎

'ललित' दिवाळी, १९७८

अण्णांच्या माघारी गावाकडे

१३

गेले, त्या आधीच्या रविवारी अण्णा मला म्हणाले होते, ''ह्या जानेवारीत माडगूळला जाऊ. एवढा हा 'जन्मदा'चा प्रकाशनाचा समारंभ उरकू आणि जाऊ. आता काय, तुझं वाहन आहे. म्हणेल, तेव्हा जायला येईल.''

जानेवारीत गावी जायचं, हा नियम अण्णा अनेक वर्षं पाळत आले होते. अठ्ठेचाळीस साली माझे वडील–दादा वारले आणि त्यानंतर सतत, न चुकता श्राद्धासाठी माडगूळला जाण्याचा नियम त्यांनी पंचवीस वर्षे पाळला. अगदी अलीकडे, ह्या वारीत कधीमधी खंड पडला. दादांचं श्राद्ध इथंच पुण्याला 'पंचवटी'त उरकलं गेलं.

यावर मीही 'जाऊ या' म्हणालो; पण मला धास्ती वाटत होती. अलीकडे अण्णा कुठंही प्रवास करून आले की, त्यांचा खोकला वाढायचा. शिवाय मधे सौम्य असा हृदयविकाराचा झटका येऊन गेला होता. माडगूळचा हा प्रवास म्हणजे तब्बल दोनशे मैल.

पंचवीस वर्षं... सगळी परवड सोसतच आम्ही गेलो-आलो. पुण्याहून मध्यरात्री निघणारी रेल्वे... कुर्डुवाडी. पुढे ती बार्शीलाईट रेल्वे. ते सांगोला स्टेशन. तिथून ठासून भरलेली एस.टी... मधेच ओढे-नाले यांनी केलेली अडवणूक. म्हणजे आदल्या रात्री एक-दीड वाजता पुण्याहून निघायचं, ते दुसऱ्या दिवशी एक-दीड वाजता गावी पोहोचायचं.

अण्णा नेहमी म्हणत, 'हे काही खरं नाही, गड्या! स्वतःचं वाहन पाहिजे.'

मीही कित्येक वर्षं घोकत आलो होतो. जिम कॉर्बेटनं त्याच्या शिकारकथांच्या पुस्तकात 'ए फिश, इन् माय ड्रीम' असं ट्राउट माशाबद्दल म्हटलं आहे. तशी जीप वॉज ए व्हिइकल इन माय ड्रीम. जीपसारखं वाहन घ्यावं आणि सुगीसराईला, सुट्टीला इकडं-तिकडं कुठं धावण्याऐवजी आपल्या गावाकडं जावं, असं कित्येक वर्षं मी घोकत होतो. शेवटी जीप नाहीच, पण कसलं

तरी वाहन मी घेऊ शकलो. पण दरम्यान अण्णाच गेले!

आता मी स्वत:चं वाहन घेऊन निघालो; तेव्हा माडगूळला पोचवायचा, तो त्यांच्या अस्थींचा कलश बरोबर होता.

ब्राह्ममुहूर्तावर पुणं सोडलं. सातारा, कऱ्हाड, विटं, आटपाडी आणि माडगूळ असा मार्ग होता.

विटं आलं, गेलं.

रेणावी गाव आलं.

माझ्या मनात जुन्या आठवणींची गर्दी झाली. आपलं मन वर्तमानात स्थिर कधी असतच नाही. भूत आणि भविष्य यांच्याच फेऱ्या सतत चालू असतात. माडगूळ, रेणावी, विटं, कुण्डल ही वाट बालपणी मी बैलगाडीतून पार केली होती. प्रपंचाचा पसारा एका भाड्याच्या बैलगाडीत भरून माझे वडील हा प्रवास करीत. कधी तरी एकदा रेणावीला देवाळात केलेला मुक्काम आठवला.

माझा सर्वांत लहान मुलगा बरोबर होता. तो भुकेलेला होता. वाटेत कुठं तरी थांबू आणि बरोबर घेतलेली पिठलं-चपातीची शिदोरी खाऊ, असं मुलाची आई सारखी म्हणत होती. जेवणवेळ झाली होती. पण मी म्हणत होतो, थोडं पुढं जाऊ. भिवघाट लागला की, उजव्या हाताच्या कोपऱ्यावर एक मोठा वटवृक्ष लागतो. जेव्हा मी आटपाडीच्या हायस्कुलात शिकत होतो आणि आटपाडी ते भिवघाट ह्या अठरा मैलांवरच्या रस्त्यावरचे मैलाचे दगड रंगवून त्यावर नावं घालण्याचं काम मी केलं होतं, तेव्हा ह्या वडाखाली बसून मी जेवत असे. इथूनच पुढं, आता मरून गेलेल्या माझ्या मायाळू मावशीच्या गावची वाट मी अनेकदा तुडवली होती. तेव्हाही ह्याच वटवृक्षाच्या छायेला मी एकटाच विसावलो होतो. आईनं दिलेली पिठलं-पोळी खाऊन, भरल्या पोटानं वडाची मुळी उशाशी घेऊन पडलो होतो. साळुक्यांचे मंजुळ बोल ऐकले होते, खारींचा खेळ पाहिला होता. माझं म्हणणं होतं की, त्या वडाखाली बसून जेवू.

खानापूर मागं पडलं. जागोजाग झालेले पाझरतलाव आणि जानेवारी महिन्यातला पहिला आठवडा– त्यामुळं धरणी हिरवीगार होती. ज्वारीची शेतं डुलत होती. प्रसन्न वाटलं.

भिवघाट येईपर्यंत टळटळीत ऊन झालं. खरपूस भूक लागली होती. आता वड येईल-येईल म्हणतोय, तोवर भिवघाटाचं वळण आलं.

काळाच्या महिम्यानुसार आता रस्त्यावर चहापाण्याची सोय झाली होती. हॉटेल उभं होतं. माणसंही बाकड्यांवर बसलेली दिसली; पण आता इथलं सगळं भौगोलिक स्वरूपच मला नवखं वाटलं. कित्येक वर्षांनी मी ह्या वाटेनं येत होतो. मुख्य सडक

सोडून डाव्या हाताला वळण घेतलं, तर चांगला रुंद रस्त्याचा घाट दिसला; पण तो वड कुठं दिसेना.

प्रचंड विस्तार आणि थंडगार सावली देणारा तो वटवृक्ष काळाच्या ओघात वाहून गेला होता.

मोहन विचारत होता, "बाबा, कुठाय तुम्ही सावलीला बसत होता, ते झाड?"

"बाळा रे, तो वड गेला. तो आता दिसायचा नाही."

खरं तर वटवृक्ष पुष्कळ वर्षे उभा असतो, त्याच्या पारंब्या अधांतरी झोका घेता-घेता जमिनीशी पोचतात, मुळे धरतात आणि मूळ वृक्षाचा विस्तार वाढवतात. केवढा तरी पसारा होता! मी बसत होतो, तो काळ म्हणजे एकोणीसशे चाळीस-एकेचाळीस. एवढ्या लहान वयात हा वृक्ष मृत झाला? छे, त्याला बहुधा अपघाती मृत्यू आला असला पाहिजे किंवा काही कारणानं त्याच्यावर कुऱ्हाड पडली असली पाहिजे. आसपास माणसं दिसत नव्हती. वडाची खुशाली कुणाला विचारणार?

घाट उतरलो.

तो नेलकरंजीचा फाटा आला. इथंच अठ्ठेचाळीस साली गांधी-वधाच्या दंगलीत, पुण्याहून येणारे आम्ही तिघे मित्र आगीतून फोफाट्याकडे जाता-जाता सर्व्हिस मोटारमधून उघड्या माळरानावर फेकले गेलो होतो. तेव्हाचे ते पिंपरणीचे झाड नेलकरंजी फाट्यावर अजून उभे होते. वडाप्रमाणे त्याच्यावर कुऱ्हाड कोसळलेली नव्हती.

नेलकरंजीची ती वनवासी वाट गेली.

मेटकरवाडी आली, गेली.

इथेच कुठल्या तरी विहिरीवर बसून मी रामा मैलकुलीचे ते गणित स्वत:ला घालून घेतले होते.

गाडी थांबवली आणि उतरलो. रस्त्याला आडवा असा लहानसा कोरडा ओढा होता. शंभर-सव्वाशे कदम चालून गेल्यावर कोणा तरी लहान शेतकऱ्याचे हिरवे रान होते. लहान झोपडी, पुढे आंब्याचे झाड, शेजारी विहीर. झोपडीपुढे कोंबड्या हिंडत होत्या. शेताचा मालक कुठे दिसला नाही. आंब्याखाली बसून आम्ही जेवण उरकलं.

पुढची सगळी वाट ओसरेपर्यंत, जेवण हाती-पायी उतरून मोहन झोपला. मोहनची आई आणि पुण्याहून आग्रहाने सोबत आणलेले माझे मित्र प्राध्यापक जी. बी. जोशी गप्प होते. मीही गप्प होतो.

गावात आलो. आईला भेटलो. घरातली माणसे खिन्न. गाव खिन्न. रस्ते, घरे, झाडे– सगळेच खिन्न होते.

मी श्यामरावला म्हणालो, ''मुक्काम पावातच करू.''

''थोडं घरीच टेका, तात्या. तुम्ही येणार, म्हणून पाठविली, ती तार मला आज मिळाली. पावातल्या झोपडीची झाडलोट व्हायची आहे.''

साहजिकच होतं. पावातला बामणाचा पत्रा आता ओसाडच असणार. तिथं वस्ती टाकून असलेले आमचे तात्या कधीच देवाघरी गेले होते. आता तिथे वावर असणार, तो खारींचा. तात्या होते, तोवर बामणाचा पत्रा नांदत होता. तिथं दुपारी अग्नी सिद्ध होई, रात्री दिवा लागे. ते होते, तोवर पावातल्या विहिरीच्या पाण्याचा उपसा होई. तात्या गृहस्थाश्रमी कधीच नव्हते. मनानं ते कधीच वानप्रस्थाश्रमात दाखल झाले होते. सेवानिवृत्त झाले, तेव्हा गावी आले, तसे घरात कधीही राहिले नाहीत; रानातच राहिले. आपलं जेवण स्वत:च हातानं शिजवीत. विहिरीत उतरून पाणी आणीत. गार पाण्यानेच शेवटपर्यंत स्नान करीत. त्रिविध तापांतून मुक्त होऊनच ते पावात राहिले होते.

दुपारी चार वाजेपर्यंत कसाबसा मी गावातल्या घरात दम काढला. मग मात्र जी.बीं.ना म्हणालो, ''प्राध्यापक, चला, पावात जाऊ.''

लोहाराच्या उजाड घरापाशी आलो. लोहार पाव्हणाच होता, पण गावात बरीच वर्षं होता. लेकरं-बाळं कर्ती झाली, तसा इथली वस्ती मोडून आता कायमचा कुठं अकलूज फॅक्टरीवर गेला होता. त्याचं लहानसं घर आता मोडून पडलं होतं. शेजारी पिंपरणीचं झाड तेवढं ओकंबोकं, निष्पर्ण असं उभं होतं. पावाकडं जाणाऱ्या वाटेवरच समोरून येणारा मोमिनाचा बहिरा अब्बास दिसला. पलीकडेच त्याचं घर होतं. घराच्या दारातून त्यानं मला बघितलं असावं.

हा मुंबईला अंड्यांचा व्यापार करायचा, तेव्हा मोठा झोकात असायचा. तेव्हा कान ठार बहिरे नव्हते. हिरवा कोसला फेटा, पांढराफेक शर्ट, काळे जाकीट, तलम धोतर, पायांत बूट, हातातील तिन्ही बोटांत अंगठ्या– असे त्याचे रूप मी पाहिले होते.

आता थकलेला दिसला. काळवंडलेला, चोपलेला. दाढीची खुरटं वाढलेली होती.

माझ्यासमोर येऊन उभा राहिला आणि दोन्ही हातांनी तोंड झाकून घळाघळा मूक रडू लागला. आलेला उमाळा ओसरल्यावर माझे दोन्ही हात आपल्या कष्टाने दगडी घट्ट झालेल्या हातात घेऊन हमसाहमशी बोलला, ''ऐसा भाई फिर कभी मिलेगा नहीं!''

त्याचे हाडकलेले गाल ओले होते, शब्द ओले होते, डोळे गळतच होते.

अंड्यांचा व्यापार करणाऱ्या ह्या ठार बहिऱ्या अब्बासचे आणि मराठी काव्याचे, मराठी गीताचे, गीतरामायणाचे काय नाते होते?

मला बघताच मोमिनाच्या अब्बासला का रडू कोसळले? त्याच्याही माथ्यावरचा वड नाहीसा झाला होता काय?

बामणाच्या पत्र्याकडं जाणाऱ्या पावाच्या अरुंद पायवाटेवर दोन्ही अंगांना संकरित ज्वारीचा दाट फड होता. कधी नव्हे ते पीक चांगले आले होते. ह्या वर्षी गावात इतके उत्तम पीक कुणाही शेतकऱ्याचे नव्हते. रान नुकतेच पाणी प्यायल्यामुळे पायवाट ओली होती. ओल्या जमिनीचा, उभ्या पिकाचा गंध हवेत भरून राहिला होता.

बामणाच्या पत्र्यापाशी आलो.

अंगणात सर्वत्र चांदणी गवत माजलेलं होतं. बऱ्याच महिन्यांत कोणी इकडं फिरकलेलं दिसत नव्हतं. अलीकडे-पलीकडे हिरवागार, रसरशीत जोंधळा आणि मध्येच कच्च्या विटांच्या भिंती, तांबड्या कौलांचे छप्पर असलेली अशी ही झोपडी. आगेमागे, बाजूला सगळे गदळच होते. विहिरीच्या धावेवर मोटा ओढणाऱ्या बैलांना सावली व्हावी, म्हणून पुण्याहून नेऊन लावलेली गुलमोहराची दोन थोराड झाडंही मला अब्बाससारखी खालावलेली, चोहो अंगांनी खाली आल्यासारखी दिसली.

त्यांचेही आता वय झाले असावे. उंची वाढली होती, पण विस्तार गर्द हिरवा नव्हता. मागे हमखास दृष्टीला पडणारे धनेश पाखरांचे जोडपेही कुठे दिसले नाही.

उदास मनाने मी झोपडीला प्रदक्षिणा घातली. झोपडीच्या अंगणात उजव्या बाजूला, अगदी उघड्यावर काळ्या मातीत एकमेकाला जोडून चार दगड टाकले होते.

इथे अण्णा अंघोळ करायचे. डोक्यावर पाणी ओतून गर्जना करायचे, 'हर गंगेऽ भागीरथीऽऽ'

झोपडीच्या बाहेरच्या बाजूला तीन दगडांच्या तात्पुरत्या चुलवणावर कोणी बापू रामोश्यानं, गोविंदा रामोश्यानं किंवा शेतावरच्या गड्यानं पाण्याचा मोठा हंडा भल्या पहाटे उठून तापवलेला असे. पावात माझ्या वडिलांनी मोठ्या आशेनं खोदलेल्या, अपुरे पाणी लागलेल्या, बिनपायऱ्यांच्या विहिरीतून कष्टाने घागरी भरभरून आणलेले पाणी अण्णांच्या डोक्यावर गंगा-भागीरथी होई.

मी आणि प्राध्यापक हिंडतो-फिरतो आहोत, तोवरच श्यामकाकाने पाठवलेली माणसे घाईत गडबडीने येऊन पोचली. कोणी उतारा म्हणून अंगावर दुरून टाकलेले ढगळ कपडे घातलेला, खंडोबाचा वाघ्या– देना मांग. आणि माझ्या ओळखीच्या नाहीत, अशा कोणी विटक्या पातळांतल्या दोन बाया आल्या. अंगणात माजलेले

चांदणी गवत देना मेस्त्री दणक्याने खुरपू लागला. बाया फरशी धुऊ लागल्या. झाडलोटीचा खकाणा उठला.

बघता-बघता अंगण निर्मळ झाले. फरशी निर्मळ झाली. दिवस मावळायच्या सुमाराला कोणाकोणाच्या डोक्यावरून आमच्या बॅगा, तक्के, गाद्या, गॅसबत्ती येऊन पोचली.

एरवी बामणाच्या त्या पत्र्यात बत्तीचा उजेड बघताच, 'आन्ना आले जनू' असे म्हणून पावाकडे गावकरी रामरामीला लोटत. आज कोणी फिरकले नाही.

घरची गडीमाणसेच तेवढी येरझारा करत होती.

रात्री मला कळले की, यंदा गावकऱ्यांनी खंडोबाची, चंपाषष्ठीची यात्रा भरवली नाही. परगावच्या दुकानदारांची पाले आली नाहीत, लंगर तुटला नाही. कुस्त्यांचा फड झाला नाही. पिपाणी, डफडे वाजले नाही.

दुसऱ्या दिवशी मी बिटाकाकांना भेटायला गेलो.

कुणाच्या तरी घरात काका भाड्याने राहत होते. सोपा ओलांडून बुटक्या चौकटीतून वाकून आत गेलो, तर दारालगतच अंगाची जुडी करून काका अंथरुणावर भिंतीला टेकून बसले होते. आधीच अंगानं किरकोळ असलेले काका आता वार्धक्याने आणि आजाराने वाळून काष्ठ झाले होते.

मी नमस्कार करताच म्हणाले, "या."

काका थोडे जरी भावनावश झाले, की त्यांचा गळा भरून येतो. ते 'या' म्हणाले आणि त्यातूनच मला जाणवले की, ह्यांना दाटून आले आहे.

वयाचा मोठेपणा काही मिळवून देतो, काही हिरावून घेतो. एरवी, 'लेका बंक्या, तुला वाळुक खावं, तसं खावं वाटतं रे!' असं मला बालपणी म्हणणारे, खांद्यावरून मला जत्रेत उरुसाला नेणारे बिटाकाका, अहो-जाहोत माझ्याशी का बोलले असते?

दोन्ही हातांच्या तळव्यांनीच त्यांनी डबडबलेले डोळे पुसले. म्हणाले, "जानेवारीत दोघं मिळून येत होता..."

एवढेच शब्द. पुढे, हे काय झालं, अशा अर्थी दोन्ही पंजे अधांतरी आणि डोळे आढ्याकडे.

मग मोठ्या प्रयत्नांनी त्यांनी उमाळा परतवला आणि अंथरूण-पांघरूण सावरीत राहिले.

मग त्यांनी तुटक शब्दांत ती आठवण सांगितली :

"एवढासा होता, चड्डीतला. आटपाडीला तेव्हा आपण राहायचो. ओढ्याकाठी. देशपांड्यांच्या घरात. बेफाम पूर आला होता ओढ्याला. लाल पाणी, झाडं-झुडपं

वाहत आलेली. हा गेला. धारेला तांब्या सोडून तो धरायचा खेळ करता-करता पायाखालची वाळू सरकली आणि अधांतरी झाला. धारेला लागून घाटाकडेच्या डोहात बुडाला. लोकांचा 'पोर बुडालं, बुडालं' हा गजर ऐकला आणि मी धावत आलो. बघतो, तर हा गटांगळ्या खातोय. लहान वय. पोहणं येत नव्हतं. त्यात पाण्याला ओढ. अंगावरच्या कपड्यांनिशी मी उडी टाकली. बुडी घेऊन डोहाच्या तळाशी गेलो, तर हा नाक दाबून, पाण्यात गेलेल्या बुरजाच्या दगडाला चिकटलेला. मला बघताच गळ्याला मिठी घातली. त्याला घेऊन मी बळानं वर आलो, पण घाटाकडं येता येईना. दोघंही बुडालो असतो, पण तेवढ्यात देशपांड्यानं कमरेचं धोतर फराफरा फेडलं आणि पायरीवरनं माझ्याकडं फेकलं. म्हणाला, 'धोतराला धर– बिटा, भिऊ नकोस. मी शेंदून घेतो दोघांना.' मग मी धोतर धरलं आणि वर आलो.

"पुढं हे इतकं घडायचं होतं त्याच्या हातनं; म्हणून देवानं मला बुद्धी दिली उडी घेण्याची डोहात."

आता मी हे सगळं एकसंध लिहिलं, पण काका सांगताना कितीदा तरी थांबले, कितीदा त्यांनी डोळे पुसले आणि पांघरूण चाचपलं.

मला आठवलं, बऱ्याच वर्षांपूर्वी क्षयानं आजारी पडून काका पुण्याला आले, तेव्हा अण्णांनी धावाधाव करून त्यांना औंधच्या हॉस्पिटलात ठेवलं. सहा महिने उपचार केले. बरे होऊन काका परत गेले. जसं अण्णांना काकांनी डोहातून वर काढलं, तसं काकांना अण्णांनी आजारातून काढलं.

संध्याकाळी गावकरी पावात गोळा झाले. लहानपणी माझ्या वर्गात असलेले एके काळी सरपंच असे सीतारामबापू, रामभाऊ, देवराव, उमाजी, अण्णांपेक्षा मोठे आत्माराम पाटील.

डोईला मोठा कोशा फेटा आणि गळ्यात पंढरीची माळ असे आत्मारामबुवा पाटील म्हणाले, "तात्या, हे उलटं झालं...

"मागं बगा, सक्रातीला आन्ना हितं होते. मी आलो, तिळगूळ दिला. पायाला डुई ठिवू लागलो, तसं मला वरच्यावर उठिवलं. म्हने, 'पाटील, अशी रीत न्हाई. तुमी थोरलं. तुमी वाकायचं न्हाई.' गोष्ट खोटी न्हाई, तात्या. आन्ना साथीच्या साली जलमले, तवा मी चांगला कळता होतो. म्हनलं, आन्ना, वयाला काय करता, गुनानं तुमी थोरलं. तर, 'छ्या छ्या, बुवा!' म्हनले आन् माज्या की हो, समूर वाकले!" एवढं सांगून बुवांनी कपाळावर हात मारून घेतला.

बाकीचे उदास चेहऱ्यांनी आढ्याकडं, भिंतीकडं बघत नुसते बसले होते; पण मला त्यांच्या भावना कळल्या.

मग एक-एक करता मंडळी 'द्या परवानगी' म्हणून उठून गेली.
उमाजी रामोशी बराच वेळ बसून होता.

खंडोबाला जाऊन आलो. येताना परतीच्या वाटेवर उमाजी सोबत होताच. मग मीच म्हणालो, "वस्ती लांब मळ्यात तुमची– उमाजी, उशीर झाला."
यावर त्यानं काय म्हणावं?
"तात्या, आता तुमीच आमाला. येत-जात ऱ्हावा आपल्या नगरीला. न्हाई तर आमी मेल्यांतच जमा!"
मला भावार्थ कळला.

तालुक्याचे पुढारी, अण्णांचे वर्गमित्र बाबासाहेब देशमुख आटपाडीहून ग्रामस्थांचा घोळका बरोबर घेऊन जीपगाडीने रात्री उशिरा आले.
म्हणाले, "तुमी तिकडं स्मारक करायचं म्हणता मुंबई-पुण्याकडं. पण आमची इच्छा आहे, अण्णांचं काही आमच्या हातनं घडावं. आमचं हे म्हणणं तुमच्या प्रतिष्ठानपर्यंत पोचतं करा."
"अवश्य करतो."
रात्री उशिरापर्यंत बसून मंडळी परत गेली.

बामणाच्या पत्र्याखाली मी झोपलो.

सकाळी दार उघडून अंगणात उभा राहिलो. समोर पूर्व दिशा उजळत होती. गावाच्या दिशेकडून कोंबड्यांचे आवाज येत होते.
मनात आलं, ही आडवी नऊ एकरांची पट्टी. मधे हा बामणाचा पत्रा. दोन्हीकडं चार-चार एकर हिरवीगार शेतं आणि अंगणातला हा— अण्णा अंघोळ करीत होते, तो दगड. पुढे-मागे माधव आचवलांना, शिल्पकार भाऊ साठे ह्यांना इथं घेऊन यावं. हे सबंध रान सकाळी, दुपारी, संध्याकाळी, पहाटे दाखवावं आणि म्हणावं– मित्रांनो, ह्या अंघोळीच्या दगडाजागी, तुमच्या प्रतिमेतून स्फुरलेलं एक शिल्प द्या. ते आपण इथं ठेवू. माधवराव, हा बामणाचा पत्रा असाच कसा राहील, ते मला सांगा. आजूबाजूला ह्या प्रदेशातसुद्धा फुललेले राहतील असे पलाश, तांबडा आणि पिवळा शाल्मली, बकुळ असे मोजके वृक्ष मी लावीन. त्याखाली बाके कशी आणि कशाची ते माधवराव, तुम्ही सांगा. अण्णांचं ते लिहायचं डेस्क, ती आरामखुर्ची, तो इथं जानेवारीच्या थंडीत फिरायला जाताना अण्णा अंगावर घालायचे तो ग्रेट कोट, तो सोटा, ती लोखंडी कॉट– हे सगळं आपण बामणाच्या पत्रात नीटनेटकं ठेवू.

त्यांची पुस्तकं, हस्तलिखितं जेवढी मिळतील, तेवढी ठेवू. आहेत ते फोटो भलेमोठे करून घेऊ आणि इथं आपण एक लेखकाचं म्युझियम बनवू.

हे गाव, इथली झाडंझुडं, पाखरं, पिकं आणि माणसं हे सगळं मिळूनच स्मारक राहील.

लालभडक दिवस पूर्वेकडं वर आला. खंडोबाच्या शिखरावर उजेड पडला. कोंबडे मोठमोठ्यानं बांग देऊ लागले. ∎

रसिक, दिवाळी अंक

ला-रोशफुकोची बोधवचने

१४

मानवी व्यवहाराकडे डोळसपणानं बघणाऱ्या विचारवंतांनी आपल्या अनुभवाचा अर्क, अशी काही शहाणपण सांगणारी वचनं म्हणून ठेवलेली असतात. शहाणपणाची भूक आपल्याला नित्य असते. ला-रोशफुको ह्या फ्रेंच विचारवंतानं लिहिलेल्या बोधवचनांचा संग्रह एकोणीसशे चाळीसमध्ये प्रसिद्ध झाला. माझ्या वाचनात तो नुकताच आला आणि वाचून फारच आनंद वाटला.

फ्रान्सवा द्यूक द ला-रोशफुको हे ह्या गृहस्थाचं नाव. सोळाशे तेराचा जन्म, सोळाशे ऐंशीमधला मृत्यू. हा प्रतिष्ठित अशा उमराव घराण्यातला होता. वयाच्या पंधराव्या वर्षीच हा लग्न करून गृहस्थ झाला. त्या काळच्या पद्धतीप्रमाणे थोडंसं शिक्षण घेऊन वयाच्या सोळाव्या वर्षी त्यानं सैनिकी पेशा पत्करला.

सैनिक म्हणून तो गाजला नाहीच. पुष्कळ धडपड करूनही तो राजदरबारात कर्तबगार सरदार म्हणून चमकला नाही. त्यानं राजकारणंही बरंच केलं, पण त्यातही त्याला यश मिळालं नाही. राजाची खप्पा मर्जी, तुरुंगवास, डोक्यावर जबर जखम– एवढं सगळं भोगल्यावर त्याचा भ्रमनिरास झाला आणि बाकी आयुष्य साहित्यसेवेत वेचू, म्हणून तो लेखनाकडे वळला.

त्यानं लिहिलेल्या आठवणी, तत्कालीन इतिहासाचं उत्कृष्ट साधन समजल्या जातात आणि त्याची बोधवचनं तर अक्षर-वाङ्मयात जमा झाली आहेत. त्यांपैकी पुष्कळशी आपण ऐकतो, इथं-तिथं वाचतो; पण ती रोशफुकोची आहेत, हे मात्र आपल्याला माहीत होत नाही.

त्या काळच्या प्रथेनुसार, काव्य-शास्त्र-विनोदाचं ठिकाण अशा सांलोमधल्या श्रोत्यांच्या रंजनासाठी त्यानं स्वतःची तसबीर रेखाटली आहे. तीही या बोधवचनांच्या संग्रहात घेतलेली आहे. ती तसबीर प्रसिद्ध करावी, असा लेखकाचा हेतू नव्हता, पण सोळाशे अठ्ठावनमध्ये ती प्रसिद्ध झाली. अनेक दृष्टींनी ती अपूर्व आहे.

'मी मध्यम उंचीचा, सडसडीत आणि टणक बांध्याचा माणूस आहे. माझं कपाळ उंच आणि रुंद आहे. माझे

डोळे लहान गडद रंगाचे आणि जागच्या जागी आहेत. माझ्या नाकाचं नेमकं वर्णन करणं अवघड आहे. ते फेंदरं, गरुडचोची, जाड किंवा टोकदार नाही. मी एवढंच सांगू शकतो की, लहान म्हणण्यापेक्षा ते थोडं मोठं आहे आणि अमळ लांबोडकंही आहे. माझी जिवणी रुंद आहे, ओठ सामान्यत: लाल आहेत. ते आकाराने सुंदर म्हणता आले नाहीत, तरी ओबडधोबड नाहीत. दात शुभ्र आणि नाही म्हटलं, तरी ओळीत आहेत. लोक म्हणतात की, मला हनुवटी फार आहे. आत्ताच मी आरशात पाहून या विधानाचा खरे-खोटेपणा तपासला; पण नक्की काय, ते मला सांगता येत नाही. माझ्या चेहऱ्याच्या आकाराबद्दल बोलायचं, तर तो चौकोनी नाही, तर गोल आहे... पण नक्की सांगणं कठीणच. माझे केस काळे आहेत आणि आपोआपच कुरळे झालेले आहेत. एकूण पाहता, माझं डोकं देखणं म्हणायला काही अडचण दिसत नाही.'

अशा थाटात स्वत:च्या दिसण्याचं वर्णन करून झाल्यावर रोशफुको म्हणतो की–

'खरं सांगायचं, म्हणजे मी असा आहे, असं मला वाटतं आणि माझी खात्री आहे की, हे फारसं सत्याला सोडून नाही. पुढंसुद्धा माझं हे शब्दचित्र मी अशाच प्रामाणिकपणानं रंगवणार आहे.

'सुरुवातीला मी माझा स्वभाव सांगतो. माझा कल खिन्नतेकडं आहे. इतका की, गेल्या तीन किंवा चार वर्षांत, फार तर तीन किंवा चार प्रसंगी मी हसताना दिसलो असेन. माझी खिन्नता फक्त स्वभावानुसार असती, तर ती चालली असती; पण तिला अनेक कारणं आहेत. त्यामुळं तिचा मला इतका ताप होतो की, एक तर मी गप्प असतो, नाही तर कुणीकडचा कुणीकडे बोलत राहतो.

'अनोळखी लोकांशी मी फारसा बोलत नाही आणि ओळखीच्या सर्वांशीच मोकळेपणानं वागतो, असं नाही. हे बरोबर नाही, याची मला जाणीव आहे. हे वागणं सुधारण्याचा मी प्रयत्नही करतो; पण माझा खिन्न चेहराच मी अबोल आहे, असं सांगतो आणि आपल्या चेहऱ्याची ठेवण बदलणं, हे काही आपल्या हातात नसतं. म्हणजे मी आंतरिक सुधारणा कितीही केली, तरी बाह्यत: मी सुधारलो, असं वाटणार नाही.

'मी बुद्धिमान आहे आणि हे बोलायला मी कचरणार नाही. स्वत:बद्दल बोलताना आडवळणानं सूचक बोलणं म्हणजे नम्रतेखाली आत्मप्रौढी झाकणं. अशामुळं लायकीपेक्षा जास्ती गुण मिळवता येतात. माझ्याबद्दल विचाराल, तर आहे त्यापेक्षा मी जास्त देखणा नाही. आहे त्यापेक्षा जास्ती भला नाही आणि आहे त्यापेक्षा शहाणा नाही. मी पुन्हा सांगतो, की मी बुद्धिमान आहे; पण माझ्या खिन्नपणामुळं माझं चातुर्य मारलं जातं. माझं भाषेवर प्रभुत्व आहे. मी स्मरणशक्तीचा धड आहे, माझं डोकं स्वच्छ आहे; पण ह्या खिन्नतेनं मी इतका झपाटला गेलो आहे की, माझे अनुभव फार तिऱ्हाइतासारखे व्यक्त होतात.'

स्वत:बद्दल असं सांगता-सांगता रोशफुको म्हणतो की, 'मला मृत्यूचं बिलकुल

भय नाही.’

चरित्रकार ग्वाही देतात की, ही बढाई नाही. हा विचारवंत मेला, तेव्हा जवळपास जे सगेसोयरे मित्र होते, त्यांना हे पटलं आणि रोशफुकोसंबंधी त्यांचा आदर दुणावला.

रोशफुकोचं हे सहापानी आत्मवृत्त वाचून आपण चकित होतो. हा मोठाच माणूस आहे, असं वाटतं. शब्दांचे ढीग घालून स्वत:विषयी खोटंनाटं लिहिण्यापेक्षा असं सहा पानांत आत्मवृत्त लिहावं.

रोशफुकोच्या बोधवचनांची संख्या पाचशे अडुसष्ट आहे आणि ती अनेक विषयांवर आहेत. प्रेम, स्त्रिया, गर्व, धैर्य, ढोंग ह्या विषयांवरच्या वचनांची संख्या जास्त आहे.

मुळात फ्रेंचवरून इंग्रजी केलेल्या ह्या वचनांचे मराठी भाषांतर माझ्या आवाक्यापलीकडचे आहे. काव्याप्रमाणेच म्हणी किंवा बोधवचनं यांचं नेमकं भाषांतर ही महाकठीण किंवा अशक्यच गोष्ट आहे. गोळाबेरीज सांगता येईल.

फळांप्रमाणे माणसाच्या सद्‌गुणांचेही मोसम असतात.

वासनेमुळे सामर्थ्यवान गद्धा होतो आणि गद्धे सामर्थ्यवान होतात.

दुसऱ्यावर कोसळलेल्या आपत्ती सहन करण्याइतपत सामर्थ्य आपणा सर्वांपाशीच असतं.

परिणाम लक्षात घेतले, तर प्रेम हे मैत्रीपेक्षा शत्रुत्वाच्या जवळचं आहे.

खरंखुरं प्रेम ह्या वस्तूबद्दल भूतपिशाचाप्रमाणं पुष्कळ बोललंच जातं; ते प्रत्यक्ष कुणी पाहिलेलं मात्र नसतं.

कमालीच्या सद्‌गुणी स्त्रिया ह्या गुप्त धनासारख्या असतात; शोध घेतला गेला नाही, म्हणून सुरक्षित.

मत्सर आणि प्रेम ही जुळी भावंडं म्हणून जन्म घेतात, पण पहिलं दुसऱ्यापेक्षा जास्ती जगतं.

गाढव माणसाजवळ क्वचित चातुर्य आढळतं, समज मात्र आढळत नाहीच.

एकाकडूनच चूक असली, तर भांडण लांबत नाही.

मन:पूर्वक स्तुती ही बहुधा आपण आपल्या चाहत्यांसाठी राखून ठेवलेली असते.

राज्यकर्ते माणसांना नाणी बनवतात, आपली किंमत ते त्याच्यावर घालतात आणि बापड्या लोकांना ती किंमत मान्य करावी लागते; मुळात ती तेवढी नसली, तरीही.

लोक दोन्हीही खपवून घेत नाहीत– दुर्गुणांचा अतिरेक, तसा सद्गुणांचाही.

निरोगी राहण्यासाठी कठोर शिस्त पाळत राहणं, हा एक कंटाळवाणा आजार आहे.

नद्या सागरात लुप्त होतात, तसे आपले सद्गुण स्वार्थामध्ये लुप्त होतात.

डोंगराएवढी माणसंच डोंगराएवढ्या चुका करू शकतात.

काही माणसं ही लोकप्रिय गाण्यासारखी असतात– काही काळच ती लोकांच्या तोंडी असतात.

माणसानं एकमेकांना फसवणं सोडलं, तर मानवसमूह फार काळ तरणार नाही.

हृदय हे नेहमी डोक्याला चीतपट करतं.

आपण स्वत:ची खुशामत केली नाही, तर जगणं फार कंटाळवाणं होईल.

उपदेश करण्याबाबत आपण जेवढे सढळ असतो, तेवढे इतर कोणत्याही

बाबतीत नसतो.

चेहऱ्यावरचे दोष जसे वाढत्या वयोमानानुसार ठळक होत जातात, तसेच मेंदूचेही होतात.

स्वार्थ काहींना आंधळा करतो, तर काहींचे डोळे उघडतो.

स्वत: गर्विष्ठ नसतो, तर इतरांच्या गर्विष्ठपणाबद्दल आपण कधी तक्रार केली नसती.

सूर्याप्रमाणं मरणाकडेही एकटक बघता येत नाही.

या वर्षात मी जी काही पुस्तकं वाचली, त्यांतली विशेष आवडलेली आणखी दोन सांगता येतील. एकाचं नाव आहे 'डार्विन ॲण्ड द बीगल'. एकवीस वर्षांचा डार्विन 'बीगल' नावाच्या जहाजावर बिनपगारी निसर्गशास्त्रज्ञ अशा हुद्द्याची नोकरी पत्करून जगाभोवती चक्कर, असा प्रवास करत पाच वर्षं कसा हिंडला आणि प्राणिजीवनाच्या उत्क्रांतीसंबंधीचा शोध त्यानं कसा लावला, ह्यावर हे सुंदर सचित्र पुस्तक आहे.

दुसरं 'रिंग ऑफ द ब्राइट वॉटर' हे गाव्हीन मॅक्सवेलचं पुस्तक. आडवळणी समुद्रकिनाऱ्यावर एका पुराण्या घरात हा एकटाच वर्षानुवर्षं कसा राहिला आणि निसर्गाशी त्यानं कसकशी जवळीक केली, यासंबंधीचं.

पण ही दोन्ही पुस्तकं मी पुन:पुन्हा वाचणार नाही. रोशफुकोचं पुस्तक मात्र घरातल्या आरशासारखं आहे. जाता-येता त्याच्यासमोर उभं राहावं वाटतं.

अहमदाबादच्या पार्कमध्ये मी एक अजब आरसेमहाल पाहिला होता. ह्या आरशापुढं उभं राहिलं की, आपलं रूप असं काही दिसतं, की कधी फार हसू येतं, कधी आपण गप्प होतो, तर कधी चक्क आपली आपल्याला भीतीच वाटते. रोशफुकोचं पुस्तक ह्या आरसेमहालासारखं आहे.

'महाराष्ट्र टाइम्स' : ६ जानेवारी, १९८०

'प्रथमपुरुषी एकवचनी'

१५

'मी कसा झालो?' हे कुतूहल प्रत्येक यशस्वी माणसाला असते. कलावंताला ते विशेष असते आणि शब्द हेच ज्याचे माध्यम असते, अशा कवी-लेखक-नाटककार ह्याला ते केव्हा ना केव्हा शब्दरूपही करावे वाटते. नियतीच्या इच्छेनुरूप माणसाला जे भोग भोगावे लागतात, त्याचे प्रतिभेने माणिकमोती बनविण्याचे सामर्थ्य ज्याच्यापाशी असते; असे कैलासवासी पुरुषोत्तम भास्कर भावे यांच्यासारखे लेखक आयुष्याच्या एका टप्प्यावर येऊन पोहोचले की, आपल्या गत-जीवनाकडे शोधक नजरेने पाहू लागतात. आपण केलेल्या जीवनाच्या या प्रवासात किती विविध माणसे भेटली, सुखाचे आणि दु:खाचे किती प्रसंग आले; याच्यावर दृष्टी फिरताच त्यांना ते एक अमूल्य भांडार आहे, असे वाटते. आणि आपली ही रसाळ गोष्ट ते जेव्हा सांगू लागतात, तेव्हा 'प्रथमपुरुषी एकवचनी'सारखे पुस्तक जन्माला येते.

पांडित्यपूर्ण ग्रंथापेक्षा प्रांजळपणाने लिहिलेल्या अशा एखाद्या आत्मकथेतून आपण बरंच काही शिकतो, समृद्ध होतो. मोठा आनंदही मिळवतो.

ही कहाणी प्रामुख्यानं बालपणीचीच आहे. हे बालपण पोरकं आहे. आईवेगळ्या पोराची होते, ती परवड इथंही झालेली आहे. पोर म्हणून ही परवड आहे आणि एक कलावंत म्हणून ते वरदानही आहे. 'माझी आई गेली, तेव्हा मी केवळ सात वर्षांचा होतो' या वाक्यापासून आत्मकथेला सुरुवात होते आणि पोरकेपणाची जाणीव करुण पार्श्वसंगीतासारखी पुस्तकाच्या शेवटपर्यंत सतत ऐकू येत राहते.

भाव्यांच्या एवढ्या मोठ्या घरात "आईच्या उशाशी सतत बसून राहिलेली अशी आजीच मला तेवढी दिसे. 'आजी' हा शब्द उच्चारला, म्हणजे अद्याप माझ्या डोळ्यांना केवळ ती आणि तीच दिसते," असे भावे सांगतात. वडिलांच्या आईपेक्षा आईच्या आईनेच त्यांना जास्ती माया दिली. दोघा भावंडांना प्राणापलीकडे जपले व माणसांत आणले. कॅनव्हासवर मावत नाही, असे या

आपल्या आजीचे भव्य चित्र भाव्यांनी आपल्या रंगीत शब्दांनी चितारले आहे.

"शुद्ध जाण्यापूर्वी माई फार बोलत होती. आजी म्हणाली, 'अगं, किती बोलशील? स्वस्थ पड.' तर पैलतीर दिसत असलेली माई म्हणाली, 'शुद्ध आहे, तोवर बोलते. माझ्या मुलांना तू सांभाळ. त्यांना इथं ठेवू नकोस. इथं त्यांचं व्हावं असं होणार नाही.'

"आणखीही ती मरणापूर्वी आपल्या प्रेमळ, कर्तव्यदक्ष आईला एक सांगून गेली. म्हणाली, 'बाळ म्हणजे मी समज आणि राजा म्हणजे माझा मुलगा समज.'

"अमर्याद प्रेम हे माणसाला अमर्याद दु:ख देऊ शकतं. माझ्या आईच्या मृत्यूचं दु:ख माझी आजी आजन्म विसरली नाही. आई गेल्यापासून आजी मनोमन अगदी विरक्त व उदास होऊन गेली. फक्त आमच्यासाठी जगली. 'हा राजा निदान बारा वर्षांचा होईपर्यंत मला जगलं पाहिजे,' असं ती म्हणत असे.

"एकदा अपरात्री मी एकाएकी जागा झालो. आजी तेव्हा 'माई! ...माई! अगं, काय केलंस हे?' म्हणून हमसाहमशी रडत होती.'' अशी आठवण भाव्यांनी लिहिली आहे.

"आईविना उन्हात एवढे मोठ-मोठे लांबच्या लांब आयुष्य घालवण्याचे, तर आता आमच्या दैवात आलेच होते; पण त्याच दैवाने एक फार मोठे छत्र आम्हाला दिले होते. ते छत्र आजी-आजोबांचे होते. त्यांनी आम्हाला अपरिमित प्रेम दिले. आईपेक्षा थोडे जास्तीच दिले असेल.'' असे ते कृतज्ञतेने म्हणतात.

ही प्रेमळ, शहाणी आजी आणि शांत स्वभावाचे आजोबा यांचा अगदी गडद परिणाम भाव्यांवर झालेला आहे. आजोबांचे संस्कृतचे ज्ञान शास्त्री-पंडिताजवळ जाईल, इतके होते. इंग्रजीचे ज्ञान उत्कृष्ट होते. तर्खडकरांचे भाषांतर, पुरुषसूक्त, गणपत्यथर्वशीर्ष आणि गीतेचे अध्याय त्यांनी भाव्यांकडून पाठ करवून घेतले. आजोबा त्यांना संध्या, पूजा करायला लावीत आणि सूर्यनमस्कार घालायला लावीत. या सर्व शिक्षणाचा व संस्कारांचा मला फार उपयोग झाला, असे भावे लिहितात. भावे पुढे धर्माचे एवढे अभिमानी कसे झाले, याचे उत्तर आपल्याला इथे मिळते.

अशा आजी-आजोबांच्या छत्राखाली, मलकापूरला आजोळी भावे वाढले.

"मी फार हूड मुलगा होतो, फार अचपळ होतो. आज्ञाधारकत्वाचा गुणही माझ्यापाशी फारसा नव्हता. पालकांनी चिंताग्रस्त व्हावे, असे माझे बरेचसे वागणे असे.''

शाळेतल्या शिक्षकांचीही अनेक मनोज्ञ चित्रे भाव्यांनी रेखाटली आहेत.

"गणपतराव पाटणकर या शिकवणीच्या शिक्षकांनी आजीला एकवार सांगितले, 'हा मुलगा तुम्हाला यश देणार नाही.' ''

– आणि इतके दिवस दूर असलेले, प्रेमळ; पण कडक शिस्तीचे 'ओबे द

ऑर्डर; नो ऑर्ग्युमेंट' हे ब्रीदवाक्य असलेले भाव्यांचे वडील जेव्हा मुलांना भेटायला म्हणून आले, तेव्हा शृंगारपुरे नावाचे शिक्षक भाव्यांदेखत वडिलांना म्हणाले, ''हा मुलगा बुद्धिवान आहे, पण काय सांगावं? करावा तसा अभ्यास करत नाही. आजी-आजोबांना फार त्रास देतो. गावभर भटकतो आणि दिवेलागणी होऊन गेल्यावर घरी येतो. याचे म्हातारे आजोबा हातात कंदील आणि काठी घेऊन लंगडत-लंगडत शोधत फिरतात.''

'यावर उभ्या जन्मात ओळीनं चार-सहा वर्षे काही आम्ही एकत्र राहिलो नाही.' असं भावे, ज्या आपल्या उग्रप्रवृत्ती वडिलांविषयी सांगतात, त्या वडिलांनी संथ, गुरगुरणाऱ्या खालच्या स्वरात एकच प्रश्न विचारला, ''तुझे मास्तर सांगत होते, ते खरं ना?''

भाव्यांच्या पोटात खड्डा पडला.

''एकदम बेधडक खोटे बोलणे तेव्हा मला जमले नाही. ती कला अजूनही मला नीटशी हस्तगत झालेली नाही. धडाक्यासरशी खरे तेच माझ्या तोंडून जाते.

''मी उत्तरलो, 'मास्तर सांगतात, ते खरं आहे!'

''याचा फार भयंकर परिणाम पुढे झाला.''

भावे हूड होते आणि स्वत:जवळच्या चांगल्या-चुंगल्या वस्तू खेळगड्यांना बेलाशक वाटून टाकण्याची खोडही त्यांना होती. पेन्सिली, रबरे, गोट्या, काचेचे लोलक, चेंडू आणि निबा!

सैन्यात असलेल्या वडिलांनी अफगाणिस्तान आणि बलुचिस्तान इथं असताना भल्यामोठ्या पिशव्यांतून पाठवलेला अक्रोड, बदाम, पिस्ते, जर्दाळू असला सुकामेवा ते खिरापतीसारखा वाटून टाकत.

हे आजीला पसंत नव्हते.

पुन्हा आजीपुढे हात पसरला की, आजी म्हणे, ''कुबेराला भीक लावायला लावशील, असा तू मुलगा आहेस!''

भावे म्हणतात, ''कुबेराला भिकेला लावणं मला शक्य नव्हतं. कारण तो माझ्या तावडीत सापडला नाही. पण स्वत:ला भिकेला लावण्याचा पुढे मी आटोकाट प्रयत्न केला!''

मलकापुरात भाव्यांनी टिळकयुगाच्या खुणा पाहिल्या. प्रत्यक्ष टिळकही पाहिले.

भाव्यांचे थोरले काका सदाशिवराव भावे हे देशभक्त व टिळकभक्त होते. टपाल खात्यातली सरकारी चाकरी सोडून ते अल्प वेतनावर 'केसरी'त लागले होते. ते लेखकही होते. 'केसरी'च्या ग्रंथालयाची व्यवस्था त्यांच्याकडे होती. लोकमान्य टिळक मलकापुराला आले. पिंपरीकरांच्या वाड्यात उतरले.

'नाझर' म्हणून सरकारी नोकरीत असलेल्या आजोबांनी स्वत: भाव्यांना टिळकांकडे नेले नाही. कारण गुप्तचर लोक भेटीला जाणाऱ्यांची नावे घेत असतील, हे त्यांना ठाऊक होते. ते दूर उभे राहिले. काठीने पिंपरीकरांचा वाडा दाखवून लहान नातवाला म्हणाले, "तू एकटाच जा. टिळकांच्या पाया पडून सांग की, मी सदाशिवराव भाव्यांच्या पुतण्या आहे."

भावे जिना चढून गेले. खुर्चीवर बसलेल्या लोकमान्यांना त्यांनी वाकून नमस्कार केला.

"मी भाव्यांचा पुतण्या!"

'टिळकांनी कौतुकाचे स्मित वगैरे काहीएक केले नाही. त्यांचा झुपकेदार काळ्या-पांढऱ्या मिशांनी भरलेला काहीसा उग्र चेहरा जसाच्या तसाच राहिला. त्यांनी आपले मस्तक मात्र किंचित हलवले आणि मी जिन्यावरून परतीच्या प्रवासाला निघालो.'

मलकापुराला असताना आपल्यावर कोणकोणते संस्कार झाले, जातीपाती होत्या तरी आपसात वैर कसे नव्हते, शेतीच्या बाबतीत कूळ आणि मालक यांचे संबंध किती वाखाणण्याजोगे होते, 'नवरा गेलेल्या मुलीचे पुन्हा लग्न लावून द्यायला हवे' असे म्हणण्याइतपत पुरोगामित्व भाव्यांच्या आजीपाशी कसे होते, हे भावे वेधकपणे सांगतात. इथल्या शेतीबद्दलची ओढही त्यांनी व्यक्त केली आहे.

"मैलोगणती पसरलेल्या काळ्याभोर शेतभुईचेही एक सौंदर्य असते. पावसाळ्यात याच भुईवर हिरवीगार पिके उभी होतात. त्यांचे गंध दिशांतून फिरतात. वेगवेगळे पक्षी त्या पिकांना गाणी गातात. रोप लावणे, ते वाढवणे आणि ते फळाफुलांना येणे, ही निर्मितीची सगळी प्रक्रियाच फार सुंदर आहे. आपल्या भरदार कणसांना वाकवणारे शेत कुठलेही असले, तरी ते हिरव्या जोंधळ्याला मुळी कुरूप दिसतच नाही!

"अशा शेतात खांद्यावर कुऱ्हाड टाकून मी अनेकदा जात असे," असे भावे सांगतात.

मलकापूरच्या शाळेत पाठांतरावर भर होता.

"रामदासांच्या, 'अनुदिनीं अनुतापें तापलों, रामराया, परमदीनदयाळा, नीरसी मोहमाया। अचपळ मन माझें नावरे आवरीतां। तुजविण शिण होतो धांव रे, धांव आता।।' या करुणाष्टकाचा माझ्यावर फार परिणाम झाला. उन्हे कलताहेत, वर्गाच्या पांढऱ्या भिंतीवर मंद पिवळ्या उन्हाचा कवडसा तरंगत आहे व अनेक कोवळे स्वर एकत्रितपणे 'तुजविण शिण होतो, धांव रे, धांव आता' म्हणून टाहो फोडताहेत– हा अनुभव मला विलक्षण वाटत असे. मन उदास होत असे. कोणत्याही क्षणी रडू फुटेल, असे वाटत असे."

मलकापुराला गंधर्व सोडून सगळ्या नाटक मंडळ्या भेट देत, व्याख्याने होत. त्याचा तपशील भाव्यांनी दिला आहे. आपण वक्ता व नाटककार व्हावं, हे बीज भाव्यांच्या मनात या मलकापुरातच पडलं असलं पाहिजे. आपली आजी-आजोबा, केवळ सव्विसाव्या वर्षी मरण पावलेली आपली आई, आपले शिक्षक, आपले मित्र अशा अनेक लहान-मोठ्या व्यक्तिचित्रांनी भाव्यांच्या पंधरा वर्षांच्या आयुष्याचा हा फलक गच्च भरलेला आहे. आणि भाव्यांचा स्वभाव, त्यांची ध्येयनिष्ठा, करारीपणा, फटकळपणा हा कुठून आला असेल, याचा पत्ता हा फलक वाचून आपल्याला लागतो.

मी म्हटले की, कॅनव्हासवर न मावेल एवढे भव्य चित्र त्यांच्या आजीचे आहे, तसेच भव्य चित्र त्यांच्या उग्रप्रकृती वडिलांचेही आहे.

''माझे वडील भित्रे नव्हते. मृत्यूचेही भय त्यांना वाटत नसे,'' असे भावे सांगतात आणि एक आठवण देतात की, ''एकदा आमच्या जुन्या वाड्यात वडिलांनी माझा पन्नासावा वाढदिवस मोठ्या थाटात साजरा केला, तेव्हा मी त्यांच्या पाया पडलो. त्याच क्षणी एकदम ते ओक्साबोक्शी रडू लागले. मी हसलो. विचारले, 'भाऊ तुम्ही रडता का?'

''तर ते स्फुंदत म्हणाले, 'मला पन्नास वर्षांपूर्वीचा काळ आठवतो.'

''हा काळ माझ्या आईशी निगडित होता.

''माझे वडील बिथरले, म्हणजे कोणाला ऐकत नसत. माझे वडील गमत्ये होते. नकला चांगल्या करीत. उत्तम कपड्यांचा, अत्तरांचा त्यांना शौक होता. ते गाण्यातले दर्दी होते. स्वत: गाणं शिकले होते. माझी आई पूर्णपणे धार्मिक होती. मराठी दोन-चार इयत्ता शिकलेली असूनही ती कविता करत असे. हा सारा वाचनाचा, श्रवणाचा, मननाचा, पठणाचा व संस्कारांचा परिणाम आहे. हाच वारसा मला आईकडून (व वडिलांकडूनही) मिळाला. माझे लिहिणे, वाचणे मला काही अंशी तरी वंशपरंपरेने मिळाले, असे म्हणायला हरकत नाही.''

आजी-आजोबांकडे असताना भावे तिसऱ्या इयत्तेत नापास झाले. वडिलांनी त्यांना उचलून नागपूरला पाठविले. शिस्त लागावी, म्हणून बोर्डिंगात ठेवले. परवड सुरू झाली.

मुलगा इथंही उडाणटप्पूपणा करतो, मारामाऱ्या करतो, हे ऐकून वडील रागाने नागपूरला आले.

वाड्याच्या अंगणात त्यांनी मुलाला पायांतल्या सैनिकी बुटांनी तुडवून काढले. सार्वजनिकरीत्या शोभा केली. म्हणाले, ''नाऊ गेट आऊट. माझ्या घरातून चालता हो!''

– आणि पंधरा वर्षांचे भावे चार फाटक्या कपड्यांचे बोचके पाठीशी घेऊन घराबाहेर पडले.

वणवण करीत, बिगरतिकीट प्रवास करीत हिंडले, उपाशी राहिले. कुठंही झोपले. कुठंही जेवले.

''ज्याच्याविषयी एक संपूर्ण ग्रंथ लिहिता येईल, असे ते माझे भटकणे सुमारे साडेपाच महिने चालले होते. मला भुकेने घेऱ्या येत होत्या. तहानेने घसा कोरडा पडला होता. स्नान व स्वच्छ कपड्यांना पारख्या झालेल्या माझ्या शरीराची मलाच किळस वाटू लागली होती.'' असे त्यांनी या वनवासाबद्दल म्हटले आहे. अखेर वडिलांनाच माया आली आणि त्यांनी आजीला पत्र लिहून मुलाला परत आणा, असे विनवले.

धर्मशास्त्र, प्रतीक्षागृहे, सार्वजनिक बाके, उद्याने, उपासमार, हालअपेष्टा आणि भिकाऱ्यांचे जग बघून भावे पुन्हा आजीकडे आले. तिने त्यांना आपल्या नातेवाइकाकडे वाशीमला ठेवले.

वाशीमला या पंधरा वर्षांच्या मुलाच्या जीवनात आलेले एक विलक्षण थरारक असे चुरमुडते असे प्रेमप्रकरण सांगून 'प्रथमपुरुषी एकवचनी'चा हा पहिला खंड भाव्यांनी संपविला आहे.

पुण्याला आले की, अगत्याने आपले नवे पुस्तक भावे मला भेट देत. गेल्या नऊ जूनला त्यांनी मला हे पुस्तक दिले होते.

मित्रवर्य भावे यांचे हे आत्मकथन मी वाचून संपवले आणि त्यांची भेट झाल्यावर त्यातल्या मनूआत्या, आजी, अहो, आजोबा, वडील या व्यक्तिरेखांचा माझ्यावर झालेला परिणाम सांगून म्हणालो, ''भावे, जीवनानं तुम्हाला वाईटापेक्षा चांगली माणसंच पुष्कळ भेटवली– विशेषत: स्त्रिया!''

तेव्हा भावे म्हणाले, ''हो, पण माझी परवड काही चुकली नाही.''

परवडीतून, म्हणजेच वेदनेतून निर्माण झालेले हे पुस्तक आहे. लेखक आणि माणूस भावे हे कसे घडले, याचा हा आलेख आहे. तो वाचून आपण आनंदतो आणि उदासही होतो.

∎

'रविवार सकाळ', २४ ऑगस्ट, १९८०

भावे गेले...

१६

बुधवारी भल्या सकाळी फोन खणाणला. इतक्या लवकर फोन वाजला की, अलीकडे माझ्या छातीत धस्स होतं. तत्काळ विचार येतो, कुणी निकटचं माणूस काळानं उचललं तर नाही ना?

मुंबईचे संपादक मित्र फोनवर होते. म्हणाले, ''अहो, भावे गेले!''

फोनवर मला धड बोलताही आलं नाही.

''–भावे! भावे!!''

भाव्यांचं २० जूनला आलेलं कार्ड अजून माझ्या टेबलावरच आहे.

'कर्णेल बहादूर,

दि. १० ला तुमची वाट पाहिली. का आला नाहीत? कुशल असल्याचे कळवावे.'

मी माझं कुशल कळवलं आणि लगेचच दोन दिवसांत बातमी आली की, भाव्यांना पक्षाघात झाला आहे.

खरं तर मी त्यांच्या घोले रोडच्या घरी दहा तारखेला गेलो होतो.

आदल्या दिवशी संध्याकाळी जिमखान्यावर पुस्तकाच्या दुकानात ते भेटले. म्हणाले, ''घरी कधी येता? उद्या सकाळी?''

मी विचारलं, ''पण लिहिता आहात ना? व्यत्यय येईल!''

सकाळ वाया गेली की, सगळा दिवस वाया जातो, ही त्यांची तक्रार मी अनेकवार ऐकली होती.

बेफिकिरीनं म्हणाले, ''लिहिणं आहेच, हो! आणखी एक दिवस उशीर होईल, इतकंच. या, नऊ-साडेनऊला सकाळी, चाकरीवर जाण्याच्या आधी. मी घरीच आहे.''

मी मुद्दामच थोडा उशिरा गेलो. साडेदहाला. तर, दाराला कुलूप होतं. जाळीतून डोकावून आत पाहिलं. व्हरांड्यात खुर्च्यांच्या पसाऱ्यात, खाली फरशीवर उघडी वही, मजकूर थोडा लिहिलेला. जवळच पेन. भरलेलं

रक्षापात्र, सिगारेटच्या पेट्यांची टरफलं. आरशी काढून ठेवलेली.

हा सगळा पसारा पाहिला आणि अंदाज केला, की 'प्रथमपुरुषी'च्या दुसऱ्या भागातलं प्रकरण लिहिता-लिहिता विड्या संपल्या, म्हणून हे बहुतेक कोपऱ्यावरच्या दुकानाकडं गेले असतील. मी दुकान शोधत कोपऱ्यापर्यंत गेलो. कुठं दिसले नाहीत. बराच वेळ चव्हाट्यावर उभा राहिलो.

उशीर झाला. आता संध्याकाळी येऊ, म्हणून चाकरीवर गेलो. दरम्यान, भावे निघून डोंबिवलीला गेलेही होते.

आता माझ्या डोळ्यांपुढं सारखं ते चित्र येत आहे. उघडी वही, पेन, मोकळी पाकिटं, गच्च भरलेलं रक्षापात्र... भावे मात्र नाहीत...

अलीकडे भाव्यांना अंतकाळाची पावलं ऐकू येऊ लागली होती. भेटले, की म्हणायचे, "या दोघंही आता डोंबिवलीला. लवकर या. आता दिवस फार उरले नाहीत."

त्यांच्या धाकट्या भावानं मरण ओळखलं होतं.

"बाळासाहेब, तुम्ही माझ्यापेक्षा वडील... पण मी तुमच्या आधी जाणार," असं ते भाव्यांना म्हणाले होते.

भाव्यांनाही मरण कळलं होतं. ते लिहून गेले आहेत : 'मला ठाऊक आहे, रक्तदाबाचा रोगी एक तर हृदयविकाराने जातो किंवा त्याला अर्धांगाचा झटका येतो. अर्धांगाने लुळेपांगळे होऊन पडण्यापेक्षा हृदयविकाराने एका झटक्यात गेलेले बरे.

'परंतु अद्याप माझी जगण्याची इच्छा मेलेली नाही. किती तरी पुस्तके वाचायची आहेत... मला अजून किती तरी लिहायचे आहे.'

भावे अर्धांगानं अंथरुणावर पडल्याचं मला कळलं. त्यांना बोलता येत नाही, माणसं ओळखता येत नाहीत, हेही कळलं. नुसतं जाऊन त्यांच्या अंथरुणापाशी बसून यावं, असं फार वाटलं. पण नाही गेलो. ढाण्या वाघासारख्या ह्या पुरुषाला मी गेली तीस-बत्तीस वर्षं पाहत होतो. आता तो असहाय अवस्थेत अंथरुणावर पाहण्याइतकं धैर्य माझ्यात नव्हतं.

त्यांना थोडं बरं वाटू लागल्यावर जाऊ, असं म्हणत राहिलो आणि आज माझे आवडते लेखक, अत्यंत जवळचे मित्र, एक स्वच्छ– मोठ्या अंत:करणाचा मराठी माणूस, पुरुषोत्तम भास्कर भावे आपल्याला कायमचे अंतरले आहेत.

एकोणीसशे पंचेचाळीसच्या आसपास आम्ही सगळेच लघुकथा लिहीत होतो. पण चौघे चार दिशांना होतो. मी कोल्हापूरला, भावे नागपूरला, गोखले पुण्याला

आणि गंगाधर गाडगीळ मुंबईला.

अठ्ठेचाळीस साली मी मुंबईला गेलो. 'मौज' साप्ताहिकाचं गिरगावातलं ऑफिस हा तेव्हा आम्हा लेखकांचा अड्डा होता. 'सत्यकथे'चं संपादकीय काम पाहणारे ग. रा. कामत हे मोठे साक्षेपी संपादक होते. त्यांच्यामुळे आम्ही एकत्र आलो.

मी खेड्यातून गेलो होतो. फार बुजायचो. कामत माझी सर्वांशी ओळख करून द्यायचे.

एका माध्यान दुपारी भावे तिथं आले.

गोरापान रंग, घारे-भेदक डोळे. कपड्यांना अत्तराचा मंद सुगंध.

दोन पायांत थोडं अंतर ठेवून उभं राहायचं, हात पाठीमागे घ्यायचे आणि मान वाकडी करून बोलायचं. बोलून झाल्यावर ओठ रुंद करून हसू दाखवायचं, अशी सवय.

कामतनं ओळख करून दिली, "व्यंकटेश, हे पुरुषोत्तम भास्कर भावे!"

मी थक्क.

"भावे, हा व्यंकटेश माडगूळकर. नुकताच आलाय त्याच्या खेड्याकडनं मुंबईला."

यावर भाव्यांनी हात तोंडाकडं नेऊन विचारलं, "भोजन झालं, का व्हायचं आहे?"

"व्हायचं आहे."

"मग चला आमच्याबरोबर. कामत, अहो, त्या लाडांनाही बोलवा."

मग रेडिओ केंद्रावर असणारे सीताकांत लाड आले आणि आम्ही चौघे गिरगाव चौपाटीवर असलेल्या 'वायनलीज्'वर गेलो.

समुद्रतीरावर असलेलं सुंदर हॉटेल. चविष्ट खाद्य-पेय आणि चविष्ट गप्पा. बारा वाजल्यापासून तीन वाजेपर्यंत चाललेल्या ह्या मैफलीत झालेली ओळख पुढं उत्तरोत्तर वाढली. भावे म्हणायचे, "स्नेहाची ज्योतसुद्धा वरचेवर सारून पेटती ठेवावी लागते, नाही तर ती विझून जाते."

मग माझी आणि गाडगीळांची ओळख झाली. गाडगीळ माझ्याकडे, मी गाडगीळांकडे, भावे-कामत आम्हा दोघांकडे, असं येणं-जाणं सुरू झालं. साहित्य पिऊन धुंद होण्याचं ते वय होतं. किती बैठका झाल्या, किती चर्चा झाल्या. एकमेकांनी शिफारस केली, म्हणून आम्ही किती नवं-नवं वाचलं आणि एकमेकांनी लिहिलेलं वाचून किती आनंदून गेलो. अगदी चढओढ असायची. भाव्यांनी 'दीपावली'त उत्तम कथा लिहिली की, लगेच गाडगीळांची उत्तम कथा 'सत्यकथे'त येई. मग लगेच दिवाळीला 'मौजे'च्या अंकात माझी 'त्याची गाय व्याली' ही गोष्ट प्रसिद्ध होई.

पन्नास साली मी पुण्याला आलो. अरविंद गोखले भेटले. संध्याकाळी मी

त्यांच्याकडे जाऊ लागलो. आम्ही दोघे पर्वतीच्या दिशेनं फिरायला जात असू. कधी भावे नागपुराहून येत. गाडगीळ मुंबईहून येत. आम्ही चौघे यथेच्छ हुंदडत असू. ह्या भटकंतीत भावे फार एक्साइट होत.

रात्री पर्वतीकडं गेल्यावर एकदा रस्त्यावारचा धोंडा उचलून ते म्हणाले, "रस्त्यावरचे दिवे फोडायचे का?"

फार वर्षं आम्ही एकेमक एकमेकांना भेटत राहिलो. आजतागायत भेटत होतो.

भावे समर्थ कथालेखक होते. त्यांच्या 'सतरावे वर्ष', 'व्यथा', 'रहस्य', 'सीमेवर', 'स्वप्न', 'सावल्या' यांसारख्या कथा वाचल्यावर लघुकथालेखनातली सारी कुशलता त्यांनी वापरून संपवून टाकली आहे, असे वाटे. ते मनानं आणि शरीरानंही दणकट होते. तीव्र असा जीवनोत्साह त्यांच्या वागण्यात भरून राहिलेला असे. जीवनानुभवातून मिळवलेल्या शहाणपणाचा मोठा साठा त्यांच्यापाशी होता. व्रात्य मुलाचा खोडकरपणा आणि उत्तम प्रतीची विनोदबुद्धीही त्यांच्यापाशी होती. क्वचित ठिकाणी आढळते एवढी सहृदयता, उदारता आणि विलक्षण आकर्षक असा अंत:करणाचा दिलदारपणा होता. आणि सर्वांवर कळस म्हणजे, क्वचित एखाद्याला लाभतं, असं प्रतिभेचं देवदत्त देणं त्यांना लाभलं होतं.

असा एखादा माणूस जेव्हा कायमचा निघून जातो, तेव्हा एक सांस्कृतिक संस्था बुडाल्यावर जेवढं होतं, तेवढं समाजाचं नुकसान होतं.

कर्तृत्ववान माणसाला आयुष्य नेहमीच पुरत नाही. भाव्यांना कित्येक गोष्टी करायच्या होत्या.

त्यांना पूर्णावतार श्रीकृष्णावर एक उत्तम पुस्तक लिहायचं होतं.

'माझ्या विद्वत्तेविषयी कुणी आक्षेप घेतला असता, तर घेतला असता; पण माझ्या श्रद्धेविषयी आणि भावनेविषयी तर कुणी आक्षेप घेतला नसता!' असं त्यांनी म्हटलं होतं.

त्यांना युगकर्त्या शिवरायांचं चरित्र लिहायचं होतं– अगदी सोपं, चार सामान्य माणसांना समजेल, असं.

हिंदुत्वावर व हिंदू धर्मावर एक पुस्तक लिहायचं होतं आणि लहान मुलांसाठी इसाप, ग्रीम किंवा ॲण्डर्सनप्रमाणे परिकथा लिहाव्यात, अशीही एक इच्छा त्यांच्या मनात अलीकडे निर्माण झाली होती.

त्यांच्या अनेक इच्छा अपुऱ्या राहिल्या. ज्या जगात ते जन्माला आले, ते जग त्यांना सावकाशीने पाहायचं होतं. हिमालयाची उत्तुंग शिखरं, आफ्रिकेतली निबिड अरण्यं, ॲमेझॉनचं खोरं, उत्तर-दक्षिण ध्रुव पाहायचे होते. त्यांना खांद्यावर बंदूक

टाकून रानोमाळ भटकायचं होतं. बलुची टोळ्यांबरोबर हिंडायचं होतं. भूमीनं आणि समुद्रानं गिळून टाकलेल्या प्राचीन संस्कृतीचं संशोधन करायचं होतं. सैनिक, खेळाडू, नाविक आणि शेतकरी व्हायचं होतं. 'शेतबंदिस्ती, विहीर, फुलणारी सुगंधी शेतं, त्या शेतावर लोंबणारे ढग व पूर्ण वेळ देऊन केलेली शेती, हेही माझं स्वप्न अपुरंच राहिलं आहे.' असं ते एका ठिकाणी लिहितात.

लॅटिन नाटककार टेरेन्स यानं म्हटलं आहे :

'I am a man. Nothing human is foreign to me.'

भाव्यांचं असंच होतं. भाव्यांना निसर्गाची फार ओढ होती. पायी भटकणं हा त्यांचा आवडता छंद होता.

'प्रथमपुरुषी एकवचनी' ह्या आपल्या आत्मचरित्रात पांढुर्णे ह्या आपल्या गावच्या निसर्गाविषयी लिहिताना ते बहरून येतात :

'पावसाळ्यात झाडे व धरणी ओली होऊन जाई. अंगणातल्या सतापाचा गंध दर्वळे. आभाळातून मेघ फिरत. कधी ते सारे आभाळ व्यापून तिथेच ठाण मांडीत. गरजत. विजांचे रंगीबेरंगी झोत टाकीत. नद्या गढूळ पाण्याने भरून जात. वारे ओल्या गारव्याने तरारत. मग हळूहळू शेवटचे शिडकावे करून पाऊस परदेशी निघून जाई. लखलखीत निळेभोर आकाश पुन्हा दिसू लागे. मग कुडकुडत थंडी येई. तोंडातून वाफा निघत. गवताच्या पात्यांना दवाचे बिंदू बिलगत. पेटती चूल व जळता निखारा ह्यांना वेगळा रंग भरे. वेगळा अर्थ येई. त्याचा सहवास हवाहवासा वाटे. दिवाळीची हळदीने भरलेली प्रसन्न पावले उमटू लागत. पावसाळ्यात गढूळ पाण्याने भरून फुसांडणारी 'जांब' व 'लेंडी' संथपणे वाहू लागे. पावसाळ्यात यथेच्छ पाणी प्यायलेले ते नदीकाठचे बाभूळ-बनही मग अधिक हिरवे दिसे.'

अगदी काल-परवा मे महिन्यात आमच्या गप्पा झाल्या, तेव्हा त्यांनी माझ्या प्रवासाविषयी बारीक चौकशी केली आणि म्हणाले, ''व्यंकटराव, हे एक आपलं राहून गेलं. पुष्कळ पाहण्यासारखं आहे ह्या देशात, पण पाहणं झालं नाही!''

भावे, पुष्कळ राहून तर जातंच; पण टिकावं, असं तुम्ही काय कमी दिलं आहे? उभं आयुष्य ध्येयावरून ओवाळून कसं टाकावं, हे तुम्हीच दाखवलंत.

''भावे, तुम्ही कधी नोकरी केलीत का?'' असं मी तुम्हाला एका मुलाखतीत विचारलं, तेव्हा तुम्ही फटकन् म्हणालात, ''नाही, व्यंकटराव, एक क्षणसुद्धा नाही!''

लेखकाला जगावं वाटतं, तसंच तुम्ही जगलात.

'सतरावे वर्ष'सारख्या सुंदर कथा तुम्ही लिहिल्यात, 'सहदेवा, थोडा अग्नी

आण!' सारखे प्रखर लेख लिहिलेत, 'अकुलिना'सारखी अस्वस्थ करणारी कादंबरी लिहिलीत, 'विषकन्या'सारखं नाटक लिहिलंत, 'सौभाग्य'सारखा चित्रपट लिहिलात.

सुखाचे आणि दु:खाचे अनेक प्याले समबुद्धीनं पचवल्यावर एका क्षुद्र व्याधाकडून मरण स्वीकारणाऱ्या आणि अवतारसमाप्ती करणाऱ्या श्रीकृष्णावर तुम्हाला लिहायचं होतं.

तुम्हाला पुष्कळ करायचं होतं. पण तुम्ही जेवढं केलंत, तेही एका आयुष्यात करण्यासारखं नाही. फार थोड्यांनाच ते करून दाखवता येतं.

तुमचं सोनं झालं.

आम्ही कृतज्ञ आहोत.

जिथं जिथं ज्ञान आहे, जिथं जिथं गुणसंपन्नता आहे, जिथं जिथं सौंदर्य आहे; तिथं तिथं तुम्ही राहाल.

■

'महाराष्ट्र टाइम्स' : १७ ऑगस्ट, १९८०

माझा एक लठ्ठ मित्र

१७

ह्या गोष्टीला पुष्कळ वर्षं होऊन गेली आहेत. मी तेव्हा अकरा वर्षांचा होतो. आमच्या पाचवीच्या वर्गात काही खास पोरं होती. एक नामा सुढाळ होता, हा फार हुशार होता. स्वभावानं फार चांगला होता, पण त्याचे डोळे विशेष होते. ते फार पुढं आल्यासारखे दिसायचे आणि जेव्हा तेव्हा डबडबून यायचे. त्याला काही वाईट वाटलं न वाटलं, त्याला दुःख झालं न झालं, तरी त्याचे डोळे पाण्यानं वारंवार भरून यायचे. कधी पालथ्या मुठीनं, कधी बाहीनं तो ते पुसायचा आणि हसायचा. त्याने वरचेवर पुसले नाहीत, तर त्याचे दोन्ही डोळे फारच ओले व्हायचे आणि त्याचे गालही ओले व्हायचे.

माझ्याच बाकावर बसणाऱ्या सुढाळला मी एकवार विचारलं, "तुला सारखं रडायला येतं का रे?"

"नाही. पण माझ्या डोळ्यांना उगीचच पाणी येतं."

"आणि तू खरंच रडतोस, तेव्हा?"

तर तो म्हणाला, "मला डोळ्यानं रडताच येत नाही; तोंडानं रडावं लागतं. तोंडानं रडलो नाही, तर माझं रडं घरात कुणाला कळतच नाही."

मी विचारलं, "तुझ्या आईलासुद्धा कळत नाही का?"

तर, तो म्हणाला, "मला आई नाही. मी दोन वर्षांचा होतो, तेव्हाच ती मरून गेली आहे. मला आता काकू आहे."

हा माझा अगदी आवडता मित्र होता, पण लवकरच तो हे गाव सोडून कुठल्या तरी दूरच्या गावाला गेला आणि माझ्या शेजारी गुंडाप्पा तवनाप्पा नावाचा मुलगा आला.

हा अंगानं फारच लठ्ठ होता. अगदी चिरमुऱ्याच्या भोतासारखा. म्हणून आम्ही सगळे त्याला 'गुंडाप्पा भोत' म्हणून हाक मारायचो.

पण चिडणं, ही गोष्ट गुंडाप्पाला माहीत नव्हती. तो सदान् कदा फ्या-फ्या हसत असायचा. हा घरचा एकुलता एक आणि चांगला सधन होता. त्याच्या वडिलांचं

किराणा आणि भुसार मालाचं मोठं दुकान बाजारपेठेत होतं.

अकरा वर्षांची मुलं एकोणीसशे एकोणचाळीस साली काही डोक्याला तांबडा जरीकाठी रुमाल, अंगात अंगरखा आणि खाली धोतर असा पोशाख करायची नाहीत. बहुतेक सगळी मुलं अर्ध्या चड्ड्या, शर्ट आणि डोक्याला टोपी असा पोशाख करत. रुमाल बांधणारा आणि धोतर नेसणारा गुंडाप्पा हा एकमेव होता. ह्याच्या गळ्यात चांदीचं मोठ्ठं लिंग असे आणि कमरेला उत्तम बनावटीचा चांदीचा गोफ असे. तेवढ्या वयातसुद्धा ह्याच्या कानात सोन्याच्या बाळ्या, गळ्यात साखळी आणि बोटांत एक सोडून दोन अंगठ्या होत्या.

सकाळी लवकरच शाळेत यायला लागायचं. पुष्कळ पोरं अंघोळीचा कंटाळा करायची; पण गुंडा स्वच्छ अंघोळ करून, कपाळाला पांढऱ्या विभूतीचे पट्टे ओढून, शुचिर्भूत, हास्यवदन असा यायचा. त्याचं पोट अगदी गणपतीसारखं होतं. एक सोंड सोडली, तर तो गणपतीसारखाच दिसायचा. सोंड मात्र सोडायची– सोंड आणि कान. बाकी, सकाळी सूर्यनमस्काराच्या तासाला तो जेव्हा रुमाल-शर्ट काढून, धोतराचा खोचा घालून उघडा व्हायचा, तेव्हा थेट गणपती दिसायचा. तो उघडा झाल्यावर आम्हाला कळायचं की, पांढरे विभूतीचे पट्टे त्यानं दंडांवरही ओढलेले आहेत.

सर्व विषयांत त्याला उत्तम समजणारा विषय म्हणजे गणित. निमकी, औटकीसुद्धा सगळे पाढे त्याला उत्तम पाठ होते. आणि हा फार उदार होता.

अंगरख्याचे दोन्ही खिसे भरभरून तो आपल्या दुकानातल्या खारका, खोबरं, खडीसाखर आणायचा आणि वर्गात सगळ्यांना वाटायचा. कुणाला शाई नसली की, हा आपल्या जवळच्या शाईच्या पुड्या त्याला द्यायचा. कुणाजवळ कागद नसले, तर कागद द्यायचा. निबे द्यायचा.

एकदा दुसऱ्या वर्गातल्या पोराशी माझी मधल्या सुट्टीत जोराची मारामारी झाली. मारामारीत कितीही लागलं, तरी मला रडू यायचं नाही; पण जरा का माझा अंगरखा किंवा टोपी किंवा चड्डी फाटली, तर मला फार रडायला यायचं. कारण मी गरिबाचा मुलगा होतो आणि वर्षाला दोन शर्ट अन् दोन चड्ड्यासुद्धा मिळायच्या नाहीत. वेडावाकडा फाटलेला शर्ट शिवून, चड्डीला कुल्ल्यावर ठिगळं लावून मला शाळेत यावं लागायचं आणि त्याची मला फारच लाज वाटायची. ह्या मारामारीत माझ्या शर्टची बाहीच टराटरा फाटली. मग मी फार घाबरलो. माझा चेहरा रडवा झाला. तेव्हा गुंडानं ताबडतोब आपला अंगरखा काढला.

मला म्हणाला, ''माझ्या आत कोपरी आहे. तू माझा शर्ट घालून जा. घरी विचारलं, तर सांग की गुंडानं फाडला, म्हणून त्याचा मी घेतला.''

त्याचा शर्ट मी घातला मात्र, माझं ध्यान बुजगावण्यासारखं दिसलं!

फ्या-फ्या हसून गुंडाप्पा म्हणाला, ''माझा शर्ट तुला कफनी घातल्यासारखा दिसतोय का रे?''

मग आपल्या दुकानाजवळच्या शिंप्याकडनं त्यानं माझी बाही मला शिवून दिली.

असा हा गुंडा. तो किती आनंदी असायचा, किती हसायचा आणि नानापरीनं चिडवूनही कधीच नाही चिडायचा. त्याचं गणित चांगलं, पण पुढं त्याचं आयुष्याचं गणित पार चुकलं!

एक तो सुढाळ– ज्याच्या डोळ्यातनं नेहमी पाणी यायचं आणि दुसरा हा गुंडा– ह्याच्या डोळ्यांतलं हसू कधीच माळवायचं नाही, असा.

आम्ही एकत्र होतो, तोवर आमची दोस्ती अखंड राहिली.

पुढं मग माझे वडील सरकारी नोकरीतनं एकाएकी कमी झाले आणि आमचं सगळं कुटुंबच आपल्या खेडेगावी आलं. माझ्या शिक्षणाची परवड सुरू झाली. रोज पाच मैल चालून मला तालुक्याच्या शाळेला जावं लागायचं.

बेचाळीस साल आलं! 'करेंगे या मरेंगे' चळवळ सुरू झाली आणि मला वाटलं, काय करायचं शिकून? आपण ह्या वेळी चळवळीत गेलं पाहिजे. माझा देश स्वतंत्र झालाच पाहिजे.

मग मी कुणालाही न सांगता एके दिवशी चळवळीत सामील झालो. मी ह्या, त्या गुन्ह्यात सामील झालो. दाण्‌कन्‌ माझ्यावर वॉरंट निघालं. मी लपून-छपून आता गावोगाव हिंडू लागलो.

या भटकंतीनं एकवार मी विटे नावाच्या गावी रात्री-अपरात्री पोचलो. जेवायला खिशात पुरेसे पैसे नव्हते. झोपायला जागा नव्हती. विट्यात मला कोणी ओळखत नव्हते. रात्री मी भणंगासारखा बाजारपेठेतून हिंडत होतो.

दुकानं बंद झाली होती. एका दुकानाच्या मात्र चार फळ्या उघड्या होत्या आणि आतून बत्तीचा उजेड येत होता. दुकानामधनं जो वास आला, त्यावरनं मी ओळखलं, की दुकान वाण्याचं आहे. माझ्या खिशात सुट्टी नाणी होती. एक विचार मनात आला, की एवढ्या पैशात नारळ येईल. घ्यावा. कुठल्याही दगडावर फोडावा. खोबरं खावं, पाणी प्यावं आणि कुठं तरी देवळात, धर्मशाळेत जाऊन रात्र काढावी.

फळीशी उभा राहून म्हणालो, ''एक नारळ मिळेल का हो, वाणीदादा?''

तांबड्या वहीवर ओणवून काही लिहिणाऱ्या वाणीबुवांनी माझ्याकडं बघितलं

आणि मी फार आनंदलो. हा गुंडाप्पा होता!

प्रचंड लठ्ठ झालेला. डोक्याला रुमाल, अंगात कोपरी. खाली धोतर.

मलाही त्यानं त्या क्षणी ओळखलं.

"अरे, तू हिकडं कुणीकडं? ये, ये. वर ये."

मला त्यानं गादीवर बसवलं. न्याहाळून पाहिलं व म्हणाला, "किती दिवसांनी भेट! कुठं असतोस तू? काय करतोस? हिकडं कसा आलास?"

ह्याला आता काय सांगणार? खोटं तरी कसं बोलणार?

मग मीच विचारलं, "आधी, तू इथं कसा, ते सांग."

"अरे, काय करायचं? सातवी पास झालो. आणि वडील अगदी अचानक वारले. हे आजोळ माझं. आईची शेतीवाडी, घरदार सगळं लेकी-वारसानं मिळालेलं इथं. गणगोत इथं. मग तिकडचं सगळं विकलं आणि हे दुकान सुरू केलं. वर्ष झालं. छान जम बसलाय आता. माझी बायको इथलीच. मामाच्या मुलीशी लग्न झालंय."

"अस्सं!"

"पण तू नारळ घ्यायला इथं कुठं आलास?"

"असाच!"

"काय करतोस?"

"काही नाही तूर्त."

"शाळा?"

"सोडली."

"आणि, रे?"

"देशभक्ती!"

"म्हंजे? आलायस कुठनं, चाललायस कुठं?"

"सगळं वाऱ्यावर आहे, गुंडाप्पा!"

"म्हंजे?"

मग माझ्या चेहऱ्यावरनंच त्यानं काही अंदाज केला असावा. म्हणाला, "चल वर. माडीवर माझं घर आहे."

फळ्या लावून त्यानं दुकान बंद केलं आणि आम्ही वर गेलो.

छान, प्रशस्त घर होतं.

गुंडानं आपल्या आईला ही आनंदाची बातमी दिली.

बायकोशी माझी ओळख करून दिली.

किती तरी महिन्यांनी मी घरचं अन्न जेवलो, पान खाल्लं. दोघं गाद्या टाकून

बैठकीच्या पडवीत झोपलो. मग मला राहवेना. म्हणालो, ''गुंडाप्पा, गड्या, माझ्यावर वॉरंट आहे. मी चळवळीत काम करतो. तू भेटलास, बरं झालं. आता पहाटे लवकर उठून मी जाईन. मिरजेला जायचं आहे.''

सगळीकडे चळवळीचं वारं होतंच. गुंडाप्पाला हे काही अगदी नवं नसावं.

तो थोडा वेळ गप्प झाला आणि मग हलक्या आवाजात म्हणाला, ''हे बघ, ऱ्हावं वाटलं, तितका हितं ऱ्हा तू. काही काळजी करू नकोस. आमच्या घरात कुणी तपासाला येणार नाही. दिवसा-उजेडी बाहेर पडू नकोस, म्हणजे झालं.''

''नको रे बाबा! तू व्यापारी माणूस. पोलिसांना सुगावा लागला, तर तुझ्या धंद्यावर परिणाम होईल. फार जोखमीचं आहे हे सगळं. माझ्यासारख्या फटिंगाचं हे काम आहे.''

गुंडाप्पाच्या बायकोनं भल्या पहाटे उठून चहा करून दिला आणि निरोप घेऊन मी बाहेर पडलो.

ह्यानंतर माझ्या आयुष्यात बरंच काहीबाही घडलं. माझ्यावर पोलिसांची धाड आली. केवळ नशीब बलवत्तर, म्हणून मी यातनं सुटलो. माझे पुष्कळसे दोस्त पकडले गेले. त्यांना सात-सात वर्षांच्या शिक्षा झाल्या. काही जण शेवटपर्यंत भूमिगत राहिले. मी एकटाच ठिकठिकाणी हिंडलो. बरंच जग पाहिलं. बराच शहाणपणा गोळा केला.

स्वातंत्र्य मिळालं. चळवळ संपली. मी उघड हिंडायला मोकळा झालो.

काही कामाच्या निमित्तानं पुन्हा विट्याला गेलो आणि मोटारीतून खाली उतरताच आधी गुंडाप्पाचं दुकान शोधत गेलो. तिथं आता दुसरंच दुकान होतं. हे दुकान वाणसामानाचं नव्हतं, लोखंडी मालाचं होतं. हार्डवेअरचं. अन्नधान्याऐवजी, गूळसाखरेऐवजी, नारळाऐवजी इथं आता लोखंडी पाट्या, फावडी, कंदील, वजनं आणि तराजू विकले जात होते. माडीवर आता गुंडाप्पा राहत नव्हता, दुसरंच कोणी राहत होतं!

आजूबाजूला चौकशी केली, तर कळलं की, गुंडानं दुकान विकलं; आता तो मोटार-स्टँडच्या जवळ कुठं राहतो.

मी तपास काढीत गेलो.

एका लहानशा दोनखोली घरात राहणारा, तसाच लठ्ठ, तसाच आनंदी, तसाच फ्या-फ्या हसणारा गुंडाप्पा भेटला. त्यानं माझं अगत्यानं स्वागतच केलं; पण ते घर, त्याची कळा ह्यावरून मला कळून चुकलं होतं, आता हा फार हलाखीत आहे.

मग हसत-हसत त्यानंच खुलासा केला—

"आई गेली, धंदाही बसला. फार कर्ज झालं. सगळं विकून टाकलं आणि मोकळा झालो. आता कांदे-बटाट्याचा धंदा करतो."

एवढं त्यानं सांगितलं; पण आणखीही बरंच काही घडलं असलं पाहिजे, कारण बुडणाऱ्या जहाजाला सोडून जातात, तशी त्याची माणसं त्याला सोडून गेलेली होती.

घरात स्त्री दिसली, ती त्याची पत्नी नव्हती. नवीन होती. ह्याबद्दलही मला गुंडाप्पानंच खुलासा केला. तो म्हणाला, "हे आमचं दुसरं कुटुंब. पहिल्याच्या पोटी मूलबाळ नाही. डॉक्टरनी सांगितलं, गर्भाशय लहान आहे. यांना मूल होणारच नाही. म्हणून दुसरं लग्न केलं. ह्यांनाही काही नाही!"

घरातला सगळा कारभार दुसरी बायकोच पाहत होती. पहिली डोक्यावर पदर घेऊन एका बाजूला बसली होती. तिला आपण निरुपयोगी अवजार आहोत, असं वाटत असलं पाहिजे. जुन्या अवजाराचीच कळा तिच्या सर्वांगावर होती.

"आणि, आईची शेतीवाडी होती; तिचं काय झालं?"

"कूळकायद्यात गेली."

"घर?"

"ते, कर्ज फेडायला मीच विकलं."

त्याची एकूण स्थिती ऐकून मी गंभीर झालो. तेव्हा नेहमीसारखा खिदळून गुंडाप्पाच म्हणाला, "अरे, धंद्यात चढ-उतार चालायचेच. आता हा नवा व्यापार करतोय ना; त्यात पुन्हा वर्षभरात वर येतोय का नाही, बघ मी!"

पण असं का बरं होतं? सदा पाण्यानं भरलेलं दिसणारं तळं एकदम दुष्काळ पडून कोरडं ठणठणीत व्हावं, तसं ह्या गुंडाप्पाचं झालेलं मी पाहिलं. इतक्या चांगल्या माणसाच्या वाट्याला हे का यावं? आणि तो मात्र तसाच प्रचंड लठ्ठ राहिला होता. त्या कानातल्या बाळ्या, गळ्यातला गोफ, बोटातल्या अंगठ्या हे सगळं गेलं होतं. पण अजूनही तो गणपतीसारखाच दिसत होता. त्याचा पोशाख मात्र आता बदलला होता. डोक्यावर रुमालाऐवजी टोपी– तीही चार आणेवाली गांधी टोपी– आली होती. अंगात नुसती कोपरी होती. आणि तांबड्या काठाच्या करवतकाठी धोतराची जागा आता साध्या, जाड्याभरड्या धोतरानं घेतली होती.

त्याचं हे घर तर फारच साधं होतं. कौलारू, मातीच्या ओबडधोबड भिंती. एका कोपऱ्यात कांद्याचा ढीग, बेलदारासारखी तिथंच चूल, तिथंच सामान-सुमान. कांद्याच्या आणि पांढऱ्या मातीच्या वासानं घर भरून गेलं होतं. आढ्याला कोळिष्टकं, कातरणीचे पांढरे गोल लागले होते.

माझी गाडी लवकरच होती, त्यामुळं चहा-पोहे असला पाहुणचार घेऊन मी

गुंडाप्पाचा निरोप घेतला. तो वरचेवर म्हणाला, ''हिकडं आलास, म्हणजे माझ्या घरीच येत जा.''

दीड-एक वर्षानं मी पुन्हा त्या घरी गेलो, तर शेजाऱ्यांनीच मला बातमी सांगितली, की 'गुंडाप्पा वाणी एकाएकी हार्ट-ॲटॅकनं वारला. त्याच्या दोन्ही बायका आता कुठं आहेत, याची आम्हाला काही माहिती नाही.'

म्हणजे फळ-फूल काही न देता एक तरारलेलं झाड अचानक वाऱ्या-वादळानं उन्मळून पडावं, तसा हा गुंडाप्पा नावाचा एक हसरा, लठ्ठ, उदार, गमत्या, कधीही न चिडणारा तिशीच्याही पार अलीकडचा माझा दोस्त मरून गेला होता!

आयुष्याच्या ह्या वाटचालीत मी कुणाकुणाचं काय काय ऋण लागतो, याचा जेव्हा हिशेब करतो; तेव्हा ज्यांची मला कधीच परतफेड करता आली नाही, अशी किती तरी माणसं दिसतात. लाभाची काही आशा न ठेवता त्यांनी माझ्यावर प्रेम केलं आणि मला कृतज्ञता व्यक्त करण्याची पुरेशी संधी न देता ती कायमची निघूनही गेली.

ह्या सर्वांत गुंडाप्पाचं जाणं माझ्या फार जिव्हारी लागलं आहे. इतका आनंदी, इतका लठ्ठ, इतका हसणारा, वयानं इतका कोवळा माणूस आपली किंमत कुणी ओळखायच्या आत का बरं गेला?

ही तशी काही फार मोठी गोष्ट नाही. मला फार भाराभर असं काही सांगायचं नाही.

एक लठ्ठ गुंडाप्पा होता.

– आणि तो लठ्ठपणामुळं मरून गेला; हा फार चांगला होता आणि चांगला माणूस फार लवकर जातो, असंसुद्धा मला काही पटवायचं नाही. मला आपलं एवढंच सांगायचं होतं, कधी तरी की, एक छान माणूस गुंडाप्पा एके काळी होता.

आता नाही. आणि इतकी वर्षं झाली, तरी त्याचं चित्र माझ्या डोळ्यांपुढून पुसलं गेलेलं नाही. अशी चित्रं पुसता पुसत नाहीत.

बस्स्. मला आणखीन भाराभर असं काही सांगायचं नव्हतं.

■

'स्वरमाला', दिवाळी अंक १९८०

ला फॉन्तेन
१८

बोधकथा किंवा नीतिकथा ह्यात आढळणाऱ्या शहाणपणाचं मोठं आकर्षण आपल्याला असतं. समाजात खोलवर आढळणाऱ्या ह्या बोधकथा औषधी कंदमुळांप्रमाणं गोळा करून त्या लोकांना उपलब्ध करून देण्याचं किंवा धर्माचा प्रसार करण्यासाठी त्यांचा उपयोग करण्याचं काम करणारे संग्राहक देशोदेशी होऊन गेले आहेत, असं दिसतं. जसा विष्णुशर्मा, वररुची, इसाप; तसा हा ला फॉन्तेन.

ला फॉन्तेनच्या निवडक कथांचा एक संग्रह नुकताच मला मिळाला आहे. त्यातल्या कथा सुंदर आहेत आणि चित्रंही सुंदर आहेत.

हा सतराव्या शतकातला मध्यमवर्गातला लेखक. त्यानं इतरही काहीबाही लिहिलं; पण आज टिकून आहेत त्या त्याच्या बोधकथा. सोळाशे अडुसष्ट ते चौऱ्याण्णव ह्या काळात त्याची बोधकथांची बारा पुस्तके प्रसिद्ध झाली. त्या काळी गद्यापेक्षा पद्यात लिहिणं लेखक पसंत करत असावेत. फॉन्तेननं गद्य लिहिलं आहेच, पण त्याच्या ह्या बोधकथा पद्यात आहेत. त्यापैकी काहींचे चेहरेमोहरे आपल्याला ओळखीचे वाटतात. इसाप आणि भारतातील नीतिकथा ह्यांतून फॉन्तेननं काही वेळा कच्चा माल मिळवला आहे. पण केवळ कच्चा माल मिळाला की, कोणीही ला फॉन्तेन होणार नाही. त्याच्यानंतर पुढे शंभर वर्षं अनेक लेखकांनी अशा प्रकारचं लेखन केलं, पण त्यापैकी कोणी तसे टिकलेले नाहीत; फक्त ला फॉन्तेन आजही वाचला जातो.

हा नादी, विसरभोळा होता, अशी बोलवा होती. त्यातून अनेक किस्सेही सांगितले जात. त्यानं बायकोपासून फारकत घेतली होती. ती आपल्या गावी आणि हा पॅरिसला आला.

बऱ्याच वर्षांनी त्याचा एकुलता एक पोरगा भेटायला आला. कोणी तरी बाप-लेकांची भेट घडवून आणली. तर हा म्हणाला, "ह्याला कुठं तरी बघितल्याचं

आठवतं, बरं का!''

त्यानं बहारीच्या कथा लिहिल्या आहेत. मुलांना ह्याच्या कथेतला ठसठशीतपणा, विलक्षण ताजेपणा मोह घालतो. इसाप आणि विष्णुशर्म्याप्रमाणं ह्याच्या कथांतूनही जनावरं, पक्षी आहेत. साहित्याचा अभ्यास करणाऱ्या विद्यार्थ्यांना त्याची कलात्मकता मोह पाडते आणि जगाचा अनुभव घेतलेल्या प्रौढांना ह्यानं जीवनावर वेळोवेळी जी भाष्यं केलेली आहेत, ती आवडतात. एकूण, हा सर्वांनाच प्रिय आहे.

मला काही ह्या गोष्टी पद्यातून सांगता येणार नाहीत. मुळात गोष्टी फ्रेंच, त्यांचं इंग्रजी भाषांतर वाचून त्याच गोष्टी मी मराठीतून सांगणार; म्हणजे बरंच काही जाणार. पण पुस्तकाची ओळख होण्याइतपत हे सांगणं कामाला आलं, तरी पुष्कळ झालं.

हा फॉरेस्ट रेंजरचा पोरगा होता. आळशी, बांडगुळासारखं जगणारा. त्यानं स्वत:च्या जीवनाकडं कधी गंभीरपणे पाहिलं नाही, अशा ह्याच्याविषयी तक्रारी आहेत. अमीर-उमरावांनी ह्याला पोसला. हा खेळ बघावा तसं जीवनाकडं बघत, रमत-गमत जगला.

ह्याच्या बावीस निवडक गोष्टी असलेली, एकच– तीही भिजून बुरा आलेली प्रत अचानक मला पुण्याच्या 'मॅनीज्' ह्या पुस्तकाच्या दुकानात मिळाली. डोव्हर पब्लिकेशन्स, न्यूयॉर्क ह्यांनी काढलेल्या ह्या प्रतीसाठी अलेक्झांडर कॅल्डर ह्या चित्रकाराने काढलेली चित्रं फारच छान आहेत. त्यातलीच चित्रे येथे घेतली आहेत.

ज्यांनी वाचलं असेल, त्यांचा प्रश्नच नाही; पण चांगल्या गोष्टी किंवा एकूणच चांगलं वाचण्याची ज्यांना आवड आहे, त्यांनी ही प्रत जरूर मिळवावी. आणि वाचून, पुन:पुन्हा वाचण्यासाठी आपल्या कपाटात ठेवावी.

तर, एक गोष्ट आहे,

प्रेमात पडलेला सिंह, अशी.

फार फार वर्षांपूर्वीची गोष्ट. तेव्हा पशूंना बोलता येत होतं. काही म्हणाले, माणसांत घुसू या. ह्या घुसू म्हणणाऱ्यांत सिंह आघाडीवर होते. का, तर हुशारीत, गलेलठ्ठपणात बरोबरीचे होते ना माणसाच्या. आणि त्यांनाही डरकाळ्या फोडायला येत होत्या.

तर, एक उच्च कुळातला सिंह रानातनं चालला असताना त्याला एक चांगली धनगराची पोरगी दिसली. म्हणाला, ही आपल्याला पाहिजे.

गेला पोरीच्या बापाकडं मागणी घालायला.

तो भला माणूस, ह्याला बघून गप्प झाला. अहो, पोरीला नवरा बघायचा, तो असा ओरबाड्या?

चक्क नाही म्हणून मोकळं व्हावं, असं मनात आलं. पण पोरगी साधीसुधी नव्हती. तिला नवरा असा राजासारखाच दिसणारा पाहिजे होता. आपण नाही म्हणायचो आणि ही एके दिवशी आयाळ धरून पळून जायची.

सगळा सारासार विचार करून बाप म्हणाला, ''हे बघा, माझी पोरगी तशी फार नाजूक आहे! एखाद्या वेळी तुम्ही उतावळेपणानं तिला जवळ घ्यायला जायचे आणि तुमची नखं लागून ही रक्तबंबाळ व्हायची. तर, एक-एक पंजा माझ्या पुढ्यात ठेवा बघू.''

सिंहरावांनी ठेवला.

बापानं फटाफट सगळी नखं चाकूनं छाटून टाकली.

सिंह म्हणाला, ''आता?''

बाप म्हणाला, ''आणि एक राहिलं. माझी पोरगी प्रेमभरानं तुमचा मुका घेणार, त्या क्षणी तिला कसलीसुद्धा धास्ती उपयोगाची नाही.''

''बरोबर.''

''मग, तुमचे हे कराल दात कानसू द्या ना जरा–''

सिंह दात त्यागायलाही तयार झाला.

नखं गेली, दात गेले.

सिंह बिनहत्यारी राहिला. त्याबरोबर धनगरानं कुत्री छू: करून त्याच्या अंगावर सोडली.

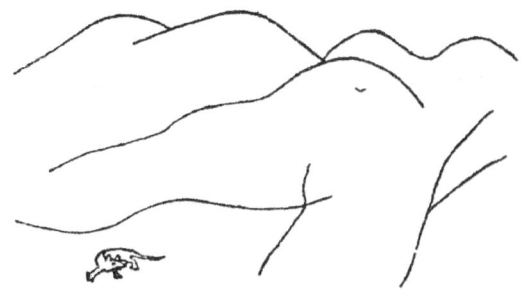

शिकारी कुत्र्यांनी बोल-बोल म्हणता सिंहाचा निकाल लावला.

गोष्टीचं तात्पर्य सांगताना लेखक म्हणतो की :
कोणीही फलाणा असू द्या;
प्रेमात पडला की, बनलाच!
पहिल्यांदा रामराम ठोकावा लागतो, तो अकलेलाच.

*

–आणि एक गोष्ट आहे बाराएक ओळींची, पण चित्रकारानं काढलेलं चित्रं अप्रतिम आहे.
गोष्टीचं नाव आहे : टेकडीचं बाळंतपण.

टेकडीला वेणा सुरू झाल्या.
धांदल, गडबड, गवगव– असा गदारोळ उडाला.
आजूबाजूला राहणारे लोक धावत आले. म्हणाले, ही आता मोठ्या भागा-नगराला जन्म देणार. नाही भागानगर; निदान वाडा, मोठी गढी. लागले उत्सुकतेनं वाट बघायला– काय जन्मतंय, काय जन्मतंय?
कशाचं काय, टेकडी व्याली एक एवढासा उंदीर!

बरेच लेखक असेच– गडगडाट महाभारताचा,
आणि बाहेर पडते निव्वळ वाफ!

*

–आणि एक गोष्ट आहे दोन भांड्यांची.

एक भांडं जाड पितळेचं, एक आपलं मातीचं.

पितळी म्हणाली, ''चल रे परळा, तू मी मिळून हिंडायला जाऊ.''

परळ म्हणाला, ''नको, गं बाई, तू आहेस ठणठणीत. पण मी असा ठिसूळ. बसली धडक कशाची, की लागली वाट माझी. मी बरा आहे इथंच. तू जा हिंडायला कशी.''

पितळी म्हणाली, ''चल रे, मी सांभाळते तुला. धक्के मी सोशीन तुझ्या वाटणीचे; मग तर झालं?''

पितळीनं घातलं भरीला, निघाले परळभाऊ गडगडत वाटेनं, चालली तीन पायांची शर्यत.

''अगं थांब, ए थांब– तू हो पुढं, मी येतो मागनं–'' असं म्हणतोय परळ, तोवर आदळली पितळी परळाच्या अंगावर.

– आणि झाली चार भकलं, बापड्या मातीच्या परळाची.

तात्पर्य – दोस्त बघताना आपल्यासारख्या कातडीचाच बघावा, नाही तर तो शाबूत आणि आपण फुटतो!

*

बायकांपाशी गुप्त काही राहत नाही, ह्यावर एक बहारदार कथा आहे.

फॉन्तेन म्हणतो, एखादी गोष्ट गुप्त ठेवणं, ही बायकांना फार कठीण गोष्ट असते, काही पुरुषही ह्या बाबतीत बायकाच असतात.

एकदा एक पुरुष अगदी पहाटे अंथरुणातच आपल्या बायकोला म्हणाला, ''अरे, बाप रे! काय कळा ह्या– अगदी सहन नाहीत होत! फुटून जाईन, असं वाटतंय!''

''अगं बाई, काय हो होतंय?''

''बाप रे! अगं, मी अंडं घातलं.''

''अंडं?''

''हो. गरम आहे अगदी– बघ. ए, सांगू नकोस हं कुणाला. नाही तर लोक म्हणतील— हा पुरुष कसला, कोंबडी आहे.''

''शप्पत, नाही सांगायची कुणाला!''

पण ही काही स्वभावानं आतल्या गाठीची नव्हती. कशीबशी उजाडेपर्यंत थांबली. अंथरुणातून उठली. लगालगा शेजारणीकडं गेली. म्हणाली, ''अहो, एक चमत्कार सांगते, तुम्हाला म्हणून. पण कुठं बोलणार नाही ना तुम्ही?''

''छे, हो! एवढं सांगितल्यावर बोलीन कशी काय?''

''शप्पत?''

''शप्पत! काय हो?''

“अहो, आज माझ्या नवऱ्यानं अंडं घातलं चांगलं– नेहमीची चार अंडी भरतील, एवढं मोठ्ठं!”

“काय सांगता?”

“शप्पत. पण सांगू नका हं कुणाला. नाही तर मला हे ठोकून काढतील.”

“छे, छे– सांगीन कशी? पण, ही चेष्टा नाही नं?”

“मुळीच नाही. अगदी सत्य आहे. चेष्टा वगैरे मला मुळीच नाही हं करता येत. अगदी सरळ, साधी आहे मी.”

“बरं, जाऊ?”

“हो. काही काळजी करू नका. तुमची गोष्ट माझ्यापाशीच राहील.”

एवढं सांगून पोट मोकळं केल्यावर अंडीवाल्याची बायको घरी गेली.

शेजारणीला राहवेना. एवढी मोठी घटना कुणाला तरी सांगितली पाहिजेच.

ती गेली दुसरीकडे आणि म्हणाली, “अमक्यातमकीच्या नवऱ्यानं सकाळी तीन अंडी घातली.”

हळूहळू गोष्ट पसरू लागली. अंडी चार झाली.

आता ही गोष्ट खासगी आवाजात सांगायची गरज राहिली नाही. कारण बऱ्याच लोकांपर्यंत ती पोहोचली होती.

होता-होता अंड्यांची संख्या संध्याकाळपर्यंत शंभर झाली!

*

जंगलचा राजा सिंह एकवार कुणाच्या तरी शिंगानं जखमी झाला आणि वेदनांनी कळवळला. हे शिंगाचं दुखणं त्याला फार काळ त्रासदायक ठरलं. मग राजाधिराज सिंहमहाराजांनी तत्काळ फर्मान काढलं की, आज तारखेपासून शिंगावर बंदी. हा बंदी हुकूम मोडून जो कोणी शिंगं डोक्यावर बाळगील आणि चारचौघांत हिंडेल, त्याला कडक शासन करण्यात येईल!

हा हुकूम जारी झाला आणि ज्यांना-ज्यांना शिंग होती, त्यांनी स्वत:ला आपणहून तडीपार केलं. पळापळ सुरू झाली. गाई, बैल, मेंढे-बोकडं, हरणं ही सगळी शिंगंवाली मंडळी राज्याची हद्द सोडून बाहेर निघून गेली.

ह्या गोंधळात एका सशानं आपली सावली बघितली आणि उंच कान बघून त्याच्या पोटात भीतीचा गोळा उठला. तो मनात म्हणाला, 'बाप, रे! शासनानं रखवालदार नेमलेल्या एखाद्या शिकारी कुत्र्याला हे कान म्हणजे शिंगंच आहेत, असं वाटलं, तर? किंवा शिंगाप्रमाणं कानही बेकायदेशीर वस्तू ठरली, तर?'

धावत-धावत तो आपल्या शेजाऱ्याकडं गेला. हा शेजारी म्हणजे रातकिडा होता.

ससा म्हणाला, ''मित्रा, मी चाललो. रामराम. आज ना उद्या माझ्या ह्या लांब कानांवरही बंदी येणार.''

ह्यावर रातकिडा भडकला. म्हणाला, ''अरे, शिंगं कुठं, कान कुठं! तू मला काय बिनडोक समजतोस काय? हे तुझे कान आहेत. आणि ते प्रत्यक्ष प्रभू भगवानानं लावलेत!''

ससा म्हणाला, ''नाही रे बाबा, कान हे शिंगंच आहेत, हे सिद्ध करण्याचे मार्ग शासनापाशी असतात. मी ससा आहे होऽऽ असं कळवळून जरी कोकललो, तरी ते मला एक शिंगवाला गेंडासुद्धा ठरवतील. रेम्याडोक्या म्हणून माझा पुरावा झटकून मोकळे होतील.

''हरहर! इथनं पळ काढण्यावाचून दुसरा काहीही मार्ग नाही.

''रामराम, मित्रा, रामराम!''

*

गळदांडी घेऊन ओढ्याकाठी बसलेल्या कोणा एका फलाण्या माणसाच्या गळाला एक लहान मासा लागला.

त्याला गळाचा काढून हा बोलला, ''लईच बारकुळा आहेस तू. पण काही हरकत नाही. भोवनी झाली माझी. एका घासाचासुद्धा नाहीस तू. असो. लाभ!''

'लाभ!' असं ऐकून हा त्याला टोपल्यात टाकणार, तेवढ्यात बारीक आवाज उठला, ''नको हो बाबा, थांबा.''

मासाच बोलत होता.

''एक घास काय, अर्ध्या घासाचासुद्धा नाही मी. मला चांगला मोठा होऊ द्या. मग या आणि धरा मला. बघा केवढा होतो मी वर्षभरात. अहो, बाजारात न्याल मला, तर गिऱ्हाइक खुशीनं खिसा रिकामा करंल. कशाला चिंगळ्या धरता? एका कोरड्यासाच्या मिळेस्तवर किती टाईम जाईल तुमचा. आणि जरी ढीगभर धरल्या, तरी काय किमतीचा होईल तो ढीग?''

गळदांडीवाला म्हणाला, ''लई ऐकून घेतलं गड्या तुझं. घासाचा असलास-नसलास, तरी तू आज माझ्या भगोल्यात शिजणारच. आता तुला सोडंल कोण? जा टोपल्यात!''

अंगठ्याएवढा मासा तुम्ही पुन्हा धारेला सोडलात, तर तो मोठा होणारच; पण एकदा जाणता झाल्यावर तुमच्या गळाला तो लागणं महाकठीण. गळाला लागलेला अंगठ्याएवढा मासा, पाण्यातल्या मांडीएवढ्या माशापेक्षा मोठाच म्हणावा.

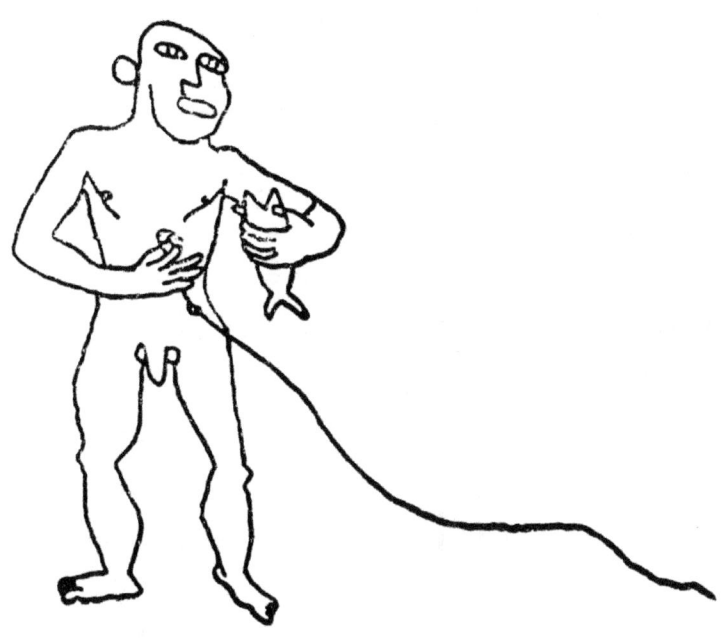

तर, कुणी म्हणाला– आता सोडा, पुन्हा धरा; तर सांगा, आज घाबरलास, उद्याचं कुणी बघितलंय?

*

दोन कफल्लक टगे मिळून एका कातड्याच्या व्यापाऱ्याकडं गेले आणि त्यांनी अस्वलाच्या कातड्याचा सौदा जमवला. अस्वल अजून मारायचंच होतं. आधीच ह्यांनी सौदा करून टाकला.

म्हणाले, ''फार मोठं अस्वल आहे. त्याच्या कातड्यावर तुम्ही ओझंभर पैका सहज मिळवाल. आणि कातडं असं आहे की, वाटेल तसल्या कडाक्याच्या थंडीत ते अंगावर घातलेला माणूस सुखानं, खुशाल हिंडेल. शिवाय ह्या एका कातड्याचे मोकळेढाकळे असे दोन कोट सहज शिवायला येतील.''

व्यापारी म्हणाला, ''अरे, पण कुठं आहे ते अस्वल? बघू तरी!''

''ते आपल्या हातातच आहे हो; दोन दिवसांत आणतो.'' एवढं बोलल्यावर व्यापारीही खूश झाला. किंमत ठरली.

मग माल आणायला हे दोघं रानात गेले. लागले अस्वलाचा माग काढायला.

अस्वल दृष्टीला पडलं आणि हे टरकले. कशाचा सौदा आणि कशाचं काय; दुडक्या चालीनं अस्वल समोरून येताना बघितलं आणि एक जण आधी सरासरा झाडाच्या शेंड्यावर जाऊन बसला. दुसरा मेल्याचं सोंग करून पालथा पडला.

त्यानं ऐकलं होतं की, मेलेल्या माणसाच्या धडाला अस्वल तोंड लावत नाही.

हा एखाद्या पुतळ्यासारखा श्वास कोंडून पालथा पडला.

अस्वल जवळ आलं, त्याला वाटलं, हे मढंच दिसतंय; पण बघू या तरी धुगधुगतं आहे का, जवळ येऊन त्यानं मुस्काटानं ढकलून ह्याला पालथ्याचा उताणा केला. हितला-तिथला वास घेतला.

'छे, हे ताठलंय अगदी. घाण येतीय. चला, काही अर्थ नाही ह्यात.'

– आणि आलं तसं झुलत-झुलत गेलंही.

झाडाच्या शेंड्यावरचा घाई-गडबडीनं खाली उतरला. दोस्ताकडं धावत आला. मनात म्हणाला, 'आश्चर्य आहे! हा वाचला, भीतीनं गारठलाय; पण अपूट राहिलाय.'

"काय रे, कातड्याचं काय? अस्वल तुझ्या कानशिलाला लागलेलं मी बघितलं. काय म्हणालं ते?"

"म्हणालं, जनावर जाळ्यात घावण्याआधी त्याचं कातडं कधी विकायचं नसतं बरं का, रे!"

*

एक डॉक्टर कैलास, दुसरे डॉक्टर जीवन.

दोघांनाही एका रुग्णावर उपचार करायला बोलावणं गेलं.

दोघांनीही आजाऱ्याची स्थिती पाहिली. खासगीत बोलणं झालं एकमेकांत.

डॉ. कैलास म्हणाले, "शेवटची स्टेज आहे. खात्रीनं हा जाणार."

"मुळीच नाही!" डॉ. जीवन म्हणाले, "हा वाचणार!"

योग असा की, आजाऱ्यानं डॉ. कैलासचे उपचार पसंत केले. घेत राहिला आणि अगदी थोड्याच दिवसांत कैलासवासी झाला.

डॉ. कैलास म्हणाले, "मला भीती होतीच."

डॉ. जीवन म्हणाले, "माझे उपचार त्यानं घेतले असते, तर ठणठणीत बरा झाला असता!"

उलथून गेला रुग्ण.

ह्यांची दोघांचीही प्रॅक्टिस उत्तम रीतीनं चालू राहिली.

असे हे डॉक्टर दोन.

डॉक्टर कैलास आणि डॉक्टर जीवन!

∎

'ललित', दिवाळी अंक १९८० व 'साप्ताहिक मनोहर', १० ते १६ जानेवारी, १९८२

संदर्भ :

Selected fables, translated by Eunice Clark with forty-eight illustrations by Alexander Calder. Dover Publications, New York, Edition of 1968.

भारतीय शिल्पशास्त्रातील उच्चांक

१९

भुवनेश्वर भल्या सकाळी सोडलं आणि अगदी सुरेख अशा वेळेला मी कोणार्कच्या प्रचंड देवळापाशी उभा राहिलो.

पहिला परिणाम झाला, तो थक्क होण्याचा.

आजवर मी कोणार्कविषयी बरंच ऐकलं होतं, शिल्पाची चित्रं पाहिली होती. वर्णनं वाचली, ऐकली होती; पण विलक्षण वेगानं धावणाऱ्या त्या सूर्यरथाच्या एका नऊ फूट नऊ इंच उंचीच्या चक्राजवळ मी उभा राहिलो, तेव्हा ह्या मानवनिर्मित भव्य अशा वास्तूच्या दर्शनानं चकित झालो. थक्क झालो. वाटलं– अरे, हे दगडांतलं महाभारत आहे!

साडेसातशे वर्षांपूर्वी, गंग वंशातल्या नरसिंह राजानं हे सूर्याचं मंदिर बांधलं. ओरिसाचा बारा वर्षांचा सारा खर्च म्हणून वेचला. बाराशे शिल्पी सोळा वर्षं हे देऊळ बांधत होते. आता आपल्याला दिसतो पडझड झालेल्या देवळाचा काही भाग. हा भव्य रथ चोवीस चाकांवर उभा आहे आणि सात घोडे तो घेऊन भरधाव निघालेले आहेत.

आकडे आपल्याला फारसं काही सांगत नाहीत. डोळ्यांसमोर ते नेमकं दृश्य येत नाही. पण आता पडून गेलेल्या शिखरांची उंची, एकशे चौऱ्याहत्तर फूट होती. सगळी मोजमापं अवाढव्यच आहेत. इथं वापरलेल्या लोखंडी खांबांपैकी एक पस्तीस फूट लांबीचा आहे. ह्याचं वजन नव्वद टन आहे. आता पडून गेलेला देवळाचा, सर्वांत वर होता तो कळस उंचीनं पंचवीस फूट होता आणि त्याचं वजन दोन हजार टन होतं. देवळासमोरचा अरुणखांब चौतीस फूट उंचीचा होता, आता तो पुरीला नेला आहे.

ओरिसाभर ह्या देवळाविषयी किती तरी कथा सांगितल्या जातात. नुसत्या कथाच का; आजवर किती नाटकं, किती नृत्यनाट्यं, किती पोवाडे आणि किती गाणी ह्या देवळावर झालेली आहेत.

म्हणे, नरसिंहदेवराजानं देऊळ बांधायला काढलं, तेव्हा सबंध देशभर हिंडून राजाच्या अधिकाऱ्यांनी नामवंत अशा शिल्पींचा ताफा भरती केला आणि त्या सगळ्यांना

देवळाच्या जागेभोवती राहायला सांगितलं. देऊळ पूर्ण झाल्याशिवाय कुणालाही घरी जायची परवानगी नव्हती.

बिशू महाराणा हा बाराशे जणांच्या टोळीचा प्रमुख, बांधकामाचा सूत्रधार. हा आपल्या खेड्यातनं देवळाच्या कामावर आला, तेव्हा त्याची बायको गरोदर होती.

सगळे कामगार, कलाकार वस्त्या टाकून देवळाच्या आसपासच राहत होते. चटयांनी बांधलेल्या तात्पुरत्या झोपड्यांचा प्रचंड तळ पडलेला होता. देऊळ समुद्रतीरावर तीर्थस्थान म्हणून बांधायचं. पाण्यात पाया रचायला सुरुवात केली; पण तो रचला जाईना. पाया वाहून जाऊ लागला. बिशू महाराणा हवालदिल झाला. स्वत:वर चिडला. विचार करत-करत दूरवर भटकत गेला. कुठे लहानशा वस्तीवर आला. भूक लागली. झोपडी घालून राहणाऱ्या म्हातारीला म्हणाला, ''आजी, मला फार भूक लागलीय, जेवू घाल.''

म्हातारीनं त्याला घटकाभर बसायला सांगितलं. तांदळाची खीर केली. बिशूपुढं केळीचं पान पसरलं आणि त्यावर ही खीर वाढली.

हा अस्वस्थ कलावंत विचारात मग्न होता. त्यानं त्या गरम-गरम खिरीत भसकन् चारी बोटं घातली. बोटं भाजून निघाली. हा किंचाळला. बोटं फुंकू लागला.

आजी म्हणाली, ''अरे, तूही त्या बिशूसारखाच अडाणी. मधे कशाला हात घातलास? कडेकडेनं सुरुवात करावी.''

हा बिशू महाराणाच आहे, हे म्हातारीला माहीत नव्हतं. मग बिशूच्या ध्यानात आलं, पाण्यामध्ये पाया रचणं बरोबर नाही. कडेकडेनं समुद्राचं पाणी हटवत आत गेलं पाहिजे, पाया उभारला पाहिजे.

म्हातारीला दुवा देऊन तो परत कामावर आला आणि नव्या पद्धतीनं काम सुरू झालं. ते लाभदायक ठरलं. पाया टिकला.

प्रचंड, भव्य देऊळ बांधलं जाऊ लागलं. मुळात सूर्यदेवाचं मंदिर ही कल्पना केवढी भव्य आहे. ती सुचायला केवढी प्रतिभा पाहिजे.

नृत्यशाळा, त्यासमोर देवळाचा सभामंडप, मग गाभारा, मग कळस. देवळाच्या बाहेरच्या बाजूला हजारो मूर्ती. गाणं, बजावणं, नाच करणाऱ्या अप्सरा... एकमेकांना मिठ्या मारणारे स्त्री-पुरुष, युद्धाला निघालेलं सैन्य, सिंहावर झडप घालणारे हत्ती, हत्तींचा रानटी कळप... साधू, बैरागी, राजे-राण्या, देवदेवता... दगडातलं एक विश्वच रचलं जात होतं. हसणारं, गाणारं, नाचणारं, प्रेम करणारं, धावणारं जिवंत विश्व. दगडांतलं, पण जिवंत. शिल्पकारांनी संजीवनी मंत्र फुंकून जितं-जागत केलेलं.

वर्षांमागून वर्षं गेली.

बिशूची गर्भार बायको बाळंत झाली. मुलगा झाला. त्याचं नाव धर्मपद. आपला

बाप देऊळ बांधण्याच्या कामावर कुठं दूर गेलाय, एवढंच त्याला लहानपणापासून माहीत होतं. तो कधी येईल, अशी त्यानं वाट पाहिली. देऊळ पुरं झाल्याशिवाय बापाला येता येणार नव्हतं.

मुलगा कळता झाला.

कला ही बापाकडून मुलाकडं क्वचितच चालत येते. फार क्वचित. पण हा चमत्कार धर्मपदाच्या बाबतीत झाला होता. तोही उत्तम शिल्पी झाला होता. बारा वर्षांचा होता, तरी त्याच्यापाशी अद्‌भुत अशी कला होती. ती प्रकट व्हायची होती.

आईला म्हणाला, ''मी जातो बाबांना भेटायला. त्यांना बघावं, असं मला वाटतं.''

आई म्हणाली, ''बाळा, कसं रे ते तुला ओळखतील? हजारो कलावंत तिथं छिन्नी-हातोडा घेऊन दगडांतून काव्य निर्माण करण्यात आज वर्षानुवर्षं रंगले आहेत. त्या माणसांच्या समुद्रातून तू आपला बाप कसा शोधशील?''

हा म्हणाला, ''मी शोधीन.''

मग आईनं आपल्या परसातल्या झाडाची टोपलीभर बोरं काढून मुलापाशी दिली.

म्हणाली, ''ह्या फळांची चव त्यांना तुझी ओळख पटवील. जा.''

नद्या, नाले, डोंगर, जंगलं ओलांडून एवढासा पोरगा चंद्रभागा नदीच्या तीरावर आला. ही नदी आणि समुद्रकिनारा यांच्यामध्ये बांधकाम सुरू होतं.

गवंडी, कामगार, शिल्पी यांच्या अनेक छावण्या होत्या. त्यातून हा पोर अनेक दिवस बापाचा शोध करत भटकत राहिला. ह्या वस्तीतून त्या वस्तीत, बोरं विकत हिंडला.

एके दिवशी बाप-लेकाची अचानक गाठ पडली. ती बोरं बघून, त्याची चव घेऊन बापाला आपलं एवढंसं घर, परसू, बायको– सगळं आठवलं. त्यानं धर्मपदला मिठी मारली.

पोरगा बापाबरोबर कामावर जाऊ लागला. मुळात जन्मजात कलावंत होताच, तो बांधकाम शिकू लागला. आपला बाप ह्या बांधकामाचा प्रमुख सूत्रधार आहे, ह्याचा केवढा अभिमान त्याला. अशा बापाच्या पोटी जन्म घेऊन तो चिरंजीव झाला होता.

देऊळ आता पुरं होत आलं होतं. शेवटचा कळस चढायचा राहिला होता. प्रचंड मोठी दगडी कळस. तो शिखरावर ठेवायचा होता. पंचवीस फूट उंच, दोन हजार टनांचा.

एके दिवशी आपला बाप फार काळजीत असलेला धर्मपदनं पाहिला.

''बाबा, काळजीत दिसता?''

''होय रे बाळा! देवळाचा कळस बसत नाही. काय करू?''

''बसेल आज ना उद्या.''

''नाही रे. राजानं दिवस नक्की केलाय. ह्या दिवशी जर कळस बसला नाही,

तर कलाकारांची डोकी मारीन, असा हुकूम आहे.''

पोरगा म्हणाला, ''बाबा, कळस घडवताना काही चुका झाल्यात, त्या माझ्या ध्यानी आल्यात. त्या सुधारल्या की, कळस बसलाच पाहिजे.''

– आणि ह्या एवढ्या पोरानं चुका दाखवून दिल्या.

त्या सुधारताच कळस बसला!

बिशूला फार आनंद झाला. त्यानं सगळ्यांना अभिमानानं सांगितलं की, कळस बसला, तो माझ्या पोराच्या अकलेनं. हा मोठा शिल्पी आहे.

हे ऐकून बाकीचे अनुभवी शिल्पी फार खट्टू झाले. म्हणाले, ''बिशू, ही गोष्ट आज ना उद्या राजाला कळणार. तो म्हणेल, बारा वर्षांच्या पोरानं कळस बसवला; मग इतकी सोळा वर्षं झाली, तुम्ही काय केलंत? राजा तुझी-आमची सगळ्यांची डोकी मारील. बिशू, तुझ्या एका पोरापायी ओरिसातल्या शिल्पींची एक पिढी मारली गेलेली तुला चालेल का?''

सगळ्या शिल्पींनी आपल्या बापावर असा गहजब केलेला धर्मपदनं ऐकला आणि रात्री एकटाच उठून तो शिखरावर चढला आणि तिथून त्यानं स्वत:ला चंद्रभागा नदीच्या प्रवाहात झोकून दिलं.

ओरिसाच्या शिल्पकारांची पिढी वाचवण्यासाठी त्यानं स्वत:चा प्राण दिला!

असल्या दंतकथा, लोककथा ह्या पिढ्यान् पिढ्या चालत आलेल्या असतात. त्या काही संपूर्ण कल्पित नसतात. ऐतिहासिक सत्याच्या एवढ्याशा बीजातूनच हा लोककथेचा विस्तार झालेला असतो. काकविष्ठेतून नाही का भला मोठा पिंपळ आकाराला येत?

सकाळपासून संध्याकाळपर्यंत मी कोणार्क पाहत हिंडलो. रथाची ती विराट चाकं आणि ते प्रचंड घोडे, ते शत्रूची दाणादाण उडवणारे युद्धमत्त हत्ती आणि ते कराल दाढांचे सिंह, ती सूर्याची वेगवेगळी रूपे, ती मिथुन-शिल्पे, योद्धे, कामज्वराने उन्मत्त झालेले जटाधारी आणि पुष्ट वक्षांच्या स्त्रिया.

आणखी एका गोष्टीने मी फार प्रभावित झालो. रामायण-महाभारत ह्यांसारख्या उत्तुंग काव्यकृतींचा जनमानसावर गडद आणि हजारो वर्षे टिकणारा परिणाम आपण पाहतो; पण तशाच काहीशा स्वरूपाचा परिणाम एखाद्या प्रबंधकाराचाही होतो? इथं झालेला दिसतच होता. तो मी खजुराहोलाही पाहिला होता, इथंही पाहत होतो.

वात्स्यायन नावाच्या ऋषिश्रेष्ठानं 'कामसूत्र' हा जो प्रबंध लिहिला होता, त्याचा केवढा परिणाम कोणार्कच्या वास्तूवर झाला होता. ह्या शिल्पकारांनी अवघा वात्सायन

इथं शिल्पांतून भाषांतरित केलेला होता.

कोणार्क पाहून आलो आणि अधिक जाणून घ्यावं, म्हणून वाचू लागलो. बोनेर आणि शर्मा ह्यांचं विलक्षण पुस्तक माझ्या हाती आलं.

कोणार्कची ही प्रचंड शिल्पं, ते हत्ती, त्या सूर्य-मूर्ती, ते घोडे कोणी घडवले? त्या कलाकारांची नावं काय होती, हे सगळं आत्ता आपल्याला समजतं. कारण भूर्जपत्रावर नकलून ठेवलेला त्या काळचा जमाखर्चच आता उपलब्ध झाला आहे.

ही नक्कल अठराशे एकोणसाठ साली केलेली आहे आणि मूळ प्रतीची सत्यप्रत आहे, याबद्दल श्रेष्ठींनी साक्षीच्या सह्या घातलेल्या आहेत. एकूण त्र्याहत्तर पानांवर, जुन्या ओरिया लिपीतून केलेल्या ह्या नकलेत देवळाचा नकाशा आहे, मोजमापं आहेत, रेखाटनं आहेत, आणखी पुष्कळच आहे.

शिल्पींची नावं आहेत, कारण त्यांना मोबदला दिल्याची नोंद आहे.

बांधकामाच्या शिल्पकारांना मोबदला देण्यासाठी सोन्याची नाणी पाडलेली होती. सूर्याची मुद्रा असलेली ही नाणी होती. एक नाणं पाव तोळा सोन्याचं होतं.

नावं प्रमुख लोकांची आहेत :

सदाशिव सामंतराय महापात्र	सूत्रधार
गदाधर महापात्र	कर्मकार
विद्याधर महापात्र	प्रमुख मूर्तिकार
अनंत महापात्र	प्रमुख गवंडी
बिंदू महाराणा	प्लास्टर करणारा
पूरिया महापात्र	लोखंड ओतणारा

एकूण शिल्पकार सातशे होते.

गदाधर महापात्र यानं चाकाचं डिझाईन केल्याबद्दल त्याला चाळीस नाणी दिल्याचा उल्लेख आहे.

विश्वनाथ महाराणा (हाच त्या लोककथेतला बिशू महाराणा दिसतो) ह्यानं एक पुतळा महाशर्मा नरसिंहदेव याचा करून दिल्याबद्दल त्याला वीस नाणी दिल्याची नोंद आहे.

शिल्पींमधे एक स्त्रीही आहे, तिला चांदीची दोन नाणी एकदा मिळालेली आहेत. विश्वनाथ महाराणा ह्याच्या हाताखाली काम केल्याबद्दल हा मेहनताना आहे.

महानदी आणि चिल्का सरोवर ह्या मधल्या प्रदेशातून साठ हजार तीनशे ब्याऐंशी दगड (दोन माणसे उचलू शकतील, एवढ्या वजनाचा एक) आले आहेत.

एका शिल्पीनं कोठीच्या खोलीतून चोरी केली. तो पळून गेला. त्याच्या मागावर पाईक पाठवला. त्याला पंधरा गोणी भात दिले आहे.

गंगा महापात्र यानं आणि गदाधर महापात्र यानं रविनारायण (बसलेला), मित्र (उभा) ह्या दोन मूर्ती कराव्यात, म्हणून नव्वद नाण्यांचा करार झालेला आहे.

नारायण महापात्र ह्यानं घोडे घडवले, असं दिसतं. कारण त्याला घोडे करण्याबद्दल दुसरा हप्ता म्हणून तीन नाणी मिळाल्याची नोंद आहे. पुढं त्यानं सात घोडे जागी बसवले, म्हणून चाळीस सुवर्ण नाणी दिलेली आहेत.

मुळात कोणार्कमधली पण आता नॅशनल म्युझियम, नवी दिल्ली इथं ठेवलेली सूर्याची जी मोठी मूर्ती आहे, ती करण्याबद्दल गदाधर महापात्र ह्याला सत्तर सुवर्ण नाणी दिलेली आहेत.

कळस बसत नव्हता, तो सूत्रधाराच्या धर्म नावाच्या मुलानं बसवला, अशीही नोंद आहे. म्हणजे लोककथेतील धर्मपद हे नाव खरे आहे. ह्या कळसावर बसवण्यासाठी अंगठ्याच्या पेराच्या आकाराची सतरा अनघड माणकं आणि शंभर सुवर्ण नाणी दिली, अशीही नोंद आहे. हा तांब्याचा कळस, ध्वज कळस 'काळा पहाड' ह्या यवन सरदारानं पंधराशे पासष्ट साली काढून नेला. बाकी देवळाचा विध्वंस त्याला साधला नाही.

देवळाच्या पश्चिम बाजूची सूर्याची मूर्ती बसवताना दामसेन नावाचा कोणी शिल्पकार वरून पडून मेला. त्याच्या मुलाला तीस नाणी आणि दहा गुंठे जमीन दिलेली आहे.

जमाखर्चाच्या ह्या सर्व नोंदी मुळातून वाचण्याजोग्या आहेत. त्यातून अनेक गोष्टींचा उलगडा होतो.

हे प्रचंड देऊळ बांधण्यासाठी दगड कुठून कुठून आले, कोणी कोणी मदत केली... प्लॅनमध्ये ऐनवेळी जो बदल होई, तो दवंडी पिटून सर्वांना कसा कळवला जात असे... देवळाच्या भिंतींची रुंदी पंधरा फूट कुठं आहे, पंचवीस फूट कुठं आहे... घोड्यांची उंची पाच फूट दोन इंच आहे... बांधकामात लोखंडाचा उपयोग कुठे कुठे केला आहे... शिखरावर खूप उंचीवर बसवलेले सिंह सोळाशे वीसनंतर पडले... भिंत पडली. पूजा बंद झाली. अनेक मूर्ती लोकांनी उचलून नेल्या. सगळी वाताहत झाली.

अठराशे अठ्ठावीस साली बाप्टिस्ट मिशननं आपल्या रिपोर्टात म्हटलेलं आहे, की :

'Konark will soon be a simple heap of stones.'

आता, एकोणीसशे ऐंशी सालीसुद्धा हे देऊळ तुम्ही बघू शकता. ज्याला कुणाला शिल्प ह्या कलेत रस आहे, त्यानं दृष्टी ठीक आहे, तोवरच ही उत्तुंग झेप एकवार पाहून हर्षभरित व्हावंच.

■

'गावकरी', दिवाळी अंक १९८०

चढ-उतार

२०

गेल्या जून महिन्यात मी हिमाचल प्रदेशाला जाऊन आलो. काम तसं काही नव्हतं. सहज मनात आलं की, आपण स्वत:ला लेखक म्हणवतो आणि हा भारतदेश आपण अजून नीटसा पाहिलेला नाही, हे काही खरं नाही. डोंगरी मुलखात जरा भटकून येऊ.

पुणं ते मुंबई, मुंबई ते दिल्ली, दिल्ली ते काल्का आणि काल्का ते सोलन!

लोक म्हणाले, ''सोलनला पाहण्याजोगं काही नाही. खुद्द सोलन ह्या गावी नाही, आजूबाजूलाही नाही. फार तर सिमल्याला जा. जमलं, तर पुढं मनालीला जा.''

मी म्हणालो, ''जाऊ तर खरं. प्रेक्षणीय स्थळंच पाहावीत, असं कुणी सांगितलं आहे? नवा प्रदेश, नवी माणसं तरी दिसतील.''

काल्कापासून सोलनपर्यंतचा एवढ्याशा आगीनगाडीतून केलेला डोंगरी प्रवास सुरेख झाला. भल्या सकाळी-सकाळी झुकूझुकू करीत गाडी डोंगर ओलांडीत होती. थंडगार, प्रसन्न हवा, हिरवीकंच झाडी आणि चित्रासारखी सुंदर स्टेशनं– स्वच्छ, नीटनेटकी, फुलझाडांच्या कुंड्यांनी सजवलेली, गर्दी-गोंगाट आणि घाण नसलेली! विशेष म्हणजे, भारतीय रेल्वेच्या प्रत्येक स्टेशनला एक घाणेरडा वास असतो, त्याचा संपूर्ण अभाव ह्या स्टेशनवर होता, ही अगदी चकित करणारी गोष्ट नव्हे काय?

सोलनला थोडाफार शहरी बकालपणा आलेला आहे; पण तो आमच्यासारख्यांनी, अंथरुणा-पांघरुणातून ढेकूण न्यावेत, तसा बाहेरून नेलेला. मुळात ते लख्ख डोंगरी गावच आहे.

हिमाचल प्रदेशातला प्रवास हा मानवी जीवन-प्रवासासारखा चढ-उताराचाच आहे. सरळ, सपाट असा रस्ता नाहीच. सतत चढ आणि उतार. बाक आणि वळण. खोली आणि उंची– आणि विस्तार. आपण कुठं ना कुठं उंचावरच असतो. त्यामुळं दिसतं खूप वरचं

आणि आठी दिशांकडचं. म्हणजे हिमाचल प्रदेशात बघण्यासारखं आहे ते उंची, खोली आणि विस्तार. ह्या तिन्ही गोष्टी एकत्र अशा क्वचितच सापडतात. भूभागात सापडत नाहीत. माणसापाशी तर फार फार क्वचितच.

इथं उंच-उंच पर्वतशिखरं होती. उंच-उंच पाईन वृक्ष होते. हिरव्यागर्द अशा खोल-खोल दऱ्या होत्या आणि कुफ्री, कसौली, चैलसारख्या उंच ठिकाणी उभं राहिल्यावर सभोवारचा केवढा तरी भूभाग नजरेत येत होता. नद्या, डोंगर, वनं– असा नकाशाच दृष्टीपुढं उलगडत जात होता.

हिमालय पर्वताच्या रांगा ह्या भगवान शंकराच्या माथ्यावरच्या जटा आहेत, ही विराट कल्पना आदिम प्रतिभावंताला स्फुरली, ती उगीच नाही!

सोलनला 'मयूर' नावाचं एक बऱ्यापैकी हॉटेल आहे. तिथं मी राहिलो. माझं लक्ष कुलू-मनालीकडे होतं. म्हणालो, एवढा आलोच आहे, तर मग भरारी घेऊन येऊ. चौकशी केल्यावर समजलं, की सिमल्याहून जाता येतं. पर्यटकांसाठी सरकारनं सोय केलेली आहे. बस तिथून जाते, सोलनहून नाही.

अगदी सकाळी उठलो. पडशी पाठीवर टाकली आणि सोलनचा बस-स्टँड गाठला. पहिली बस पकडली आणि दोनएक तासांत सिमल्याला पोचलो.

बस-स्टँडवर उतरताच दारुण निराशा झाली.

स्वातंत्र्यपूर्व काळातली ही भारताची उन्हाळ्यातली राजधानी म्हणजे आता एक बकाल वस्ती झाली आहे. समुद्रसपाटीपासून सात हजार दोनशे चौतीस फूट उंचीवर असलेल्या ह्या थंड हवेच्या ठिकाणी उकाडाच होता. वाहनांची, माणसांची अतोनात गर्दी होती. बस थांबताच हमालांचा प्रचंड वेढा प्रवाशांवर हल्ला करत होता. उंच आवाजातल्या आरोळ्या, वाहनांचे कर्कश आवाज, माणसांच्या झुंडी ह्यामुळं सगळं वातावरण म्हणजे आसुडाचे फटके अंगावर ओढून घेत नाचणारा आणि घुमणारा, किंचाळणारा आणि बेफाम झालेला मरीआईचा पोतराज वाटत होता. रणहलगी कडाडत होती, पिपाणी वाजत होती आणि काळ्याभोर कपाळावर तांबडाभडक मळवट भरलेला विक्राळ पोतराज थयथयाट करत होता.

हताश होऊन मी काही वेळ रस्त्यावर उभा राहिलो. सकाळचे नऊच वाजले होते, पण ऊन हैराण करत होतं. अरुंद उताराच्या एका ढाब्यात शिरून मी थंड पेय घेत जरा वेळ बसलो आणि चौकशी केली, "मला मनालीला जायचं आहे, रिझर्व्हेशन कुठं होईल?"

सिमला म्हणजे इमारतींची, रस्त्यांची उतरंड होती. ही उतरंड चढून मला पुष्कळ वर, 'माल रोड'वर जायचं होतं. रिझर्व्हेशन तिथं होणार होतं आणि तिथपर्यंत जाण्यासाठी माझ्या पायांवाचून कसलंही वाहन इथं नव्हतं.

"का हो, इथं काही वाहन नाही का?"

स्त्री-पोलिसासारख्या दिसणाऱ्या एकीला मी विचारलं, तर ती म्हणाली, "नो. रिक्षाज् आर नॉट अलाव्ड ऑन रोड हिअर!"

"गुड! मग मी वरपर्यंत जाऊ कसा?"

"वेल, यू कॅन गो अप टु द लिफ्ट ओव्हर देअर ॲण्ड द लिफ्ट विल टेक यू टु माल."

डोंगरमाथ्यावर जाण्यासाठी ट्रॉली, लिफ्ट हा प्रकार मी फ्रान्समध्ये आल्प्सच्या 'शमोई' नावाच्या पॉइंटवर जाताना अनुभवला होता. पण इथं तशी काही सोय असेल, ह्याची मला मुळीच कल्पना नव्हती.

महिला-पोलिसानं दूरवर दिसणारी एक टॉवरसारखी इमारत दाखवली होती, तिकडं निघालो.

मी कधी उताराच्या अरुंद रस्त्यावरून भरधाव येणाऱ्या वाहनापासून अंग चोरत, कधी रस्त्याच्या काठानं, पायी चालणाऱ्यांसाठी बांधलेल्या लाकडी पुलावरनं असा मी बराच चाललो. पाठीवर अवजड ओझी वाहणारे दमगीर हमाल वारंवार भेटले. पोती, सरपणाचा भार, चार-सहा सूटकेसेस– असलं सामान हमालांच्या पाठीवर होतं. इथली सगळी मालवाहतूक बहुधा माणसांच्या पाठींवरूनच होत असावी. एकदा तर एकच अवजड खोकं पाठीवर तोलून, ठेक्यात चाललेले दोन हमाल मी पाहिले. हे पट्ट्या मारून बंद केलेलं लाकडी खोकं आकारानं आणि वजनानं प्रचंडच होतं. आणि बैलजोडी जशी एक औत जिवाच्या बळानं वाहते, तसे

हे दोघं ते खोकं वाहत होते. दोघांपैकी एकाचा पाय जरी चुकला, तरी उंदीर चेंगरावेत, तसे हे ह्या ओझ्याखाली चेंगरतील, असं वाटत होतं.

लिफ्टच्या दाराशी लांबच लांब क्यू होता.

मला वाटलं, आता आपण एक वाजेपर्यंत ह्या रांगेतच उभे राहणार.

हे सगळे पर्यटकच होते. बाया, मुलं, पुरुष! भारताच्या चारी दिशांकडून ही हौशी माणसं सिमला पाहण्यासाठी आली होती.

मी हळूहळू प्रगती करत लिफ्टपाशी पोचलो. ही लिफ्टसुद्धा दाण्कन् एकदम वर घेऊन जात नाहीच. टप्पा आहे, थोडा चक्रव्यूह आहे, मग आपण वर पोचतो.

हाच तो प्रसिद्ध माल रोड.

पुन्हा दुकानं, माणसांचे लोंढे! वाहन मात्र कसलंही नाही. जुन्या पुस्तकांची दोन दुकानं दिसली. मी जरा रेंगाळलो. एका दुकानात शिरून पुस्तकं बघू लागलो.

वीस साली प्रकाशित झालेलं एक रेखाचित्रांचं पुस्तक दिसलं. चांगलं जाडजूड होतं. कोणी साहेबमजकुरांनी रेखाचित्रं केली होती. झाडांची, वनस्पतींची, रानफुलांची, पक्ष्यांची, सुळक्यांची आणि आदिवासींची रेखाचित्रं होती आणि सोबत काही टिपणंही होती.

मी पोरगेल्याशा दुकानदाराला ह्या पुस्तकाची किंमत विचारली, तर ब्रह्मवाक्य बोलावं, तसं तो बोलला, ''आठशे रुपये.''

''का बरं? छापलेली किंमत तर फारच कमी आहे.''

''हे अँटिक आहे, म्हणून त्याची किंमत एवढी.''

दुकानदाराच्या दृष्टीवरूनच मला कळलं की, माझ्यासारखा फाटका माणूस असली भारी वस्तू घेऊ शकणार नाही; हा फालतू चौकशा मात्र करतो आहे, असं त्याला वाटत होतं. मी दुकानाबाहेर तत्काळ पडलो.

पर्यटकांसाठी मनालीला सुटणाऱ्या बस-रिझर्व्हेशनसाठीही तुफान गर्दी होती. बुकिंग करणारी अधिकारी मंडळी फार वैतागून गेली होती. क्यूत उभा राहून मी टेबलापाशी पोचलो, तेव्हा पुढच्या सात दिवसांचं बुकिंग संपलेलं होतं. ज्या दिवशी मी सोलनहून पुण्याला परत यायचं रिझर्व्हेशन केलेलं होतं, तो दिवस तेवढा रिकामा होता! हे रिझर्व्हेशन एका बाजूचंच होतं. म्हणजे बारा तास प्रवास करूनच बस तुम्हाला मनालीला सोडणार. परत येण्याचं वगैरे तुमचं तुम्ही बघून घ्यायचं. मनाली इथून अडीचशे किलोमीटर आहे, म्हणे!

जुन्या पुस्तकाच्या दुकानातून जसा तत्परतेनं मी बाहेर पडलो, तसाच इथूनही पडलो.

मग मी 'हे पाहू, ते पाहू', ही महत्त्वाकांक्षा सोडून दिली. असं ठरवलं की, जमेल तेव्हा चित्रांची वही, एवढं-तेवढं खायला आणि पाण्याची बाटली घेऊन भल्या सकाळी बस-स्टँडवर जायचं. तिखट आलूसब्जी आणि गरम पुरी यांची ढाब्यावर मिळणारी न्याहारी उरकून घ्यायची आणि कधी दक्षिण दिशेला, तर कधी उत्तरेला, कधी पश्चिमेला, कधी पूर्वेला असं जाऊन मजेत दिवस घालवायचा. संध्याकाळी परत येणाऱ्या बसमधून सोलनला जायचं. नाही कुलू-मनाली, तर नाही!

पर्यटकांच्या माहितीसाठी लिहिलेली पुस्तकं सगळीकडे मिळतात. त्यांपैकी एका पुस्तकावरनं मला कळलं की, सकाळी जाऊन संध्याकाळी परत येता येईल, अशी काही ठिकाणं आजूबाजूला आहेत. चैल आहे, कसौली आहे, बरोग आहे. म्हणालो, अनुक्रमे तिन्हीही पाहू. अशा प्रवासात, सामान्यत: कोणी सोबती मला लागत नाही. पण पश्चिम विभागीय भाषा केंद्राचे अधीक्षक भाटे उत्साहानं म्हणाले, ''मी येऊ का भटकायला?''

तर म्हणालो, ''चला!''

हे भाटे असे की, झाला तर त्यांचा उत्तम उपयोगच; उपद्रव मुळीच नाही. दोघं गेलो.

हिमाचल प्रदेशातली ठिकाणं जशी सुंदर आहेत, तशाच वाटाही सुंदर आहेत.

वळणा-वेलांट्यांच्या, चढ-उतारांच्या ह्या वाटांवरून गाडी धावताना निसर्गाची नाना रूपं दिसतात. निसर्गचित्रात एवढीशी मनुष्याकृती रेखाटावी, तसा रानात काम करणारा शेतकरी दिसतो. कधी गुरं राखणारी गुराखीण दिसते, कुठं एवढी-एवढी घरं दिसतात, फळांच्या-फुलांच्या बागा दिसतात. कधी ओढे आडवे धावतात, तर कधी लहान जलाशयांची भिंगे लखलखतात. नाना रंग, नाना आकार! छाया आणि प्रकाशाचा मनोहारी खेळ! अशा वेळी सगळं भान गळून जातं. सावरीच्या वाळल्या बोंडातून निघून वाऱ्यावर हलकेच तरंगत जाणाऱ्या म्हातारीसारखे आपण आपले तरंगत असतो, अगदी आत्ममग्न असे!

चैल... अगदी शांत, उल्हसित आणि हिरवं टवटवीत असं लहानसं गाव आहे. दोन हजार दोनशेपन्नास मीटर्स उंचीवरचं हे थंड हवेचं ठिकाण. पतियाळाच्या महाराजांनी ब्रिटिश सरकारकडून दोन लाख साठ हजार रुपये एवढा नजराणा देऊन विकत घेतलं आहे.

महाराजांचा राजवाडा म्हणजे आता पर्यटकांसाठी पॅलेस हॉटेल झालेलं आहे.

चैलला गर्दी नव्हती, गोंगाट नव्हता. फेरीवाल्यांचा, हमालांचा गराडा नव्हता.

जगातलं सर्वांत उंचीवरचं असं क्रिकेट ग्राऊंड इथं होतं. ते पाहावं, म्हणून आम्ही चढाच्या रस्त्यावरनं चालू लागलो. चांगला प्रशस्त डांबरी रस्ता होता. पाय भेंडाळून येईपर्यंत बरंच चालून आलो, तरी ते ग्राऊंड काही येईना. दोन्ही बाजूंना गर्द वृक्षराजी होती. फार, फार, फार चढून गेल्यावर एकदाचं ते विस्तृत ग्राऊंड दिसलं. एवढ्या उंचीवर एवढं सुंदर, विस्तृत क्रिकेट ग्राऊंड हा चमत्कार होता खरा! ऊन फार लागत होतं. अशा दमलेल्या वेळी, झाडांच्या छायेत एक पोरगा अगदी ताज्या प्लम फळांनी भरलेली दुरडी पुढ्यात घेऊन गिऱ्हाइकाची प्रतीक्षा करत बसलेला दिसला. ही रसाची पाणपोईच त्यानं आमच्यासाठी घातलेली होती. त्याच्या पाठीमागच्या उतारावरच बाग होती.

"कशी दिली रे?"

"दीड रुपया किलो!"

अर्धा किलो फळं घेतली, तर ती केवढी तरी आली. आंबटगोड अशी ती फळं चवीनं खात आम्ही गर्द झाडांतून हिंडलो. छायेला विसावलो.

म्हशीसारख्या प्राण्याला पाण्यात डुंबताना जसं सुख होत असेल, तसं सुख ह्या मोकळ्या वेळेत शांततेत, अनोळखी अशा झाडीत डुंबताना मला झालं.

भर दुपार झाल्यावर रमत-गमत खाली उतरलो. ढाब्यावर जेवलो आणि झाडाखाली एका कठड्यावर पसरलो. अंगाखाली गार फरशी होती. वर झाडाची गार सावली होती.

चांगली गाढ झोप लागली.

सोलनला जाणारी बस साडेचार वाजता येणार होती. साडेचार वाजून गेले, साडेपाच झाले, सहा झाले! आम्ही इथं-तिथं चौकशी केली, तर लोकांनी धीर दिला, ''बस येईलच. ती आलीच नाही, असं कधी होत नाही.''

पण आज नेमकं तेच होणार होतं.

समोरच पोस्टाची टुमदार, लहानशी इमारत होती. तिथं जाऊन चौकशी केली. पोस्टातल्या माणसानं कुठं तरी फोन करून चौकशी केली आणि समजलं की, 'बस फेल झाली आहे. ती काही येणार नाही.'

''काय भाटे, पॅलेस हॉटेलमध्ये रात्र काढायची काय?''

''काढू.''

''आणि पुढं?''

''सकाळी तरी बस येणार का?''

चौकशी केली, तर लोक म्हणाले, बहुतेक येईल. नक्की सांगता येत नाही.

''भाटे, पॅलेस हॉटेलमध्ये रात्र काढायची, तर नाणी किती द्यावी लागतील, माहीत आहे? दोनशे पन्नास रुपये. दोन बेडसाठी.''

''बाप रे! त्यापेक्षा दुपारी झोपलो होतो, तो ओटा छान आहे!''

''खरी गोष्ट! 'ढाब्या'वर जेवण करून पॅलेस हॉटेलमध्ये झोपणं, हे बरोबर नाही.''

''खासगी कार वगैरे मिळते का, बघू या?''

''बघू या.''

बाजारपेठेत एक अँबेसॅडर गाडी दिसली.

''कुणाची आहे?''

''दुकानदारांची!''

''आम्हाला सोलनला पोहोचवाल का?''

''जरूर.''

''काय द्यावं लागेल?''

''काण्डाघाटला पोचवू. तिथपर्यंत वीस रुपये द्या.''

''भाटे, ही कल्पना वाईट नाही. जाऊ या?''

''जाऊ या.''

''आणि काण्डाघाटपासून पुढं?''

दुकानदार म्हणाले, ''मेन रोड आहे, साहेब. सारख्या बसेस असतात. सिमल्याहून सोलनला जाणारी बस मिळेल तुम्हाला.''

''नक्की?''

"नक्की! आम्हीच मिळवून देऊ. मग तर झालं?"

"चला!"

निघालो.

दुकानदार मोठे गमत्ये गृहस्थ होते. जाता-जाता वाटेत त्यांनी सोबतीला म्हणून एक खुशमस्कऱ्या घेतला. तो कां-कूं करायला लागला, तर म्हणाले, "चल बे, आत्ता साहेबांना काण्डाघाटला पोचवून परत येऊ."

गाडीत आता चौघं झालो.

संध्याकाळचं सुरेख ऊन पडलं होतं. दुकानदार मजेत गाडी हाकत होते.

वाटेत कोणी एक बरी दिसणारी, बऱ्या वयाची बाई गवताचा भारा वागवीत जाताना आढळली.

गच्कन ब्रेक लावून मालकांनी विचारलं, "काय नाव गं, तुझं?"

ती बापडी लाजून गप्पच बसली.

"केवढ्याला द्यायचा भारा?"

तरीही ती गप्पच.

"अगं, माझ्या घरी गुरं आहेत, म्हणून विचारतो. दोन रुपयाला दे आणि जा रिकामी परत."

यावर ती न बोलता चालायला लागली.

ते हसून म्हणाले, "तिनं ओळखलं नाही मला."

घाट उतरून बरंच पुढं आलो, तर एक फौजदारसाहेब आणि एक शिपाई असे दोघे रस्ता काटताना आढळले. लागलीच त्यांनी गाडी थांबवली.

"कुणीकडे, फौजदारसाहेब?"

"काण्डाघाट."

"चला, बसा!"

खुशमस्कऱ्याशेजारी शिपाईसाहेब आणि आमच्या शेजारी फौजदारसाहेब बसले.

मग फौजदारसाहेबांनी आमची चौकशी केली, "कुठले?"

"मुंबई."

"टूरिस्ट?"

नारायण भाटे म्हणाले, "नाही! कॉन्फरन्ससाठी आलो होतो– सोलनला. तुम्ही?"

"सकाळी तपासाला आलो होतो, खालच्या एका खेड्यात. आता परत निघालो."

"चालतच?"

"पहाडी माणसांना चालणं नवं नाही, साहेब. दहा-वीस किलोमीटर सहज जातो आम्ही."

फौजदारसाहेब चांगले बोलके होते. इकडच्या-तिकडच्या बऱ्याच गप्पा झाल्या.

साहेब म्हणाले, "मुंबईसारखं इकडे नाही, साहेब. पहाडी लोक सज्जन आहेत. चोऱ्यामाऱ्या, खून-खराबा काही होत नाही. रस्त्यावर तुमची एखादी वस्तू पडली, तर ती जागची हलणार नाही. आठ दिवसांनी येऊन बघा, तिथंच असेल. लॉ अँड ऑर्डर फार उत्तम आहे. इकडे लोक गरीब आहेत, पण त्यांना माणुसकी आहे!"

बोलता-बोलता काण्डाघाट केव्हा आला, हे कळलंही नाही. आम्ही उतरलो. पैसे खिशात घालून फौजदारसाहेबांना दुकानदार म्हणाले, "साहेब, ह्यांना एखाद्या बसमध्ये बसवून द्या सोलनच्या. आम्ही आता निघतो."

"जरूर! आम्ही ह्यांना पोचवतो."

गाडी निघून गेली. आम्ही रस्त्यावर उभे राहिलो. पाच-सात मिनिटांत एक मालट्रक आला. साहेबांनी हात दाखवून तो उभा केला.

आम्हाला म्हणाले, "चढा, ट्रक आपलाच आहे."

चौघेही चढून ड्रायव्हरच्या साईडला बसलो. ट्रकमध्ये बसलो की, आपला प्रवास आणखी उच्च पातळीवरून होतो.

लवकरच मयूर हॉटेलपाशी आलो.

"आमचं हॉटेल आलं, फौजदारसाहेब. उतरतो इथं."

"अच्छा!"

"ट्रक ड्रायव्हरला काय द्यायचं?"

"काही नाही, काही नाही. ट्रक आपलाच आहे."

"थँक्स फॉर द लिफ्ट."

"वेलकम!"

पुढं हे फौजदारसाहेब बिगरड्रेसात असे मला सोनलच्या मुख्य रस्त्यावर दोन-तीन वेळा भेटले.

विचारायचे, "कसं काय?"

"मजेत."

"काही तकलीफ?"

"काही नाही."

"खूप हिंडता?"

"चाललंय!"

असाच एकवार उठून कसौलीला गेलो. हे तर गंधर्वांनी राहावं, असंच गाव आहे. आपण भारतात नाही, परदेशात आहोत असं वाटावं; इतकं सुंदर, शांत आणि फुलबागांनी सजवलेलं. मंकी पॉइंट नावाच्या एका पॉइंटकडे जाणारा रस्ता होता, तर त्याच्या दोन्ही बाजूंना स्टँड उभे होते. खांद्यावर कावड घेऊन गवळी उभा असतो ना, तसे! आणि ह्या स्टँडच्या दोन्ही बाजूंनी जिरॅनियमच्या कुंड्या होत्या, छान फुललेल्या! जागोजाग हिरव्या रंगाचे बाक होते आणि एक पाटी होती–

'व्हिइकल्स् ऑन धिस रोड आर नॉट लाइक्ड.'

कसौलीला उतरत्या छपरांचं, हिरव्या रंगाचं, फुलझाडांचं वेडच असावं. हे एकोणीसशे सत्तावीस मीटर्स इतक्या उंचीवर आहे. इथून दूर क्षितिजावर बर्फाच्छादित शिखरं दिसतात, म्हणे! आम्हाला काही ती दिसली नाहीत. ती दिसली पुढे आम्ही कुफ्री ह्या आणखी उंच ठिकाणी गेलो, तेव्हा! शुभ्र शिखरं दिसली आणि बचकेएवढे मोठे, रसाळ जर्दाळू खायला मिळाले.

मी आणि भाटे कसौलीला पुष्कळ भटकलो. तित्तिर पक्ष्यांच्या उंच हाका ऐकल्या. उंच-उंच चढलो आणि उतरलो. इथून परत यायला बस वेळेवर मिळाली. तीस किलोमीटर्सचा चढ-उताराचा रस्ता पार करून आम्ही सोलनला आलो.

कसौलीच्या थंड हवेला येणारा वनस्पतींचा वास, तोडलेल्या पाईन वृक्षाचा वास मला आत्तासुद्धा येतो आहे.

आणखी एकदा 'बरोग'ला गेलो.

पाईनवुड्समधून खूप भटकलो. डोंगरांची, झाडांची, ह्याची-त्याची रेखाचित्रं केली. आणि दमून-भागून एका रस्त्याकडेच्या लहानशा पण नीटनेटक्या हॉटेलात शिरलो. म्हटलं, छान चहा प्यावा.

हॉटेलचे मालक म्हणजे सत्त्याहत्तर वर्षांचे, केस पार पिकलेले पांढरे, पण हसतमुख असे धिप्पाड शीख गृहस्थ होते.

त्यांनी जवळच्या पाहुण्यांचं करावं, तसं आमचं स्वागत केलं.

म्हणाले, "काय देऊ?"

तर म्हणालो, "द्या उत्तम चहा."

आजोबा चहा करायला लागले. हाताखाली एक लहान पोरं होतं. मी तोंड धुऊन अंगणात, बागेत हिंडून आलो. दरम्यान, भाटेसाहेबांनी मी कोण वगैरे हॉटेलमालकांना सांगितलं असावं.

कारण पोरानं नेहमीचे दोन कप विसळून, पुसून तयार केले; ते बघून हलक्या आवाजात आजोबांनी त्याला दटावलं, "अरे, बडे राईटर आहेत मुंबईचे! हे कप

नकोत; ते चांगले मग आहेत, ते काढ.''

उत्तम अशा पेल्यांतून स्वत: बनवलेला उत्तम, सुगंधित चहा आमच्यापुढं ठेवला आणि आमच्याशी गप्पा मारत बसले. म्हणाले, ''मला राईटर माणसाविषयी फार आदर आहे. तो एकटाच सत्याचं दर्शन लोकांना घडवू शकतो. मानवी कल्याणाचे विचार तोच मांडू शकतो. तसं म्हणायचं, तर हे मोठमोठे महात्मे राईटरच नव्हते का? भगवान कृष्ण, बुद्ध, कुराण सांगणारा मोहमद?''

मी हसून मान डोलवली. दुसरं काय करणार?

सरदारजी गेली वीस वर्षं इथं राहत होते. आता इथली झाडी फार तोडली गेली, ह्याचं त्यांना दु:ख होतं.

बरोग लागलं. तीस घरांचं गाव होतं. पिण्याचं पाणी आणण्यासाठी तीन किलोमीटर जावं लागतं, म्हणाले. पहाडात पाण्याचे फार वांधे असतात. दोन डबे पाणी दिवसभर पुरवावं लागतं.

सरदारजी आजूबाजूला खूप भटकले होते. आम्हाला म्हणाले, ''दिशा न ठरवता कुठंही जा. मजा आहे. मी अनेक वर्षं 'शक्करचा मरीज' आहे; भटकतो, म्हणून चांगला राहिलोय. आता पुन्हा याल, तेव्हा मीसुद्धा तुमच्याबरोबर भटकायला येईन.''

सरदारजींना चहाचे पैसे देऊ केले, तर ते घेईनात. घेणार नाहीच म्हणाले. म्हणाले, ''हे हॉटेल काही पैसा कमवावं, म्हणून मी काढलेलं नाही. मी माणसांचा लोभी आहे. रिटायर झालो. एक मुलगा, एक मुलगी मोठी होऊन उडून गेली. मला करमेना, म्हणून ह्या सुरेख गावी ही पाच-सहा एकर जमीन खरेदी केली. झोपडी बांधली. राहिलो. माणसं यावीत-जावीत, म्हणून घराचंच हॉटेल केलंय. तुम्ही पाहुणे; लांबून आलात, बोललात, मजा आली. चहाचे पैसे कसले? जा, मजेत हिंडा पहाडांतून!''

बरोगलाच आणखी एक पाईनवुड कॅफे होतं. चित्रासारखं सुंदर.

गर्द झाडीतल्या ह्या छपरी कॅफेपुढं लहानसं अंगण होतं. ह्यात, बुटकी प्लमची झाडं पिकल्या फळांनी लवली होती. अशा लालचुटुक फळांनी लहडलेल्या झाडाखाली वेताच्या खुर्च्या टाकलेल्या होत्या.

बुलबुल, टेलरसारखी लहान पाखरं झाडावर गर्दी करत होती. शिळा घालीत होती.

इथं बराच वेळ बसून आम्ही जेवलो. बसल्या जागी डुलक्या घेतल्या आणि पाच वाजता पुन्हा चढ चढलो, उतरलो.

इथं-तिथं उतारावर लहान-लहान शेतं होती. आजूबाजूला टमाट्यांची शेतं आणि एवढ्या-एवढ्या शेतात एवढं-एवढंसं झोपडं. रानात नांगरणारा शेतकरी. गुरं राखणाऱ्या मुली.

भारतदेश इथून-तिथून सारखाच आहे. भाषा बदलली, पोशाख बदलला; तरी गरिबीचा, कष्टकरी शेतकऱ्याचा चेहरा काही बदलत नाही. इथलाही शेतकऱ्याचा तरुण पोरगा आपल्या एवढ्याशा तुकड्यात सऱ्या पाडण्यात रंगून गेलेला होता. तो एकाकी शेतकरी उन्हात बैल जोडून रान उकरत होता आणि इथल्याही कृषिकन्या म्हशीमागंच हिंडत होत्या.

दिवस मावळत चालला.

''भाटे, जाऊ या का आता?''

''जाऊ या तर! गेलं पाहिजेच की!''

रस्त्यावर येऊन उभा राहिलो. येणारी बस हात दाखवून उभी केली आणि सोलनला परत आलो.

एकूण आठ दिवस सोलनला होतो.

परतीच्या प्रवासात, भल्या सकाळी गाडी दिल्ली स्टेशनमध्ये थांबण्यासाठी हळूहळू जाऊ लागली.

प्रचंड झोपडपट्टी दिसत राहिली. सांडपाण्याची डबकी, डुकरं, 'सकाळच्या उद्योगा'ला लागलेली माणसं! पोरं, बाया, बापई! वाटलं, आलो आपल्या मुलखात परत!

■

'मेनका', दिवाळी अंक १९८०

अफाट बर्टन

२१

असं म्हणतात की, प्रसिद्ध झालेल्या ग्रंथावर परीक्षण लिहिण्याआधी १० वर्षं वाट पाहावी; आणि एखाद्याचा पुतळा वगैरे उभारण्याचा विचार, माणूस गेल्यावर पन्नासएक वर्षांनंतर करावा.

सर रिचर्ड एफ. बर्टन हा वाळवंटातला प्रवासी. नाईल नदीच्या उगमाचा संशोधक, मानववंशशास्त्रज्ञ, भाषाशास्त्रज्ञ, 'अरेबियन नाइट्स'चा भाषांतरकार, कवी, लेखक, तरवारबहाद्दर आणि अनेक देशांतला इंग्लंडचा वकील; तो हयात गाजवून मरून गेला, ह्या गोष्टीलाही आता ९० वर्षं झाली. आतापर्यंत त्याचे १० चरित्रग्रंथ प्रसिद्ध झाले आहेत. मी नुकताच वाचलेला 'द डेव्हिल ड्राइव्हज्' हा अकरावा.

हा ७० वर्षांचं आयुष्य तोकडं वाटावं, एवढी प्रचंड कर्तृत्वशक्ती असलेला माणूस १० चरित्रग्रंथांत आटोपला नाही, हे नवल नाही. याचा पुतळा घडवायला, तशा उंचीचा शिल्पकारही आता मिळणार नाही आणि एवढा अजस्र पाषाणही सापडणार नाही.

प्रवासी बर्टनचा उल्लेख मी हेन्री डेव्हिड थोरोच्या पुस्तकात प्रथम वाचला.

'वाळवंटात तुमची नीतिमत्ता सुधारते. तुम्ही मोकळे आणि सौजन्यशील बनता. आतिथ्यशील व एकाग्रवृत्तीचे बनता. वाळवंटात मद्ये केवळ घृणा उत्पन्न करतात. तिथे केवळ पाशवी अस्तित्वातच तीव्र आनंदोपभोग भरलेला असतो, असं वाळवंटातला प्रवासी बर्टन म्हणतो,' असा हा उल्लेख होता. तेव्हापासून बर्टनचं प्रवासवृत्त मला वाचावंसं वाटतं होतं. ते मिळालं नाही; चरित्र मिळालं.

हा पाच फूट अकरा इंच उंच माणूस विलक्षण बलदंड होता. त्याचे डोळे बिबट्या वाघाच्या डोळ्यांसारखे होते. फ्रान्समध्ये, इटलीत आणि ऑक्सफर्डला शिक्षण झाल्यावर हा हिंदी लष्करात सात वर्षं होता. वयाच्या ३६व्या वर्षी चांगलाच प्रसिद्ध माणूस म्हणून ओळखला

जाऊ लागला. हा भारतात मुंबईला, बडोद्याला राहिला. गोव्याला आणि कराचीलाही होता. मुंबईला दोराबजी सोराबजी या पांढऱ्या दाढीवाल्या पारश्याकडे तो भाषा शिकला. हा शिक्षक बर्टनविषयी म्हणाला आहे की, 'हा पळता-पळता भाषा शिकेल!'

इतर शिपाई जसे दारूच्या नादी लागत, तसा हा भाषेच्या नादी लागला. हिंदुस्थानी शिकण्यासाठी रोज बारा-बारा तास त्याने खर्च केले. गुजराती, संस्कृत, मराठी, सिंधी, पंजाबी, मुलतानी, आर्मेनियन, तुर्की अशा २९ आणि शिवाय काही बोली मिळून ४० पेक्षा जास्त भाषा त्याला येत होत्या.

बडोद्याला असताना त्याने वेगवेगळ्या जातींची, वयाची माकडं घरी बाळगली. त्यांची भाषा जाणून घेण्याचा खटाटोप त्याने केला. डॉक्टर, चॅप्लिन, सेक्रेटरी असली नावं त्यानं माकडांना ठेवलेली होती. त्यांच्या दिमतीला नोकरचाकर होते.

एका रेशमी अंगाच्या माकडिणीच्या कानात मोती घातलेले होते. हा तिला आपली बायको म्हणत असे, असं लेडी बर्टन आपल्या आठवणीत लिहिते.

माकडं ६० प्रकारचे अर्थपूर्ण ध्वनी उच्चारतात, अशी नोंद त्यानं केलेली आहे.

सिंधमध्ये ब्रिटिश सोल्जरांना नादी लावणाऱ्या पुरुषवेश्यागृहाचा शोध घेऊन त्यावर रिपोर्ट सादर करण्याची एक विलक्षण कामगिरी त्याच्यावर सोपवली गेली. ती त्याने फार कौशल्याने पारही पाडली. (पुढे ४० वर्षांनंतर या विषयावर त्याने निबंध लिहिला). बर्टनने १८४९ मध्ये सिंधला रामराम केला. तो मुंबईत आला, तेव्हा फार आजारी होता. मित्रांनी सल्ला दिला :

'तुझं आता भरत आलं आहे. आमचं ऐक आणि मरायला आपल्या देशात जा, बाबा.'

अशक्त, दृष्टिदोष निर्माण झालेला, फार आजारी असा हा बोटीवर चढला; तेव्हा आपण आपली मायभूमी बघू, अशी आशा त्याला नव्हती.

पण प्रवासात त्याची प्रकृती सुधारली. इटलीत आई-वडिलांना भेटून आल्यावर हा हिंदुस्थानातल्या जनतेला ब्रिटिश लोकांविषयी काय वाटतं, ते ईस्ट इंडिया कंपनीच्या डायरेक्टरांना स्पष्टपणे सांगू लागला. म्हणाला,

"ब्रिटिश लोक शूर नाहीत, हुशार नाहीत, उदार नाहीत; उलट डांबरट, घुसखोर आहेत. त्यांचे अधिकारी एकजात लाच खाणारे आहेत. त्यांची वागणूक उद्धटपणाची आहे, असं हिंदुस्थानातल्या लोकांना वाटतं. या घुसखोरांना हाकून लावायच्या संधीची ते वाट बघत आहेत.''

हे कोण ऐकून घेणार? फौजी नोकरीच्या नियमाविरुद्ध हे बोलणं-लिहिणं होतं.

त्याबद्दल बर्टनला कधीही माफी मिळाली नाही. (त्याचा रिपोर्ट खोटा नव्हता, हे पुढे १८५७ मध्ये कळलंच.)

मग याने १५०० पानं भरतील, एवढी पुस्तकं लिहून प्रसिद्ध केली. (१) 'गोवा अँड द ब्लू माऊन्टन्स', (२) 'सिंध ऑर द अनहॅपी व्हॅली', (३) 'सिंध अँड द रेसेस दॅट इनहॅबिट द व्हॅली ऑफ इंडस' (४) 'फाल्कनरी इन द व्हॅली ऑफ इंडस' : (हे पुस्तक शिकारीसंबंधी होतं.)

त्याच्या या पुस्तकांतून सिंधचा इतिहास आणि पठाण, सिंधी, जाट, बलुची, खोजा यांची स्वभाववैशिष्ट्ये आली आहेत. शिवाय शेतजमिनींना पाणीपुरवठा, करपद्धती, गुन्हेगारी, शिक्षण, अमली पदार्थ, सरकारातील लाचलुचपत यांविषयी बरीच माहितीही आली आहे. लग्नपद्धती, अंधश्रद्धा, अंत्यविधी-संस्कार यासंबंधी त्यात चर्चा केलेली आहे. शिवाय, सय्यद हसन अलीच्या 'लॉफुल एन्जॉयमेंट ऑफ विमेन' या ग्रंथाविषयीही त्यानं सांगितलं आहे.

एकूणच, स्त्री-पुरुष-संबंध, कामकला, पुरुष-पुरुष संबंध– यांसारख्या विषयावर बर्टननं बरंच ज्ञान गोळा केलेलं होतं. अरेबियन नाइट्सच्या भाषांतरात दिलेल्या तळटीपांतून त्याची साक्षी जागोजागी आहे. शिवाय मुस्लिम रीतीरिवाज, सण, समारंभ, खाद्यपेये, कपडे, शब्दार्थ अशी एवढी माहिती बर्टननं दिलेली आहे की, या तळटीपा अभ्यासून एखाद्याला पंडित होता येईल.

मक्का आणि मदिना ही पवित्र स्थळं अन्य धर्मीयांना बंद होती. ज्या कोणी ख्रिश्चन वा ज्यू लोकांनी तिथे जाण्याचा प्रयत्न केला, त्यांना क्रूसावर चढवण्यात आलं होतं. अगदी १८४५ पर्यंत असे दाखले होते.

बर्टननं हा प्रवास करायचं ठरवलं. त्यासाठी तो 'दरवेश' बनणार होता. असा मनुष्य 'चार्टर्ड व्हॅगॅबाँड' असतो, असं बर्टन सांगतो. वय, दर्जा, जात-पात कोणतीही असली, तरी असं तात्पुरतं साधूचं सोंग घेतलेला मनुष्य, हत्यार-पात्यार किंवा प्यादेपाईक घेतल्याशिवाय एकटा निर्वेध प्रवास करू शकतो. बर्टन म्हणतो, अगदीच बाका प्रसंग आला, तर वेड्याचं सोंग वठवायचं. पाश्चिमात्य देशात झक्की मनुष्याला जसं काहीही बोलायचं, करायचं स्वातंत्र्य दिलं जातं; तसं इकडे पौर्वात्य देशांत वेड्याच्या बाबतीत असतं. आत्माराम सांगेल, तसं करायला मोकळीक!

बर्टनला थोडीशी वैदूगिरीही येत होती. दरवेश आणि वैद्य असं सोंग त्यानं घेतलं. डोकं साफ भादरलं, लांब दाढी वाढवली. मिर्झा अब्दुल्ला या नावानं तो एप्रिल १८५३ मध्ये बोटीवर चढला.

या प्रवासासाठी रॉयल जिऑग्राफिकल सोसायटीने मदत केली होती. कारण, बर्टनची सिंधवरची पुस्तकं किती महत्त्वाची आहेत, याची जाण सोसायटीला होती. नोकरीतून रजा मिळणं, हा अवघड भाग होता. कारण, कंपनी सरकारबद्दल बर्टननं

तिखटजाळ लिहिलं होतं. ते विसरलं जाणं शक्य नव्हतं. पण मोठमोठ्या लोकांनी बर्टनबद्दल शिफारस केली आणि ईस्ट इंडिया कंपनीच्या सर्वांत वरिष्ठ अधिकाऱ्यानं एक वर्षाची रजा मंजूर केली. तीही संशोधनासाठी नव्हे, तर 'अरबी भाषेचा विशेष अभ्यास करण्यासाठी. अशा देशात, की जिथे ही भाषा उत्तम प्रकारे शिकता येते.' म्हणजे कंपनी सरकारकडून आर्थिक मदत नाहीच; ती फक्त सोसायटीने दिली.

यापूर्वीच्या प्रवाशांपेक्षा बर्टन वेगळ्या वाटेनं जाणार होता. त्यासाठी त्याला उभं अरबी द्वीपकल्प पश्चिमेकडून पूर्वेकडे असं ओलांडावं लागणार होतं. यात अत्यंत अवघड असा वाळवंटी प्रदेश होता. तो अद्यापि कोणा माणसाने पाहिलाही नव्हता. नकाशात तो भाग कोरा दाखवलेला असे.

बोटीने इजिप्तला पोचल्यावर बर्टनच्या लक्षात आलं की, मक्केला पर्शिअन म्हणून वावरणं अडचणीचं आहे. म्हणून त्यानं आपलं सोंग थोडं बदललं. तो पठाण झाला. अलेक्झांड्रियात वैदूगिरी करीत त्यानं अरबी भाषेचं ज्ञान वाढवलं. मग तो नाइलमधून कैरोला गेला. रमजानच्या महिन्यात कैरोला राहिला. दिवा घेऊन अंधाऱ्या गल्लीबोळांतून हिंडला.

त्यानं इथंही वैदूगिरी चालूच ठेवली. कारण तिच्यामुळे त्याला लोकांच्यात मिसळता येत होतं. इथं हाजी वली नावाच्या एका रशियन मुसलमानाची व त्याची ओळख झाली. त्यानं इजिप्तविषयी बर्टनला बरंच शिकवलं. एकदा या दोघांना तिसरा एक आर्मी कॅप्टन भेटला– अली आगा. त्यानं पिऊन दंगा केल्यामुळं बर्टनला कैरो तातडीनं सोडावं लागलं. भल्या पहाटे उंटावर बसून तो सुएझला पोचण्यासाठी ८४ मैलांच्या वाळवंटी प्रवासाला निघाला. सिंधमध्ये त्याने वाळवंट बघितलं होतं; पण इजिप्तमधल्या वाळवंटाचं रौद्र स्वरूप हे त्याला नवीनच होतं. वरून भट्टीतल्या आगीसारखं ऊन, चवताळलेल्या सिंहासारखा धावून येणारा वाळवंटी वारा, यांना तोंड देत तो उंट दामटत राहिला. सोबतीला होता तो अरबी वाटाड्या म्हणाला, "तुम्ही काय लायकीचे पुरुष आहात, याची परीक्षा होते इथं–"

बर्टन हा नरशार्दूलच होता. वाळवंट पार करून तो मुक्कामावर पोहोचला. सुएझ हे वारकऱ्यांनी ओसंडून गेलेलं घाणेरडं गाव आहे, असं सांगून तिथल्या मुक्कामाचं रसभरित वर्णन तो वाचकांसाठी करतो :

'आम्ही उतरलो होतो, त्या खोलीच्या भिंती घाणेरड्या होत्या. आढ्याला कोळिष्टकं होती. आत सामानानं खचाखच भरलेली जमीन माश्या, मुंग्या, झुरळं ह्यांनी भरून गेलेली होती. मधूनच एखादा चौकस बोकड, एखादं गाढव आत शिरे आणि हा आडोसा आधीच आम्ही व्यापून टाकलेला बघताच आब राखून परत फिरे.'

पुढच्या प्रवासात बदलण्यासाठी कपडे, लहानसा तंबू, पाण्यासाठी कातड्याची पिशवी, पांघरूण, प्रचंड मोठी छत्री, पिस्तूल, खंजीर, टाक आणि दौत, कागद,

रेखाचित्रे व आकृती काढण्याकरता कागद-पेन्सिल, पैसे ठेवण्यासाठी कमरेचा कसा, औषधाची पेटी वगैरे साहित्य त्यानं घेतलं. टिपणं, आकृत्या चोरून-मारून, अंधारात काढायच्या. कारण हा कोणी हेर तर नाही, अशी शंका बरोबर प्रवास करणाऱ्यांना येऊ लागली. बरोबर ऐंशी पौंड रक्कम चांदीच्या आणि सोन्याच्या नाण्यांत घेतलेली होती. ती सारखी कुठे कुठे दडवायची. सामानात, पेट्यांत, अंगावर– कारण वाटमारे अरब अडचणीच्या ठिकाणी गाठत आणि झडती घेत. कमरेचा कसा जर रिकामा आढळला, तर ते चक्क प्रवाशाचं पोट चिरून ही रक्कम त्यानं कुठं लपवली आहे, ते बघत.

सुएझ ते यांबू हा प्रवास बर्टननं ज्या जहाजावरून केला, त्यावर फक्त साठ प्रवाशांची सोय असूनही ९७ लोक भरलेले होते. वाळवंटातील भटक्या जमातींपैकी काही तरुण पोरांनी खंजीर उपसून जागेपायी मारामारी केली. पाच प्रवासी रक्तबंबाळ झाले. ही झुंड बर्टनच्या जागेकडे घुसू लागली, तेव्हा त्याने १०० पौंड वजन असलेला पाण्याचा रांजण आणि त्याच्या भोवतीची जंगी लाकडी चौकट झुंडीवर लोटली. त्यासरशी हे लोक चूप झाले.

हा तांबड्या समुद्रावरचा १२ दिवसांचा प्रवास भयानक होता. सूर्य डोक्यावर आल्यावर वाळवंटावरून आलेल्या कढत वाऱ्यांत जहाजावरचे वारकरी निपचीत पडून राहत. सूर्य मावळल्यावरच त्यांच्यात धुगधुगी येई. ते भात उकडून जेवत. रात्री गोष्टी सांगत आणि गाणी गात. जहाज किनाऱ्याला लागल्यावर बर्टनच्या पायात कसलासा विषारी काटा घुसला. पाय लंगडा झाला. चालता येईना. यांबू ते मदिना हा आठ दिवसांचा १२० मैलांचा प्रवास पुढे होता. इथं ज्वालामुखीच्या श्वासासारखे कढत वाळवंटी वारे होते.

मग बर्टननं उंट ठरवला. हा डोली पाठीवर घातलेला उंट म्हातारेकोतारे किंवा पोराबाळांसाठी असतो. या महाकाय माणसाने स्वत:ला या एवढ्याशा डोलीत कोंबून घेतलं आणि काफिल्याबरोबर प्रवास सुरू केला.

आतापर्यंतच्या प्रवासात त्याला अनेक मित्र मिळाले होते. एक शेख नूर म्हणून भारतीय मुसलमान होता आणि एक मोहमद होता. हे बर्टनसाठी स्वयंपाक शिजवायचे, भिकारी हाकलायचे आणि बर्टनचं सामान राखायचे. जेवण म्हणजे भात, उकडलेले कांदे, लोणी आणि खजूर. काही वेळा तळलेले टोळ. या प्रवासात वाळवंटातील भटक्या टोळीतल्या जमातींचा बर्टनला फार उत्तम परिचय झाला. त्यानं पाहिलेल्या एरवीच्या, दुकानदार किंवा कारागीर मुसलमानांपेक्षा यांच्यात स्वातंत्र्य, स्वच्छता आणि मर्दपणा याला जास्ती आढळला. तो म्हणतो, वाळवंटातील मुक्त जीवनाशी तुलना केली, तर हस्तव्यवसायादी उद्योगांमुळं माणसाची मानसिक आणि शारीरिक प्रत कमी होते, असं दिसतं. आदरसत्कार आणि पराक्रम यांचं संरक्षण भाला आणि

तलवार या शस्त्रांमुळं होतं; हातमाग किंवा कानस या कारू-नारूंच्या हत्यारांमुळं नव्हे!

टोळीवाल्यांसंबंधीचा त्याचा हा आदर कसाला लागावा, अशी वेळ पुढे आलीच. बेडोविन दरोडेखोरांनी याच्या काफिल्यावर हल्ला चढविला. त्यांनी नीट आडोसा घेतला आणि या वारकऱ्यांवर तुफान गोळ्या झाडल्या. बारा वारकरी आणि अनेक उंट मारले गेले.

मदिनेला शेख हमीदच्या घरात बर्टन महिनाभर राहिला. पाय चालू देत नव्हता, म्हणून कानतुटक्या गाढवावर बसून त्याने सगळी प्रसिद्ध ठिकाणं पाहिली. पुढे मक्केचा प्रवासही त्याने अशाच एका काफिल्याच्या सोबतीने केला. या वाटेने बर्टनच्या आधी कोणी गोरा माणूस गेलेला नव्हता. वाटेवर श्रम, तहान आणि उन्ह यामुळे मरून पडलेल्या घोड्यांचा, गाढवांचा, उंटांचा खच होता! यातून खाण्यासारखा भाग भिकारी कापून शिजवत आणि येणाऱ्या-जाणाऱ्या वारकऱ्याकडे पाण्यासाठी पैसे मागत. जागोजाग असलेल्या विहिरीचं पाणी विकत घ्यावं लागे. तिथं शिपायांचा पहारा असे.

मक्केस जाऊन बर्टननं दर्शन घेतलं. गुपचूप रेखाटनं, नोंदी केली; मोजमापं घेतली. इमारतीच्या प्लॅनचं स्केच तर त्यानं आपल्या अंगावरच्या पांढऱ्या झग्यावर केलं. तो म्हणतो, 'त्या गर्दीत-गोंधळात मी बघायचं, ते सगळं बघितलं; करायचं होतं, ते-ते सगळं केलं!'

बर्टनच्या आयुष्यातला हा एक प्रवास. असे प्रवास त्यानं पुढेही केले. असाच तो गोऱ्या लोकांना मनाई असलेल्या, गुलामांच्या व्यापाराचं केंद्र आणि धार्मिक ठिकाण अशा हरारेला गेला. नाईल नदीच्या उगम शोधीत झांजीबारहून लेक-व्हिक्टोरियाला गेला.

हा प्रवासही विलक्षण आहे. इथेच रानटी लोकांनी बर्टनवर भाल्यांनी हल्ला केला. त्यानं शौर्यानं तोंड दिलं. फेकलेला भाला गालफडातून आरपार जाऊन हा बेशुद्ध पडला. त्याचा सवंगडी संशोधक स्पेक याला तर अनेक जागी भोसकलं होतं. तिसरा सवंगडी ठार झाला.

नाईल नदीच्या उगमाबद्दल पुढे या दोन मित्रांत वादविवाद झाले. कडवटपणा आला. अपमानित झालेल्या स्पेकने पक्षी मारण्याच्या मिषाने रानात जाऊन स्वत:च्या छातीवर गोळी झाडून घेऊन आत्महत्या केली.

ही बातमी ऐकून बर्टन लहान पोरासारखा रडला. जन्मभर ही खंत त्याने मनात बाळगली. संशोधनाकडे पाठ फिरवून तो कवितेकडे वळला.

रिचर्ड बर्टन एका आयुष्यात अनेक आयुष्यं जगला. आपला प्रवास आणि संशोधन यासंबंधी त्यानं ४३ ग्रंथ प्रसिद्ध केले आहेत! दोन कवितासंग्रह, एक आत्मचरित्र, 'अरेबियन नाइट्स'च्या भाषांतराचे सोळा भाग, लॅटिन काव्याच्या भाषांतराचे दोन ग्रंथ; इटालियन, आफ्रिकन आणि भारतीय लोकसंस्कृतिविषयक लेखनाचे चार ग्रंथ, कामसूत्र आणि अनंगरंग रतिशास्त्राचे इंग्रजी भाषांतर— एवढे उपलब्ध आहेत. शिवाय, काही डायऱ्या, नोंदी आणि कामविषयक भाषांतरित ग्रंथ लेडी बर्टननं याच्या मरणानंतर जाळून टाकला. का, तर आपल्या नवऱ्याची जनमानसातली प्रतिमा डागाळू नये. याचा एक ग्रंथ 'तरवार' या विषयावर आहे. एक लहान पुस्तिका 'कंप्लीट सिस्टिम ऑफ बायोनेट एक्झरसाईज' म्हणून आहे.

'पिलग्रिमेज' आणि 'लेक रीजन ऑफ सेंट्रल आफ्रिका' ही पुस्तकं क्लासिक्स समजली जातात. मात्र, याला थोडाफार पैसा दिला तो 'अरेबियन नाइट्स'च्या भाषांतरित भागांनी. ग्रंथ प्रकाशित करण्यासाठी याने सहा हजार गिनी खर्च केला होता. निव्वळ नफा १० हजार गिनींचा झाला. हा म्हणतो,

'मी ४७ वर्षं झगडलो. भल्या मार्गानं नाव कमावण्याचा मी आपल्या परीनं खटाटोप पुष्कळ केला. पण, मला काही कोणी शाबासकी दिली नाही, कुणी 'थँक्स' म्हटलं नाही. दिडकी मिळाली नाही.

'...आणि म्हातारपणी मी एका संशयास्पद ग्रंथाचं भाषांतर केलं आणि तत्काळ मला १६ हजार गिनी मिळाल्या! इंग्लंडला कशात रस आहे, हे आता मला कळलं.'

मरायच्या आधी हा बाजारात जाऊन पक्ष्यांचे पिंजरे घेऊन आला. बागेत उभं राहून त्यानं ही पिंजऱ्यातली पाखरं निळ्या आभाळात सोडून दिली.

■

'महाराष्ट्र टाइम्स' : १ फेब्रुवारी, १९८१

जयवंतरावांच्या समवेत जंगलांतील दिवस

२२

चुकून-माकून निवांत असा एखादा सुट्टीचा दिवस मिळतो. लेखन-वाचन, चित्रं काढणं, मित्राकडं गप्पा मारायला जाणं, ह्याही गोष्टींत रस वाटत नाही; तेव्हा मी एकटाच माझ्या अभ्यासिकेत एक विशेष उद्योग करत बसतो. अनेक थोर-मोठ्या ग्रंथांच्या सोबतीनं शेल्फवर आडवी ठेवलेली बंदूक काढून तिची साफसफाई करतो, तेल देतो.

इंग्लंड देशातल्या गाऊ अँड सन्स् नावाच्या कुणा कुशल कारागिरांनी बनवलेलं हे हत्यार फार सुरेख आहे. सडसडीत, हलकं, पल्लेदार, दुनळीचं, आतल्या घोड्याचं, दस्त्यावर सुंदर नक्षीकाम केलेलं, अचूक मारा करणारं, आजवर कधीही दगा न दिलेलं, खराब काम न केलेलं.

मला शिकार सोडून आता किती तरी वर्षं झाली; पण हे हत्यार विकून टाकावं, असा विचारही कधी मनात आलेला नाही.

एकोणीसशे बावन्न साली ही बंदूक जयंतराव टिळकांनी मला दिली आहे.

हे उत्तम हत्यार पाठीशी लटकावून टिळकांच्या बरोबर मी सिंहगडाच्या दऱ्या-खोरी अनेकदा हिंडलो आहे. पुण्याशेजारच्या घोटवड्याच्या जंगलात गेलो आहे. कर्नाटकातली कोंडणकेरी, दड्डीकेरी, मासूर, यल्लापूर, गुंजावती ही राखीव जंगलं धुंडाळली आहेत. एका-एका जंगलात पंधरा-पंधरा दिवस मुक्काम करून नाना अनुभव घेतले आहेत.

हे हत्यार साफ करताना आठवणींचा केवढा तरी फुलोरा माझ्या मनात फुलून येतो.

होतकरू लेखकांना त्यांच्या घडणीच्या काळात चांगले संपादक मिळणं, ही भाग्याची गोष्ट असते. मला हे भाग्य भरभरून लाभलं. लेखनाला सुरुवात केली आणि 'अभिरुची'चे पु. आ. चित्रे भेटले. पुढं 'सत्यकथा', 'मौजे'चे ग. रा. कामत व श्री. पु. भागवत आणि पुण्याला येताच 'केसरी'चे जयंतराव टिळक. हे सर्व जण मोठे संपादक तर होतेच, पण दुर्मिळ असे स्नेहीही

होते. ह्या सर्वांनी माझं लेखन फुलवलं आणि मला स्नेहही दिला. ग. रा. कामत स्वत: शिकारी नव्हते, पण माझ्याबरोबर ते अनेकदा रानावनांत येत.

जयंतरावांच्या बाबतीत संपादक आणि शिकारी ह्या एकाच नाण्याच्या दोन बाजू होत्या. त्यामुळं 'सह्याद्री', 'केसरी'मधलं माझं बहुतेक लेखन म्हणजे शिकारकथा, वन्य प्राणिजीवन, पक्षी, अभयारण्यांचे प्रवास असंच आहे. प्रवासापासून संदर्भग्रंथांपर्यंत सगळं पुरवून जयंतरावांनी ते लिहवून घेतलं आहे.

'केसरी'च्या संपादकीय खुर्चीतून उठून जयंतराव जेव्हा सिंहगडावरच्या रानात येत; तेव्हा ते वेगळे, फार खरे असे जयंतराव असत. हिरव्या रंगाचा शिकारी पोशाख त्यांनी चढवलेला असे. पायांत सांबराच्या कातड्यापासून खास बनवून घेतलेले स्नेकप्रूफ उंच बूट असत आणि डोक्यावर भलीमोठी गुरखा हॅट असे. कमरेला काडतुसांचा पट्टा, मोठा चाकू असे. पाठीवर लटकावलेल्या खाकी हॅवरसॅकमध्ये अनेक कप्पे आणि त्या कप्प्यांतून नाना गरजेच्या वस्तू असत– लहान बॅटरी, दोरी, शिट्टी, पाणी शुद्ध करायच्या गोळ्या, काड्याची पेटी, सुई-दोरा (नको तिथलं बटण जंगलात तुटलं, म्हणजे फार पंचाईत होते.), कपाळावर लावायचा दिवा. ही पडशी सदा भरून तयार असे. केव्हाही उचलावी आणि जंगलात चालू लागावं.

सिंहगडावर आले की, चेष्टा-विनोद-खिदळणं सुरू होई. प्रौढ भाषा बदलून ती गावरान होई. सखाराम, पप्या, बाबू माळी, मारुती, धोंडिबा, लंगडा अर्जुन, सीताराम अशा मेटावरच्या कणखर रहिवाशांचा वेढा– 'दादा आल्ये जनू; अरं, सरका बाजूला', असं म्हणत गोळा झाला की, हे हसून विचारत, ''काय रं पप्या; कुटंशीक वाघ वराडतो, दावितो का त्यो नेमका ठिकाना सायबाला?''

वनविद्येचे सगळे पहिलेवहिले धडे जयंतरावांनी सिंहगडावरच्या दऱ्यांतून ह्या लोकांच्या संगतीत गिरवले होते. ह्या सर्वांचा दादांवर फार जीव. घोलं करणं, हाका घालणं, झालेली शिकार उचलून गडाच्या माथ्यावर नेणं– ह्या कामात तू-मी, तू-मी होई.

गडावर असलेला टिळकांच्या मालकीचा बंगला, ह्याची देखभाल करणारा एक बाबू माळी होता. सडसडीत अंगाचा हा बाबू वनविद्येत फार तरबेज माणूस होता. त्याच्यापाशी जुनीपानी अशी एक दुनळी बंदूकही होती. तिचा घोडा एकदा आम्ही गडावर हिंडताना पार लांब धारजाईच्या बाजूला पडला. बंगल्यावर संध्याकाळी परत आल्यावर हे बाबूच्या ध्यानात आले. सकाळी लवकर उठून तो रानात गेला आणि डोंगर धुंडून तो एवढासा घोडा घेऊन माघारी आला, तेव्हा मी चकित झालो.

ह्या बाबूला जखमी वाघानं एकदा खाल्ला होता. डावा हात चावला, ओरबाडला होता. तरी अजून तो वाघाची शिकार म्हटली की, धावून पुढं होई.

गडावर वाघ ओरडू लागला की, सगळ्या मेट्यांवर हलकल्लोळ होई. आज अमक्याचं बकरं दाबलं, परवा तमक्याचं खोंड ओरबाडलं, तेरवा फलाण्याची शेळी खाल्ली– अशा बातम्या सारख्या वाऱ्यावर पसरत. शेळ्या-बकऱ्यांचं नुकसान हे गरीब बापड्या मेटकऱ्यांना मोठंच नुकसान असे.

गडावर जनावर केवढं आहे, कसं आहे, ह्याचा तपास बाबू करी आणि थेट वाऱ्यासारखा पुण्याकडे सुटे. माझ्या घरी येऊन म्हणे, "गडावर वाघ फिरतोय मोठा. दादा म्हणाले, माडगूळकर सायबांस्नी खबर दे. आज दिवस मावळायच्या आत निघायचंय, मी बकरं घिऊन ठिवलंय."

चांदवा फाटून गेलेली टोपी डोक्यावर दाबून घालणारा, निरागस हसणारा, धाडसी, कमालीचा काटक, असा हा बाबू. त्याच्या कामगिरीवर खूश झाल्यावर एकच मागणं मागायचा, "साहेब, दोन काडतुसं द्या. एक गोळीचं आणि एक सऱ्याचं."

आपल्या लुकतुक्या बंदुकीत छऱ्याचं एक काडतूस घालून तो संध्याकाळी टेकावर जाऊन बसायचा. सशाची लोळीची जागा त्याला आधीच माहीत असायची. ससा लोळायला आला की, त्याला टिपायचा आणि कानाला धरून घरी आणायचा. एका गोळीनं एक भेकर मारायचा, एक डुक्कर मारायचा. हा बाबू जयंतरावांचा फार आवडता शिकार-सवंगडी होता.

सिंहगडावर मचाण करून बसण्याजोगं झाड वाढतच नाही. त्यामुळं करवंदीच्या डहाळ्या तोडून आणून दोघा शिकाऱ्यांना आत बसता येईल, एवढी एक दडण करावी लागे. हे झाडपाल्याचं घरटं जमिनीवर उभारणं, हे कौशल्याचं काम असे. ह्या 'घोल्यात' रात्री बसून बकऱ्यावर आलेल्या वाघाची शिकार करायची असे. पंधरा-वीस यार्डांवर काळ्या-पांढऱ्या रंगाचं बकरं बांधायचं आणि घोल्यात गुपचूप बसायचं.

अशा घोल्यात जयंतरावांबरोबर मी अनेक रात्री बसलो आहे. किर्र काळोखी रात्र असायची. काही वेळ ओरडून बकरं गप्प व्हायचं. अंगाचं वेटोळं करून बसकण मारायचं आणि आम्ही कानात जीव आणून वाट बघायचो. आवाज टिपायचो. बऱ्याच वेळा समोरचा वाघ शिकाऱ्यापेक्षा हुशार निघायचा. दिवसाउजेडीच तो दूर, उंच अशा कड्यावर बसून सगळं बघायचा. गड्यांनी घोलं केलं. बकरं बांधलं. गडी गेले. आम्ही घोल्यात बसलो. अंधार झाला. हे सगळं तो सावधबुद्धीचा बिबळ्या वाघ बघायचा आणि बकऱ्याकडे मुळीच फिरकायचा नाही.

मध्यान रात्र होईपर्यंत आम्ही वाट बघायची आणि खट्टू मनानं घोलं सोडून निम्मा गड पुन्हा चढायचो.

गडाची चढण बरीच चढून गेल्यावर वाटेत एक झोपडं लागतं. हे देऊळ आहे मारुतीचं. आसपास चार-सहा झोपड्या आहेत.

एका सप्टेंबर महिन्यात ह्या देवळाच्या आडोशाला बसून आम्ही दोन बिबळ्यांची जोरदार लढत ऐकली होती.

ही गोष्ट पंचवीस-सव्वीस वर्षांपूर्वीची आहे. तेव्हा देवळाची ही जागा फार मोक्याची होती. गडाच्या चौफेर मुद्दाम बसविलेली संरक्षक अशी इतिहासकालीन ठाणी, लहान वस्त्यांच्या स्वरूपात अजून टिकून होती. वस्ती करून राहायला अतिशय प्रतिकूल अशा ठिकाणी चार-दोन झोपड्या असत. रानात फिरून भेकरं, डुक्कर मारण्यापेक्षा या झोपड्यात बांधलेली शेरडं-करडं ओरबाडणं बिबळ्या वाघांना सोपं वाटे. त्यातल्या त्यात देवळाजवळच्या या झोपड्यातलं जनावर ओढून नेण्यासाठी बिबळ्या अगदी हमखास येई.

सप्टेंबरात अशीच एक वाघीण आली होती आणि तिनं चार-दोन शेरडं, बोकडं मारली होती. ह्यापैकी तिनं खाऊन उरलेलं बोकड झाकून ठेवून दुसऱ्या दिवशी बाबू आम्हाला बोलवायला पुण्याला आला होता.

जयंतरावांनी याआधी अशी शिकार दहा-वीस वेळा केली होती. हा अनुभव एकवार मला मिळावा, म्हणून त्यांचा खटाटोप चालू होता.

जयंतराव, संभाजी चव्हाण आणि मी असे तिघे तातडीनं गडावर गेलो. आणि अंधार व्हायच्या आत बैठकी जमवून देवळात बसलो. झोपडीच्या भिंती अगदीच बुटक्या होत्या. पाठभिंतीशी बसून बघितलं, तर वाघानं मारलेलं बोकड दिसत होतं. दगडाची बैठक करून आम्ही बसलो. आमच्या डाव्या बाजूला लांबवर पसरलेल्या धारजाई डोंगराकडनं वाघीण येणार होती.

अंधार झाला. पाखरं गप्प झाली.

'चक्कू, चक्कू, चक्कू, चकर्रर' असा ठेका रातव्या पाखरानं धरला. आणि वाघीण बोकडावर आली. हाडं मोडल्याचा काड्काड् आवाज अंधारातून यायला लागला. त्याबरोबर बॅटरी उजळली. झम्मदिशी दोन डोळे उजळले आणि धडाड्कन् बार झाला. बारासरशी व्हॉफ् असा आवाज आणि घसपसाट. वाघीण उडी मारून गेलीसुद्धा.

हलकेच जयंतरावांनी विचारलं, ''नीट नेम धरून बार घातला का?''

''हो.''

''मग गेली कशी?''

''...?''

पुन्हा काही आवाज कानावर येईल, म्हणून आम्ही वाट पाहत राहिलो.

सावकाश मिनिटांमागनं मिनिटं गेली आणि दूरवरनं धारजाईकडच्या बाजूनं पुन्हा वाघीण ओरडल्याचा आवाज आला. म्हणजे आम्ही घातलेले बार साफ चुकले काय?

हा आवाज पुन:पुन्हा होत राहिला आणि जवळ-जवळ आला. वाघीण पुन्हा इकडेच येत होती. आवाज अगदी जवळ, पंचवीस यार्डांवर आला आणि बंद झाला.

वाघीण पुन्हा बोकडावर येणार, म्हणून आम्ही हत्यारं रोखली. श्वास रोखले.

पुन्हा गुरगुराट झाला आणि आवाजाला उत्तर म्हणून दुसरा गुरगुराट झाला. तो आमच्यापुढे डाव्या हाताला भली मोठी टणटणीची जाळी होती; तिच्यातून–

'गुर्रर हाम्फ्ऽ'

'फू गुर्र र्ऽऽ'

आता मात्र हे दोन वेगवेगळे गुरगुराट आहेत, हे जाणवू लागलं.

आम्ही गप्प ऐकत राहिलो.

बाजूच्या झोपड्यांत दारं बंद करून अंथरुणावर पडलेल्या रहिवाशांत कुजबूज चालू झाली. झोपड्यातली जनावरंही सावध झाली.

काही वेळ दोन्ही आवाज ऐकल्यावर बाबू हळूच कुजबुजला, "सायेब, पयला वाघ मार लागून टणटणीच्या जाळीत पडलाय. दुसरा धारजाईकडनं फेरीला आलाय. त्यानं ह्याला बघितला आन् दोघं एकमेकांवर गुरकताहेत."

आता दोघे वाघ एकमेकांना आव्हान देत होते. जाळीतला वाघ अधू आहे, हे नव्या वाघानं ताडलं असावं. तो घाईनं त्याच्या अंगावर गेला आणि दोघांत जोरदार मारामारी चालू झाली. जाळी वाजू लागली.

काही वेळानं पुन्हा, राहून-राहून असा गुरगुराट ऐकू येऊ लागला.

शेवटी जयंतराव म्हणाले, "बाहेर जाऊन मारू या."

हा बेत ऐकताच माझ्या अंगावरचे केस पिंजारलेल्या मोरपिसासारखे तरारून उठले.

देवळातनं बाहेर पडलो. टणटणीची जाळी अर्धवर्तुळाकार अशी वेढली. बंदुकींचे सेफ्टीकॅच पुढे केले आणि कपाळावरचे दिवे भराभर पेटवले.

जाळी बरीच मोठी, बरीच दाट होती. काही चमकलेले दिसले नाही. अचानक पेटलेले धगधगीत दिवे बघून, दोन्ही वाघ भांडण विसरून स्तब्ध राहिले.

कसलाही आवाज होईना.

वस्तीकडून कोणी म्हातारा आम्हाला स्फुरण देत होता :

"म्होरं व्हा. वाटंच्या वरच्या बाजूला हायेत. हाना, बरे घावलेत."

पत्करू नये एवढा धोका पत्करून आम्ही जाळीच्या जवळ गेलो. वाकून-वाकून आत प्रकाशझोत टाकले.

काही दिसले नाही.

देवळात येऊन पुन्हा ऐकू लागलो, तर दहा-एक मिनिटांनी पुन्हा गुरगुराट सुरू झाला. एक चढा, दुसरा हलका, क्षीण. काही मिनिटांनी घरघर ऐकू आली. बंद झाली.

बाबू कुजबुजला, "जखमी झाला होता, तो वाघ म्येला."

काही आवाज न होता, काही मिनिटं गेली आणि अंधारातनं आमच्या समोरचं बोकड फर्रकन् ओढल्याचा आवाज ऐकू आला. पुन्हा प्रकाशझोत. आता जयंतरावांनी नेम धरून बार घातला. त्यासरशी वाघाचा काळीज हादरविणारा आवाज उठला. वाघानं देवळाच्या दिशेनं झेप घेतली. दुसरा बार वाजला आणि आमच्यासमोर उंच दगडावर बसलेले जयंतराव माझ्या अंगावर कोसळले.

खाली जाणाऱ्या वाटेवरची कारवी वाजली. सावरून बसत जयंतराव म्हणाले, "झेपेत अंगावरच आला. दुसरा बार घातला, म्हणून वळला."

संभाजी म्हणाला, "आता छपरावर येणार, म्हणून मी बंदूक वर धरून बसलो होतो."

आता सकाळीच काय झालं ते कळणार, म्हणून आम्ही अंगं धरणीवर टाकली.

तासाभरानं पार पायथ्याशी वाघीण ओरडल्याचं ऐकू आलं. म्हणजे गडावर एकूण तीन वाघ होते?

सकाळी हे दोन्हीही वाघ मिळाले. एक मेट्यापासून तीस यार्ड दूर असलेल्या ओघळीत होता आणि दुसरा सव्वाशे यार्ड खाली, वाटेच्या उजव्या बाजूला दरीत कोसळलेला होता.

दोघांच्याही अंगांवर रात्री केलेल्या मारामारीच्या खुणा होत्या. माजावर आलेली वाघीण शाबूत राहिली होती आणि तिच्या नादावर फिरणारे दोन्ही नर मारले गेले होते.

शेळ्या-बोकडांचे काळ मारले गेले, म्हणून मेट्यावरच्या रहिवाशांत आनंदीआनंद झाला.

दोन वाघांतली मारामारी इतक्या जवळून ऐकण्याचा हा चित्तथरारक अनुभव जसा कधी विसरला जायचा नाही, तसा गडाच्या मागल्या बाजूला दुरूगदरा नावानं ओळखल्या जाणाऱ्या भागात आलेला एक अनुभवही.

दुरूगदऱ्यातल्या मेट्यावरची शेरडं मारून खायला एक वाघ सोकला होता.

एका संध्याकाळी दुरूगदऱ्याकडं जाणारी वाट उतरून आम्ही मेट्यावर पोहोचलो. मेट्यावरच्या झोपड्यांत एक झोपडी बाजूला अशी, अगदी रिकामी दिसली. भिंतीचा आडोसा होता. छप्पर थोडं उस्कटताच समोर दिसतही होतं. बकरं बांधून बसायला जागा चांगली होती. गडाच्या बाजूला मारा होणार होता. त्यामुळं काही भीती नव्हती. इतर झोपड्या आमच्या मागच्या बाजूला होत्या. दिवस मावळून अंधार पडायला आता अगदी थोडा अवकाश होता.

इथंच बसू या, म्हणून आम्ही खाकी पिशव्या सोडून बस्करं काढायला लागलो. दरम्यान, दादांनी मेट्यावरच्या एका गड्याला विचारलं, ''कुणाचं हे घर?''

''कुणाचं नाही; दादा, मोकळंच हाय.''

''म्हणजे कुणी राहातच नव्हतं इथं?''

''दिना मिसाळ आन् त्याची बायकू ऱ्हात होती. ती 'बाया' येऊन मेली.''

म्हणजे देवी येऊन ह्या झोपडीत दोन माणसं नुकतीच मरून गेली होती.

''किती रोज झालं?''

''अजून आठ दिवस बी न्हाईत.''

मी माझ्या घाईत होतो. बैठक अंथरून, बंदुकीत काडतुसं भरत होतो. कारण दिवस मावळला होता. अंधारून येतच होतं. वाघ केव्हाही मेट्यात उतरण्याची शक्यता होती.

तेवढ्यात दादा म्हणाले, ''उठा, दुसरीकडं जाऊ. देवीची लागण आहे. झोपडी सारवलेलीसुद्धा दिसत नाही.''

कुठं बसावं? वेळ नव्हता. अंधार येऊ घातला होता. पाखरं गप्प होऊन रातकिडे ओरडायला लागले होते. शेवटी गेले काही दिवस वाघ ज्या झोपडीशी नियमानं येत होता, कुडातून पंजे आत घालून आत बांधलेल्या शेरडांना बाहेर ओढायला बघत होता; त्याच झोपडीत बसायचं ठरवलं. झोपडीत शिरताच झोपडीची मालकीण म्हणाली, ''रोज येऊन गुरकावतोय. मी एकली काय करू? आतनं बोंबलले, तरी हा जागचा हलत नाही.''

झोपडीत लामणदिवा जळत होता. चुलीचा धूर भरून राहिला होता. अडीच फूट रुंद, साडेचार फूट उंच अशा दारातनं आत शिरताच डाव्या हाताला कुडाला लागूनच चार-सहा शेरडं बांधलेली होती. लेंड्यामुताचा वास भपकारत होता.

बाबूनं आत दाराला लागून घोंगडं अंथरलं. समोर वीस यार्डांवर काळ्या-पांढऱ्या रंगाचं बकरं बांधलं. आम्ही बैठक जमवू लागलो. आज वाघावर बार मी टाकायचा होता. माझ्याप्रमाणंच नवखा मारुती होता. जमलं, तर त्यालाही टाकायचा होता.

अडीच-तीन फुटांच्या दारात उंबरा धरून आम्ही दोघं बसलो. मागं दादा आणि त्यांचे आणखी एक स्नेही रनर गोखले बसले होते.

समोर बकरं स्वच्छ दिसत होतं.

समजा— समोर वाघ येऊन बसला, मी बार टाकला, तो कच्चा लागला; तर दोन उड्यांतच तो आमच्यावर आला असता.

''बाबू, काही तरी आडोसा पाहिजे. हे अगदी माळावर बसल्यासारखंच आहे.''

बाबू उठला. त्यानं एक लाकूड पैदा केलं. दोन फूट उंचीवर आडवं बांधलं

आणि त्याला आतून वैरणीच्या पेंड्या लावल्या.

हे काम चाललं आहे, तोवरच अडीचशे यार्ड अंतरावर असलेल्या दरीत तरस केकाटलं आणि लगेच वाघ गुरकला.

वाघाची बातमी देणारा म्हातारा पलीकडच्याच घरात राहणारा होता. त्यानं घराचं पत्र्याचं दार मघाच आतून लावून घेतलं होतं. दिवा मालवला होता. बंद दाराआडून तो ओरडला, ''आला बघा, सायेब! आता येईल बकऱ्यावर वाटतं! तरास भेटलं, त्याच्या अंगावर धावला. तरास केकाटलं नव्हं का?''

आडोसा करण्यात गुंतलेला बाबू घाईनं आत आला. माझ्या डाव्या बाजूला बसून राहिला. त्याच्यापाशी काहीही हत्यारे नाहीत, ही गोष्ट जयंतरावांच्या ध्यानात आली. माझ्या खांद्यावर वाकून त्यांनी आपला भला मोठा चाकू बाबूपाशी दिला. झोपडीच्या भिंतीला पाठीचा रेटा देऊन, दोन पायांवर बसलेल्या बाबूनं तो आपल्या पावलांपाशी आडवा ठेवला. उभ्या गुडघ्यांना हाताची मिठी घालून तो गप्प बसून राहिला.

हा आम्ही धोकाच पत्करला होता. बाबू अगदी उघड्यावर होता. दरीकडे येणारा वाघ खालून वर चढला, तर आम्ही त्याला पाहायच्या आत तो आम्हाला, निदान बाबूला तरी पाहणार होता. बाबू दृष्टीला पडताच सावधपणानं तो जर बकऱ्यावर आला आणि पहिल्या बारात नाही लोळला, तर थेट आमच्यावरच आला असता.

माझ्या शेजारी मारुती होता. त्याच्या हाती दादांची मोठी काडतूस बसणारी जेफ्रे बंदूक होती. ही वजनदार बंदूक बाहेरच्या घोड्याची होती.

एकाएकी बकरं ओरडायचं बंद झालं. हुशार होऊन दरीकडं बघू लागलं. ही स्पष्ट सूचनाच होती.

बाबू हलकेच म्हणाला, ''घाई करू नका हां. आधी बकरं धरू द्या त्याला. खायच्या नादाला लागला, म्हंजे मारा.''

सावधगिरी म्हणून मारुतीनं केव्हा तरी बंदुकीचे घोडे चढवले. वाघ आला. बसला. बकरं धरण्याऐवजी त्यानं सावट घेतला आणि तत्काळ तो तोंड फिरवून जाऊ लागला.

बाबू कुजबुजला, ''चालला चालला– बत्ती दावा– मारा.''

या घाईगर्दीत काय झालं, कळलं नाही, पण धाडकन् बंदुकीचा बार उडाला. 'मेलो, मेलो' असे शब्द उठले. केंबळ्याच्या छपरातली माती, पाचोळा आमच्या अंगावर पडला. धुरळा उसळला. ती झोपडीची मालकीणही घाबरून ''बया गं! आरं, देवा!'' म्हणून ओरडायला लागली. हा अपघात होता. मारुतीचंच बोट चुकून घोड्यावर पडलं होतं आणि बार गेला होता. वर छप्परच होतं, म्हणून ठीक, नाही तर बोराएवढे दाणे आदळून पुन्हा माघारी आमच्यावरच आले असते. बंदुकीची नळी

वरच होती म्हणून बरे; ती जर माझ्या बाजूला झुकली असती, तर– ?

दस्ता लागून विव्हळणाऱ्या, बार गेल्यामुळे फार शरमिंद्या झालेल्या मारुतीला दादांनी समजावलं आणि म्हणाले, "आता आपण थांबण्यात काही अर्थ नाही, जाऊ या बंगल्याकडं."

गडावर आलो, तेव्हा रात्रीचे अकरा वाजून गेले होते. कॉटवर अंग टाकता-टाकता जयंतराव मला म्हणाले, "तुम्ही उगीच वेळ घेतलात. पहिल्यांदा दिसला, तेव्हाच बार टाकायचा."

मीही मारुतीइतकाच शरमून गेलो.

सिंहगडचा परिसर पुढं-पुढं अपुरा वाटायला लागला आणि तेव्हाच्या पद्धतीप्रमाणं कर्नाटकातले गेम ब्लॉक्स रिझर्व्ह करून, पंधरा-पंधरा दिवस आम्ही सात-आठ जण जंगलात कँप करून राहू लागलो. ही सगळी जयंतरावांची स्नेहीमंडळीच होती. सल्ला-मसलत भाऊसाहेब चव्हाणांची असे. कँपचे प्रमुख जयंतराव असत.

असाच एका वर्षी गुंजावतीच्या फॉरेस्ट बंगल्यात कँप होता. गुंजावती आणि तिला लागूनच इतर ब्लॉक्स– असं हे फार मोठं जंगल होतं. आम्हा सर्वांनाच अगदी अनोळखी होतं. भाऊसाहेब चव्हाण, त्यांचा मुलगा संभाजी चव्हाण हे दोघे सोडले, तर ह्या जंगलाची माहिती कुणाला नव्हती.

चार-दोन दिवस हिंडून-फिरून झाल्यावर मी म्हणालो, "जयंतराव, उद्या सकाळी मी पाण्यावर जाऊन बसतो."

"बसा, पण एकटे जाऊ नका. सोबत कुणाला घेता?"

ह्या खेपेला कॉलेजच्या पहिल्या-दुसऱ्या वर्षाला असणारा रमेश देशमुख बरोबर आला होता. तो उत्साहानं म्हणाला, "मी जातो दादा, ह्यांच्याबरोबर."

मी आणि रमेश दोघांनी जायचं ठरलं. जयंतराव म्हणाले, "आम्ही तुम्हाला जीपमधनं तिथं सोडतो. अकरा वाजेपर्यंत बसा. काही मिळतं का, बघा. अकरा वाजता आम्ही न्यायला येऊ."

हे पाणी जंगलात बरंच आत होतं. जीपच्या रस्त्यापासून दोन फर्लांग वाट काढत पायी जावं लागलं. आम्हाला मोक्याच्या जागी बसवून जयंतराव आणि सोबत आलेले एक-दोघं माहीतगार परत फिरले.

सहा-साडेसहा झाले होते.

मी त्या लहानशा तळ्याच्या एका टोकाला, रमेश दुसऱ्या टोकाला– असे बसून राहिलो. रमेशनं बारा बोअर बंदूक आणि शिवाय एक रायफल अशी दोन हत्यारं घेतली होती. माझी हलकी बंदूक माझ्यापाशी होती. हत्यारं, काडतुसं

ह्याशिवाय काही जवळ नव्हतं. पाण्याची बाटलीसुद्धा नव्हती. तळ्याकडं एक शेपूटही फिरकलं नाही. हळूहळू साडेआठ-नऊ झाले. दहा वाजेपर्यंत आम्ही कसाबसा दम काढला. ऊन सणाणू लागलं. तहान-भूक लागली. उत्साहाच्या भरात सकाळचा चहा आणि ब्रेडचा एक तुकडा खाऊन निघालो होतो.

एका जागी बसून लवकरच मी कंटाळलो. रमेश तर फारच कंटाळला. जागचा उठून तो माझ्याकडं आला, म्हणाला, "काही मजा नाही, जाऊ या माघारी. रस्त्यावर जाऊ आणि चालत राहू. तिकडून जीप आली की, वाटेत गाठ पडेलच."

मलाही वाटलं– रमत-गमत, काही दिसतं का, ते बघत जाऊ या चालत.

"रस्ता सापडेल का, रमेश?"

"हो, हो. माझ्या ध्यानात आहे, चला!"

बडबडत, गप्पा हाणत परत फिरलो. बराच वेळ चाललो, तरी आडवा रस्ता काही आला नाही.

"रमेश, मला वाटतंय, आपण रस्त्याच्या अगदी विरुद्ध दिशेला चाललोय."

"छे, छे! हे बांबूचं जंगल सालं असंच भारी असतं. सगळीकडं सारखंच. दिशाच कळत नाही. पण आपण बरोबर चाललोय. आत्ता रस्ता दिसेल."

कुठला रस्ता? बघावं, तिकडं बांबूची बेटंच बेटं. आठी दिशांना जंगल. सगळ्या दिशा सारख्या.

चाल-चाल चाललो. मग माझी खात्रीच झाली की, आपण चुकलो. रमेशलाही ही जाणीव झाली; पण कुठलीच गोष्ट गंभीरपणे न घेण्याचा त्याचा स्वभाव आणि वयही होतं.

गुंजावतीच्या ह्या विशाल अरण्यात वाघ होते, बिबळे होते (रात्री बंगल्यात आम्ही त्यांचे आवाज ऐकलेच होते आणि दिवसा पाण्यावर पावलं पाहिली होती), अस्वलं होती, किंग कोब्रा होता. समजा, सगळा दिवस चारी दिशा धुंडूनही आम्ही बंगल्यावर पोचलो नाही; रात्र झाली, तर?

एखादं मोठं झाड आढळलं, तर तिथं थांबावं. रात्र झाडावर काढता येईल आणि नाहीच झाड मिळालं, तर? जळण गोळा केलं पाहिजे. मोकळी जागा बघून शेकोटी पेटवायची आणि रात्र बसून काढायची.

आम्ही कुणीकडच्या कुणीकडं भरकटलो.

अकरा वाजता जयंतराव जीप घेऊन आले. रस्त्यावर थांबले. आम्ही आलो नाही, म्हणून पायी चालत आत आले. आम्ही नाहीच. कदाचित परस्पर बंगल्यावर पोचले असतील, म्हणून ते परत आले, तर आम्ही तिथंही नाही. अनोळखी जंगलात ह्यांचं झालं तरी काय? सगळ्यांना काळजी वाटायला लागली. शेवटी त्यांनी

स्थानिक वस्तीत जाऊन दोन हबशी मागकाढे आणले. आमच्या दोघांच्या पायांत बाटा कंपनीचे शिकारी बूट होते, त्यामुळं ह्या हुशार मागकाढ्यांना माग लागत गेला. आम्ही भलतीकडच्या दिशेनं गेलो, हे कळलं. माग शेवटपर्यंत न्यावा, म्हणून ते शोध घेत चालले. रस्त्यापर्यंत आणून त्यांनी माग सोडला. कारण हमरस्त्यापासून पुढं माग मिळत नव्हता.

आम्ही चालून-चालून थकलो. एक जुनी लहान वाट लागली. तिच्यावर बरंच जुनं असं गुराचं शेणही दिसलं. म्हणजे ही वाट माणसं-गुरं ह्यांची होती. ती कुठं तरी पोहोचणार, म्हणून आम्ही धरली आणि ऐन दुपारी एका हमरस्त्याला येऊन मिळालो. दोन्ही बाजूंना बांबूचं जंगल आणि मधून गेलेला धुळीनं माखलेला रस्ता. हा कुठं जात होता, कुणाला ठाऊक.

रस्त्यानं चालत राहिलो. काही वेळानं नुकतेच तोडलेले ओले बांबू बैलगाडीत भरून जाण्याच्या तयारीत असलेला गाडीवान दिसला.

हा रस्ता कुठं जातो, म्हणून त्याला विचारलं. पण केवळ कानडीशिवाय इतर कुठलीही भाषा त्याला कळत नव्हती. शेवटी खाणाखुणा करून आम्ही बांबूनं भरलेल्या गाडीवर चढलो. वानरासारखे वर बसून राहिलो.

डकाव-डकाव करत ही बैलगाडी केव्हा तरी मुंडगोड ह्या तालुक्याच्या गावाला पोचली.

इथून गुंजावती बंगला अगदी विरुद्ध दिशेला– बराच दूर होता. आम्ही फार थकून गेलो होतो. सरकारी कचेरीच्या सावलीला तोंडावर टोप्या ठेवून झोपलो.

तिसऱ्या प्रहराच्या सुमाराला जयंतराव जीप घेऊन ह्या गावी पोहोचले. आम्हाला बघून त्यांचा जीव भांड्यात पडला.

ह्याच गुंजावतीच्या जंगलात कोणी गोरा साहेब चुकला होता. तो दोन दिवस आणि दोन रात्री जंगलात होता. शेवटी माग काढत-काढत त्याचा शोध घ्यावा लागला होता, ही हकिगत माग काढणाऱ्यांनी त्यांना सांगितली होती.

आम्ही अपराध्यासारखे जीपमध्ये चढलो आणि कँपवर आलो.

अशा दूरदूरवरच्या सफरी छपन्न-सत्तावन्न सालापर्यंत चालल्या. पुढं खंड पडला.

धैर्य, चिकाटी, शारीरिक सुदृढता आणि वनविद्या– ह्या सगळ्यांचा संगम ज्याच्यापाशी आहे, त्यानंच खेळावा, असा हा मर्दानी खेळ आता कालबाह्य, त्याज्य झालेला आहे. आता शिकारीची तरफदारी कोणी करणार नाही.

तरुण, अवखळ वयात उत्तम शिकारी असलेला माणूस निसर्गाशी फार जवळचं नातं जोडतो आणि मनाला प्रौढता येते, तेव्हा बंदूक टाकून देतो. ही वरची इयत्ता असते. पुढं तो निसर्गाचा अभ्यासक, आनंदयात्री होतो.

जयंतराव आता बागेत रमतात. मध्यंतरी बऱ्याच काळानंतर मी घरी गेलो, तर त्यांनी मला गोपाळराव देऊसकरांनी केलेली लोकमान्यांची पोर्ट्रेट्स दाखवली. नव्यानं खरीदलेला, बारा भागांतला निसर्गविषयक ज्ञानाचा महाकोश दाखवला. बागेतले गुलाब दाखवले आणि ऑर्किड्स दाखवली.

काझिरंगा हे आसाममधलं अभयारण्य मला पाहायचं होतं. चित्रं काढायची होती. जयंतरावांपाशी ही कल्पना मी बोललो. त्यांनी सरकारी पाहुणा म्हणून मला काझिरंगा पाहता यावं, अशी व्यवस्था केली.

जाताना मी विचारलं, तर म्हणाले, ''तिकडं ऑर्किड्स फार सुंदर मिळतात. जमलं, तर आणा.''

काही दुर्मिळ जातींची नावं त्यांनी मला लिहून दिली. ही शिलाँगला मिळतील, म्हणाले.

चेरापुंजीच्या बाजारात मला ऑर्किड्स मिळाली. जाडजाड मुळं, काही हिरवी पानं– इतकंच होतं. पुण्याला ही सुखरूप पोचतील का, अशी काळजी करत वारंवार पाणी मारत प्रवासात मी ती जपली आणि जयंतरावांना आणून दिली.

ही दुर्मिळ ऑर्किड्स आता जयंतरावांच्या बागेत आहेत. ऋतूनुसार त्यांना आकर्षक रंगाची टिकाऊ अशी फुलं येतात.

आम्ही जंगलात घालवलेल्या दिवसांच्या आठवणी ऑर्किडसारख्याच आहेत. ∎

रविवार 'केसरी', १२ ऑक्टोबर, १९८१

एक प्रकार लेखनाचाच!

२३

ग्रंथ विकत घेतला की, त्यावर नाव आणि तारीख मी आधी टाकतो.

Ralph Thompson च्या 'An Artist's Safari' या ग्रंथावर बावीस-सहा-एकाहत्तर अशी तारीख आहे. म्हणजे दहा वर्षं उलटून गेली. आता हा ग्रंथ बाजारात मिळतो का, ते मला माहीत नाही.

बऱ्याच अनुभवांनी मी एक अक्कल विकत घेतली आहे. पुस्तक दिसलं, आवडलं की, घेऊन टाकायचं. खिसा खाली असला, तर गुपचूप मनगटावरचं घड्याळ विकून तो उभा करायचा आणि मग सावकाशीनं पश्चात्ताप वगैरे जरूरच वाटली, तर करायचा. कारण आज पुस्तकाच्या दुकानात पाहिलेलं पुस्तक आणखी आठ दिवसांनी तिथं असेलच, असं नाही. बहुधा ते पुन्हा दिसत नाही आणि मिळतही नाही.

राल्फ थॉम्पसन हा ब्रिटिश चित्रकार. खेड्यात जन्मला. साल कोणतं, ते मला माहीत नाही. पुस्तकावर ते दिलेलं नाही.

पुस्तकासाठी चित्रं कशी काढावीत, हा विषय तो 'लीडस् कॉलेज ऑफ आर्ट' या संस्थेत शिकला आणि लंडनच्या 'रॉयल कॉलेज ऑफ आर्ट' या संस्थेत त्यानं चित्रकलेचं विशेष ज्ञान मिळवलं.

पुढं व्यावसायिक चित्रकार म्हणून काम करायला लागला आणि वन्य प्राण्यांची चित्रं काढण्यात त्यानं प्रावीण मिळवलं. जेराल्ड डरेल हा गमतीदार शैलीत वन्य प्राण्यांवर लिहिणारा लेखक पुष्कळांनी वाचला असेल. त्याचं 'The Bafut Beagles' हे पुस्तक एकोणीसशे चोपन्नमध्ये प्रसिद्ध झालं. त्यातली चित्रं ह्या राल्फ थॉम्पसननं काढली आहेत.

हा जेराल्ड एकोणीसशे पंचवीसमध्ये भारत देशात जन्माला आला. तीनएक वर्षांनी जेराल्डचं कुटुंब इंग्लंडला परत गेलं.

कोर्फू (ग्रीस) बेटावर सात-आठ वर्षं हे कुटुंब राहिलं होतं. इथं जेराल्डनं प्राणिशास्त्राचा अभ्यास केला आणि भलामोठा शिकारखाना घरात पाळला. तीनएक वर्षं एका प्राणिसंग्रहालयात उमेदवारी केली आणि वन्य प्राणी पकडून आणण्यासाठी न्यूझीलंडला सफरही काढली. या सफरीतूनच त्याच्या पहिल्या पुस्तकाचा जन्म झाला.

पुढं त्यानं ब्रिटिश गियाना, पेराग्वे, अर्जेंटिना, न्यूझीलंड, ऑस्ट्रेलिया, मलाया या देशांतून अशा अनेक सफरी केल्या आणि त्यातून 'द डूकन फॉरेस्ट', 'माय फॅमिली अँड आदर ॲनिमल्स्', 'एन्काऊण्टर्स वुइथ ॲनिमल्स्', 'द व्हिस्परिंग लॅण्ड', 'बर्ड्स, बीस्ट्स अँड रिलेटिव्हज्' अशी पंधराएक फार लोकप्रिय झालेली पुस्तकं ह्यानं लिहिली.

ह्या जवळजवळ सगळ्या पुस्तकांतून राल्फचीच रेखाटनं आहेत. ती चांगली आहेत; पण मी ज्या पुस्तकाविषयी सांगतोय, त्याला तोड नाहीच. ती ह्या चित्रकाराची सर्वांत उंच उडी आहे.

राल्फ थॉम्पसननं एकोणीसशे पासष्टच्या सुमाराला एक चमत्कार केला आहे. पेन आणि पॅड घेऊन हा बहाद्दर चित्रकार आफ्रिकेतल्या जंगलात भटकला. सेरेनगटी, सांबुरू, लेक मन्यारा, मसाईमारा अशा अनेक राखीव जंगलांत हिंडून त्यानं हजारो जलद रेखाटनं केली. ह्या आपल्या रेखाटनांना तो 'एक प्रकारचं लेखन' असंच म्हणतो. लिहिताना आपण ठरावीक खुणा वापरतो; हा रेषा वापरतो. ह्याचे डोळे साक्षात चित्रचक्षू आहेत– अगदी सिनेकॅमेराच; परंतु कॅमेऱ्यातला ढोबळपणा ह्याच्या रेखाटनात नाही. कमालीची सूचकता आहे. ह्याची रेषा सांगते थोडं, सुचवते भाराभर.

कमीत कमी रेषांत हा त्या प्राण्याची लकब, त्याची विशिष्ट हालचाल, गती आणि जिवंतपणा– सारं आणण्याचा चमत्कार करतो. आपण बघावं आणि थक्क

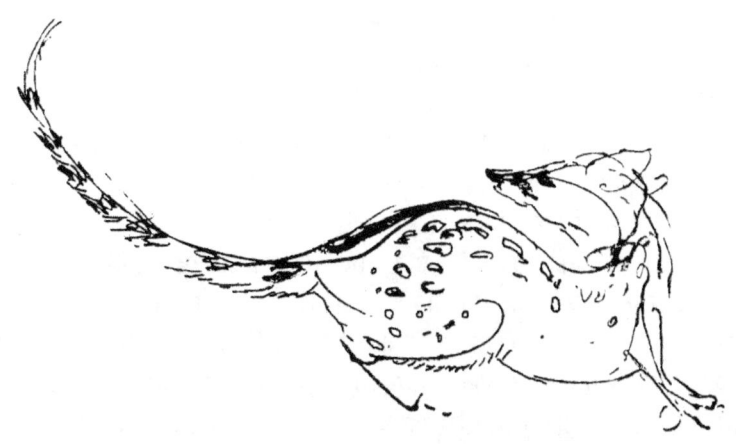

व्हावं. हरखून-हरखून जावं.

साधी रेखाटनं बघून एवढा आनंद अगदी क्वचितच होतो. दहा-वीस लाखांत एखादाच चित्रकार ही किमया करू शकतो. छे:! दहा-वीस लाखांत तरी कुठला? ह्या विराट जगाचा जो कोणी निर्माता आहे, तो अशा प्रतिभावंताची एकच प्रत तयार करतो; फक्त एक. कार्बन कॉपी नाहीच.

रेखाटनांसाठी राल्फ चक्क फाऊन्टन पेन वापरतो. त्याची रेषा लो किंवा लक्ष्मणसारखी ठसठशीत नाही. फार नाजूक आहे. पेननं काढलेली रेषा ही पुसट, अंधुक वगैरे असतच नाही. ती अगदी दगडावरचीच रेघ असते. ती ओढताच चूक का बरोबर, हे तत्काळ जाहीर होतं.

पेनची रेखाटनं चित्रकाराला फार शिकवतात. तत्काळ निर्णय घ्यावा लागतो. प्रत्येक रेषा जोरदार आणि नेमकी असावीच लागते. त्यामुळं दृष्टीला आणि बोटांना समोरचं दृश्य स्वच्छ, नेमकं, मोजकं असंच टिपावं लागतं.

समोरचं दृश्य किंवा वस्तू स्थिर असली, तर अशी रेषा मारणं फार अवघड नाही; पण जंगलातलं जीवन फार गतिमान असतं. वारं धरायला जावं, असाच सारा प्रकार असतो.

गवतात हरणं चरत असतात... एकाएकी कुणी तरी मान वळवून मागल्या पायानं कानाचा कोका खाजवतं... दोन तरणे नर शिंगांचा खडखड आवाज करून झुंज खेळतात... वर झाडाच्या पाल्यात खाणारं माकड दोन पायांवर उभं राहून चकित मुद्रेनं पाहतं... उंच गवतातून दबकी पावलं टाकत बिबट्या वाघ कळपाच्या दिशेनं हळूहळू चाललेला आहे... करकोचे आभाळातून जमिनीवर एक-एक असे उतरताहेत... बाभळीच्या झाडावर गायबगळ्यांचा थवा नुकताच उतरतोय...

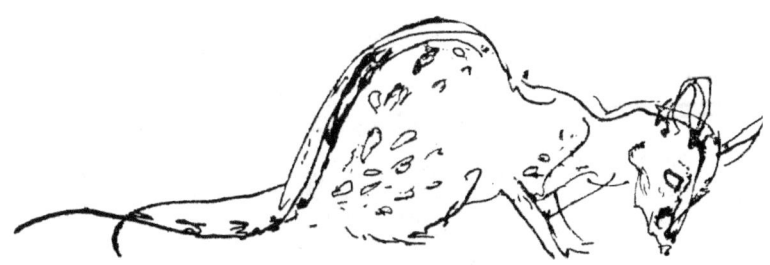

– आणि हे सगळं चाललं असतानाही वातावरणात सतत एक प्रकारचा तणाव आहे. तो वळून बघण्यात, उंच मानेत, चमकदार डोळ्यांत, टवकारल्या कानांत– कुठंही दिसतो आहे. हे सगळं रेषांत आणणं, ही सोपी का गोष्ट आहे?

शिल्पकार रोदाँ म्हणे :

'थरथरता, जिवंत असा एकच क्षण पकडून गोठवला की, शिल्प उभं राहतं!'

पॅरिसच्या अंधशाळेच्या एका शिक्षकाला वाटलं की, आपण आपल्या अंध विद्यार्थ्यांना एकवार रोदाँ म्युझियम 'दाखवावं'. डोळे नसून ते रोदाँची शिल्पं कशी 'पाहतात', हे शिक्षकाला बघायचं होतं.

आंधळे विद्यार्थी रोदाँ म्युझियममधे शिरले. सुरुवातीला छातीइतक्या उंच कठड्यावर उभं असं एक ब्रॉन्झचं शिल्प होतं. एका पोरानं ते हातांनी चाचपलं. दोन्ही पावलं, घोटे, अर्धवट नडग्या– एवढ्या चाचपून झाल्यावर त्यानं मान वळवली. शिक्षक शेजारीच उभे होते, त्यांना विचारलं, "सर, हा मुलगा कोणतं वाद्य वाजवतोय?"

शिक्षक चकित झाले.

"अरे, तुला हा मुलगा आहे, मुलगी नाही; हे कसं कळलं?"

शिल्पाच्या पायांवरून दोन्ही हात फिरवत विद्यार्थी म्हणाला, "सर, हे पाय काय मुलीचे आहेत वाटतं?"

"...आणि तो फिडल वाजवतो आहे, हे कशावरनं?"

"उजवं पाऊल कसं वर उचललेलं आहे बघा नं त्यानं!"

असे जिवंत क्षण पकडल्यामुळं राल्फचं हे पुस्तक सगळं जिवंत करतं.

बाभळीच्या झाडावर एकाकी बसलेली घार, रानातला सरडा, झाडाचं खोड, विस्तृत असं गवती माळरान आणि त्यावर चरणाऱ्या वन्य प्राण्यांचा विशाल कळप, काड्काड् फांद्या मोडत चरणारे हत्ती, गवतात बसलेलं चित्त्याचं कुटुंब, डहाळीवर पेंगणारं घुबड, साप धरण्यासाठी धावपळ करणारा 'सेक्रेटरी' पक्षी, करकोच्याची

झेप, गरागर डोळे फिरवणारा धारदार चोचीचा गरुड, रानात उभ्या रेघा अशा दिसणाऱ्या जिराफांच्या कळपाच्या माना, झोपलेली सिंहीण, कोट्याबाहेर डोकावणारी सुगरण, माकडं, हरणं, खारी, मुंगसं, शहामृगाची पोरं, पाली, टोळ, काटेरी फळं, जंगली फुलं– सगळं विश्व ह्या चित्रकारानं जिवंत केलं आहे.

कुठल्या कुठं आहे तो आफ्रिका खंड! कधी काळी मी तिथं जाईन, हे आता अगदी अशक्यप्रायच आहे. पण मनात आलं की, मी राल्फचं हे पुस्तक उघडतो आणि बघता-बघता काळ्या खण्डात जातो. दूरवर ड्रम वाजायला लागतात. पाखरांचा किलबिलाट ऐकू येतो. जंगलचा वास छाती भरून टाकतो. सिंहगर्जना ऐकू येते. चिखलानं अंग माखलेले रानरेडे टकरी खेळू लागतात. शिंगांचे खडाखड आवाज ऐकू येतात.

या पुस्तकासाठी राल्फनं बराच प्रवास केलेला आहे. त्याचा नकाशा पुस्तकाच्या सुरुवातीला आहे. काही प्रवास मोटारचा, काही विमानाचा आहे. किलिमांजारो, अरूषा, सेरेनगटी, लेक व्हिक्टोरिया ही नेहमीची वाचनात आलेली आणि म्हणूनच परिचयाची नावं ह्या नकाशात आहे.

अनेक मित्रांनी, आफ्रिकेतील नॅशनल पार्कच्या अधिकाऱ्यांनी आपल्याला केलेल्या मदतीचा कृतज्ञतापूर्वक उद्देश राल्फनं सुरुवातीला केला आहे.

लंडनच्या 'विल्यम कॉलिन्स अँड सन्स कंपनी'नं सत्तर साली हे पुस्तक प्रकाशित केलं आहे.

चित्रं बघताना आपल्याला वारंवार वाटतं की, इतक्या जवळनं हे प्राणी चित्रकाराला कसे बघता आले? एक तर ही रेखाटनं 'लँडरोव्हर'सारख्या गाडीत

बसून केली आहेत. अशा गाड्या पाहण्याची सवय पार्कमधल्या सिंहांना, चित्त्यांना, हरणांना, जिराफांना, हत्तींना असली पाहिजे.

'घुबड, सेक्रेटरी पक्षी, खंड्या हे पक्षी रेखाटताना मी दुर्बिणीचा उपयोग वारंवार केला,' असं हा चित्रकार सांगतोच. तरीही, अशा पद्धतीनं इतकी परिणामकारक अशी रेखाटनं करणं, हे प्रतिभावंताचंच काम आहे– येरागबाळ्याचं नाही.

पुस्तकात जागोजाग रेखाटनं जशी आहेत, तसंच चित्रमय लेखनही आहे. मी कुठं राहिलो, काय पाहिलं, हे राल्फ सांगतो.

पुस्तकाच्या शेवटी-शेवटी एक सुरेख हकिगत आणि रानमांजराची अप्रतिम अशी रेखाटनं आहेत.

सांबुरू लॉजचा मॅनेजर आणि त्याची बायको यांनी एका रात्री राल्फला आपल्या घरी बोलावलं. स्टडी-रूममध्ये त्याला बसवलं. समोर टेबल-स्केचबुक. दिवा. समोरची मोठी खिडकी उघडी ठेवलेली.

एका बशीत मटण-सँडविच आणि ॲपल पाय असं रात्रीच्या जेवणातलं उरलेलं अन्न खिडकीत ठेवून हे जोडपं म्हणालं, "आत्ता एक रानमांजर हे खायला येईल. तुम्हाला सहज रेखाटनं करता येतील."

खिडकीपलीकडं जंगलच होतं.

राल्फ वाट बघत राहिला.

पहिल्यांदा त्याला एक तरस आलेलं दिसलं. खायला काही मिळतं का, हे

बघून ते वीस मिनिटांनी निघून जाताच दोन रानमांजरं खिडकीत आली.

राल्फ लिहितो :

'मी भराभरा रेखाटनं करीत राहिलो.

'हे जेनेट जातीचं मांजर अठरा-एक इंच लांबीचं, तेवढीच लांब शेपटी, रंगानं राखी-पिवळसर, अंगावर-शेपटावर काळे ठिपके असं होतं.

'हा खास रात्रिंचर प्राणी आहे. दिवसा दृष्टीला पडतच नाही, झाडावर ढोलीत राहतो.

'हे झालं प्राणिशास्त्रानुसार. माझी आपली खासगी वर्गवारी अशी की, हे निम्मं मांजर आणि निम्मं मुंगूस आहे. आणि चित्रकाराच्या भाषेत सहज वाकणं-वळणं घेणारी पाठ, पल्लेदार शेपूट असा प्रवाही रेषांतून प्रकट होणारा एक नमुनेदार असा घाट आहे.

'पण एक कोडं कायम राहिलं– एरवी मांसभक्षक अशा प्राण्यानं मटण-सँडविच टाकून ॲपल पाय का पसंत केलं?'

पुस्तकाच्या अगदी शेवटी एका लाजऱ्या सिंहिणीसंबंधी चार अक्षरं आणि तशाच मूठभर रेषा आहेत.

ज्याला कुणाला जंगलात, वन्य प्राण्यांत, चित्रकलेत विशेष रस आहे; त्यानं मनगटावरचं घड्याळ गहाण टाकावं आणि राल्फ थॉम्पसनचं हे पुस्तक विकत घ्यावं. ∎

'ललित', दिवाळी अंक १९८१

बाबूसाठी काही शब्द

२४

अगदी कोवळ्या, अवखळ वयात वनविद्येचे धडे मी ज्यांच्याकडून घेतले; त्यांत एक मांग जमातीचा उमदा तरुण आहे, एक फासेपारधी आहे, एक वैदू आहे आणि एक रामोशी आहे. कोणत्याही पुस्तकातून मला शिकता आले नसते, ते ह्या चौघांकडून मी शिकलो. त्यांच्या-माझ्यात एकच समान गुण होता. आम्ही सगळे भटके होतो. चारी भिंतींतून बाहेर पडून, खाली धरित्री, वर आभाळ आणि आठी दिशा हिंडायला मोकळ्या– असं मिळालं की, आम्हाला त्यात आनंद-आनंद असे.

शिकारी कुत्री पाळून त्यांच्या संगतीनं रानं-वनं धुंडणं, हा देना मांगाचा छंद होता. ह्या छंदापुढे बाकी सगळ्या गोष्टी त्याला दुय्यम महत्त्वाच्या होत्या.

वाल्मी (की?) पारधी, हा भटक्या जमातीतच जन्माला आलेला होता. पारध हा त्याचा जीवनमार्ग होता; शेतकऱ्याचा शेती असतो, तसा.

हुसेन वैदू हाही भटकाच. काष्ठौषधी गोळा करून त्या आयुर्वेदिक औषधे तयार करणाऱ्या कारखानदारांना विकणं, हा त्यानं आपल्या चरितार्थाचा मुख्य व्यवसाय केला होता आणि काखेला औषधाची झोळी अडकवून, 'नाऽऽ डी परक्षा वैद–' अशी आरोळी देत हिंडणं, हा वंशपरंपरागत धंदा टाकून दिला होता. राघूची पिलं पकडून विकणं, हा व्यवसाय तो जोडधंदा म्हणून करत असे. पारध अर्थातच त्यालाही फार प्रिय होती.

बाबू रामोशी हा तसा आदिवासीच, पण तो माझा खेळगडी होता. खेळगडी, मित्र ह्याबाबतीतही आपण केवढं लहान रिंगण स्वत:भोवती आखलेलं असतं. आपले जवळचे मित्र बहुधा आपल्याच जाती-जमातीतले; आर्थिक, सामाजिक, सांस्कृतिक पातळी समान असलेलेच असे असतात.

आमचं गाव अगदी एवढंसं. रामोशी लोक पारधी, पण त्यांच्याकडं कधी हत्यारपात्यार नव्हतं. एक जुनीपानी

ठासणीची बंदूक होती, पण आता ती नुसती दिखाऊ राहिली होती. अशा काळात, पस्तीसएक वर्षांपूर्वी, मी पहिल्यांदा डायना पस्तीस ही हवाई रायफल आणि शिशाच्या गोळ्यांची डबडी घेऊन जेव्हा गावी गेलो; तेव्हा सर्वांत जास्ती अपूर्वाई वाटली, ती रामोशीवाड्याला आणि त्यातही बाबूला.

डोक्याला फाटकी-मळकी अशी टोपी, अंगात कोपरी आणि खाली जाडंभरडं धोतर असा पोशाख केलेला हा पोरगा मोठमोठे डोळे करून माझ्या या हत्याराकडं बघत होता. गलोलीशिवाय वेगळं हत्यार कधी त्यानं इतक्या जवळून पाहिलं नव्हतं. भीत-भीतच तो म्हणाला, ''मीच दिवस उगवायला येऊ का? जाऊ फिरायला रानात.''

मी विचारलं, ''काय बरं मिळंल आपल्याला?''

''हरण, ससा, लांडगा.''

''हरण, ससा, लांडगा मारायला मोठी बंदूक लागते; काडतुसाची. ही लहान बंदूक आहे. आपल्याला फक्त पक्षी मरायला येतात...''

''रग्गड हायेत आपल्या रानात. पकुर्ड्या हायेत, चित्तूर हायेत, पारवं हायेत, ढोक आहेत... पठाणी व्हलं, तांबडं व्हलं, भुरगुंज्या...''

अजून तोंडाला तोंड दिसत नव्हतं, एवढ्यात बाबू आला. जानेवारी महिना होता. थंडीनं काकडायला होत होतं, तरीही हा आला. बंद दरवाज्याजवळ अंगाची जुडी करून बसून राहिला.

मी दिवस उगवल्यावर जागा झालो. आई म्हणाली, ''अरे, तुझा खेळगडी केव्हाचा बाहेर येऊन बसलाय. मी पहाटे दरवाजा उघडला, तर हा बसलेला. म्हटलं– मेल्या, रात्री घरी झोपला होतास, का इथंच पायरीवर?''

सकाळी आम्ही बाहेर पडलो. भराभर चालून अंगात ऊब आणली. ओढ्याच्या काठाकाठानं थोडं चाललो, रानात आलो आणि चितूर ओरडला, 'पटीला, पटीला, पटीला–'

चित्तूर ओरडला, हे माझ्या कानानं ऐकलं; डोळ्यांना मात्र काही दिसलं नाही.

बाबू म्हणाला, ''थ्यो बगा, तांबड्या रानातनं तुरगत चाललाय.''

मला काहीच दिसेना.

बाबू म्हणाला, ''या माज्या मागनं!''

– आणि तो अशा पद्धतीनं चालला की, रानातून सावध मानेनं चाललेला चित्तूर भुर्रकन उडून पार पलीकडच्या तुकड्यातल्या बुटक्या बाभळीवर बसला.

मग बाबू म्हणाला, ''आता त्यो आपल्याला बघतोय. छाती काढून बसलाय.

हितनं मारता का?''

आभाळाच्या पार्श्वभूमीवार मला काळा चित्तूर दिसला होता. डायना ही तशी अतिशय अचूक, जोरकस मारणारी हवाई रायफल. तिच्यावर माझा हातही सुरेख बसला होता. उचलली आणि नीट नेम धरून छरा टाकला.

बद्कन् फळ पडावं, तसा चित्तूर खाली तुरीच्या पिकात पडला.

बाबू तीरासारखा धावला आणि पखाडाला धरून लोंबता असा चित्तूर घेऊन आला.

त्याला एवढा आनंद झाला होता, एवढं आश्चर्य वाटलं होतं की, कुस्ती जिंकल्यावर पहिलवान मारतो, तशा उड्या त्यानं मारल्या. चकित होऊन त्यानं पुन:पुन्हा त्या विलक्षण हत्यारावरनं हात फिरवला. खदखदून हसावं, असं काही घडलं होतं का? पण एकदा चित्तुराकडं, एकदा बंदुकीकडं बघून बाबू मनापासून आणि मोठमोठ्यानं हसला.

वाघाच्या शिकारीचं रसभरित वर्णन करतात, तसं त्यानं ह्या प्रसंगाचं वर्णन घरातल्या लोकांना ऐकवलं आणि किती तरी महिन्यांनी बाबू, त्याचा म्हातारा बाप, म्हातारी आणि त्याची भावंडं तव्यावर केलेलं चित्तुराचं कोरड्यास खाऊन तृप्त झाली.

माझ्यासंगं बाबू सावलीसारखा हिंडायला लागला. अनेकविध भूमिका तो बजावायचा. गनबेअरर, वाटाड्या, निरोप्या, चाकर आणि सवंगडी. सदा चेहरा प्रफुल्लित, चालायचा कंटाळा कधीच नाही. नाक, नजर, कान जनावराइतकं तयार.

आसपासच्या वाड्या-वस्त्या माहीत, तिथली माणसं ओळखीची. रानं, बनं, कुरणं माहितीची. त्यांतली झाडंझुडपं, वेली, फळं, मुळ्या माहितीच्या. एकूणएक लहान-मोठा पक्षी, जनावरं माहितीची. त्यांचा जीवनक्रम माहितीचा. माझ्यापुरता, बाबू म्हणजे एक अत्यंत उपयुक्त कोश होता.

महिनाभराची सुट्टी भुर्रकन् संपून मी नोकरीवर जायला निघालो की, बाबू म्हणायचा, ''आता मला आठवडाभर करमायचं नाही, बघा. असं, ह्या वर्साचं त्या वर्साला जाणं-येणं नका ठिऊ. चार-दोन महिन्यातनं येत चला.''

''बरं, बरं!'' म्हणून मी निघून येई.

उद्योगात गर्क होऊन जाई. जानेवारी, ऑगस्ट सोडला; तर मला जायला फुरसत अशी मिळत नसे.

बाबूचा धंदा-रोजगार सुरू होई. मोलमजुरी करून त्यावरच त्याचं चालत असे. वर्षातले काही महिने ही मोलमजुरी म्हणजे विहिरी खोदण्याचं कष्टाचं काम असे. आठ-दहा रामोशी गडी एकत्र असे विहीर खोदण्याचं काम घेत. अमुक हात खोल

खांदत झाली की, अमुक रुपये, असा हा करार असे. सकाळपासून दिवस मावळेपर्यंत कष्ट करावे लागत, तेव्हा ओली-वाळली भाकरी मिळे. कधी मिळे, कधी मिळत नसे. मग बाबू आणि त्याच्या घरातली माणसं माकडा-वानरासारखी राहत. कधी ओढ्याकाठच्या उंबराची उंबरं, कधी उकडलेली गाजरं, कधी रताळी, कधी भाजीपाला असं काहीबाही खाऊन त्यांना निर्वाह करावा लागे. कधी पाऊसकाळ नीट झाला नाही, तर परमुलखी जगायला जावं लागे. शेरडं-करडं, कुत्री-कोंबड्या घेऊन, पायी चालत ही माणसं गाव सोडत. जिकडं पाऊसपाणी आहे, शेतीत मोलमजुरीची कामं आहेत, अशा भागात जात. गटागटानं कामं घेत. उघड्या रानात राहत. तीन धोंड्यांच्या चुलीवर अन्न शिजवत, उघड्यावर झोपत आणि जगून-वाचून माघारी येत. दुष्काळ वारंवार पडणारा हा मुलूख आपण कायमचा सोडावा; कष्टच करायचे, तर ते सुपीक प्रदेशात जाऊन करावेत; आहे काय ह्या मुलुखात– कुठं तरी राहायचंच, असं मात्र त्यांना कधीही वाटत नसे. पक्षी जसे कठीण काळात स्थलांतर करतात आणि नेमके पुन्हा आपल्या जन्मदेशी परत येतात, तसे हे आपल्या जन्मगावी माघारी येत.

लवकरच ही लहान छऱ्याची बंदूक मी टाकून दिली आणि मोठी दुनळी बंदूक घेतली. भरपूर छऱ्याची काडतुसं घेऊन मी श्रावणात गावी जाऊ लागलो. बाबूच्या हातातही हत्यार देता यावं, म्हणून मी एक विंचेस्टर सातबारी पॉइंट टूटूही घेतली.

बाबू किती जलद आणि किती अचूक हत्यार चालवायला शिकला, हे बघून मी चकित झालो. शिक्षणाच्या काळातसुद्धा त्यानं एकही काडतूस कधी वाया घालवलं नाही. म्हणायचा, ''वस्तू काय आपल्या मळ्यात पिकतीय् का? एक काडतूस फुकट गेलं, तरी माझा जीव तरमळतो!''

रानात बाबूचे काही नेमधर्म असत. तो ते कटाक्षानं पाळत असे. कितीही लवकर उठून रानात जाण्याची त्याची तयारी असे. मी बहुतेक वेळा रानातल्या झोपडीतच मुक्कामाला असे. तर, हा दाराबाहेर उश्याला खरोखरीच धोंडा घेऊन झोपायचा. पांघरूण, अंथरूण ह्या वस्तू त्याला कधी लागत नसत. फार थंडी पडली, तर चगळ पेटवून तो शेकत बसलेला दिसे. भल्या पहाटे बाहेर पडलं की, कुठं तरी वाटेवरच दिवस उगवे. चहा-कॉफीसारखी पेये सकाळी आम्ही कुठून घेणार? पिशवीतून काही मेवा घेतलेला असे. विहीर-ओढ्यावर चूळ भरून, मूठभर मेवा खाणं, हीच माझी चहा-कॉफी असे. पण बाबू असा धार्मिक की, अंघोळ केल्याशिवाय तो तोंडात काही घालत नसे. दिवस उगवता-उगवता त्याला ओढा-विहीर दिसली, की लंगोट लावून आधी तो अंघोळ उरकायचा. त्यात जर का

रविवार असला, तर मग तो दिवसभर उपासच करायचा.

जनावरावर बार घालायचा, तो मी. उपासात फक्त सोबतीनं यायला त्याचा नकार नसे. त्या दिवशी त्याचा स्वत:चा मात्र कडकडीत शस्त्रसंन्यास असे. खंडोबा हे त्याचं कुलदैवत होतं आणि रविवार हा खंडोबाचा वार, म्हणून.

काही वेळा गावातली इतर पोरं आमच्या बरोबर असत. एरवी मी आणि बाबूच हिंडत असू. आसपास काही मोठं जंगल, डोंगर, दऱ्या नव्हत्या. माळरान मात्र भरपूर होतं. कधी काळी त्या माळरानावर काळवीट-हरणांचे, चिंकारा हरणांचे मोठमोठे कळप हिंडत, म्हणे. आता ते नाहीसे झाले होते. लांडगे होते तेव्हा; आता दिसेनासे झाले होते. खोकडं कधीमधी दिसत. ससे दिसत. बुध्याळच्या तलावावर गेलं की, पकुड्यांचे थवे दिसत. बदकं, ढोक, करकोचे दिसत. जानेवारी महिन्यात परदेशी करकोचे येत. 'क्रँव क्रँव' असा आवाज करत त्यांच्या ओळीच आकाशातून येत आणि करड्याच्या पिकावर, ज्वारीच्या पिकावर पडत. अशा शिकारीमागे मी आणि बाबू सकाळपासून दिवस मावळेपर्यंत हिंडत असू. मिळालेली शिकार घेऊन बाबू फार अभिमानानं आपल्या घरी जाई.

हातावर पोट असलेला हा इमानी रामोशी माझा मुक्काम जितक्या दिवस असे, तितक्या दिवस कामावर न जाता माझ्याबरोबर असे. ही गोष्ट माझ्या शेतकरी भावाच्या, आईच्या ध्यानात येई आणि बाबूच्या घरी धान्य पाठवलं जाई.

रानात भटकताना कधी माझा पहिलाच बार चुकला, तर बाबू म्हणे, ''तात्या, आता ऊन फार झालंया, घराकडं जाऊ या. आन् पायजे तर उद्या सकाळी लवकर येऊ या.''

त्याचा हा आग्रह का असतो, ते पुढं एकदा त्यानंच सांगितलं. म्हणाला, ''जनावर उडलं अन् पयलाच बार जर का चुकला, तर शिकाऱ्याचं मन पायजे तसं घट्ट ऱ्हात न्हाई. होऊने तशा चुका होतात हातनं, म्हणून आपलं माघारी येनं, हे बरं.''

ही गोष्ट खोटी नव्हती. पहिला बार चुकला की, मन स्थिर राहत नाहीच, सैरभैर होतं. पुन:पुन्हा बार चुकतात. माणूस नर्व्हस होतो. अशात अपघातही संभवतो.

माझा मुक्काम संपत आला की, काडतुसांचा साठाही कमी-कमी होत जाई. घरून निघताना जवळ असतील-नसतील तितकी काडतुसं न्यायची माझी सवय असे. रानात गेलं आणि काही दिसलं की, जवळची असतील-नसतील ती काडतुसं मी फाड्फाड् उडवून मोकळा होई.

हे ध्यानात येऊन पुढं बाबू मला विचारी, ''तात्या, आता किती गोळ्या शिलकी आहेत?''

''सहा.''

"मग चार घ्या आणि दोन असू द्या घरातच."

"कशाला? उद्या सकाळी तर मी जाणार."

"तसं दोन शिलकीला ऱ्हाऊ द्या–"

"काही नको."

दुसऱ्या दिवशी सकाळी पुण्याला यायला निघायचं, म्हणून एकदा मी सगळी काडतुसं खर्चून मोकळा झालो.

– आणि पहाटे बैलगाडीतून पाच मैलांवर असलेल्या स्टेशनकडं जात असताना, अचानक अगदी वाटेवर चार माळठिसकी दिसली.

कान टवकारून बैलगाडीकडं बघत उभी होती. बाबू गाडीतून येत होताच. तो हसून म्हणाला, "आता डोळं मिटून घ्या आन् चला. तिकडं बघूच नका."

त्याच्याच पाठीला मोकळी बंदूक होती, पण काडतूस मी एकही शिल्लक राखलं नव्हतं.

जवळ असलेली कोणतीही वस्तू सगळीच्या सगळी खर्चू नये, काही शिल्लक ठेवावं, हे तत्त्व बाबूकडून मी शिकलो.

त्याचा हा व्यवहारी शहाणपणा साध्या-साध्या गोष्टीतून दिसे. रानातून हिंडताना, रात्री-अपरात्री आम्ही विसाव्याला कुठं बसलो आणि पंधरा-वीस मिनिटांनी पुन्हा उठून निघालो की, बाबू म्हणे, "बसलो, ती जागा एकवार बघा. काही इसरलं न्हाई ना?"

चालण्याच्या नादात असं पुष्कळदा घडतं. पाण्याची बाटली, कमरेचा चाकू, दुर्बीण, काडतुसं, टोपी असली वस्तू राहते. आणि ती राहिली, याची आठवण आपण घरी आल्यावर रात्री किंवा दुसऱ्या दिवशी सकाळी होते!

रानातल्या झोपडीत मी झोपलो असताना हा बंद दाराबाहेर उश्याला धोंडा घेऊन उघडा झोपायचा. नाही अंथरूण, नाही पांघरूण. 'आत झोपत जा' असं मी वारंवार म्हटल्यावर तो एकवार म्हणाला, "आत झोपलो की, गडद झोप येईल. रामोश्याच्या जातीनं सावध झोपलं पायजे."

त्याची झोप विलक्षण सावध असे.

रात्री-अपरात्री केव्हाही मी जागा झालो की, बाहेर झोपलेला बाबू आपण जागं आहोत, याची खूण म्हणून हळूच खोकला काढी.

माझ्या गावापासून आठ कोस दूर असलेल्या कुरणात एकदा आम्ही गेलो. दिवसभर हरणामागे धावलो आणि रात्री बैलगाडी झाडाखाली सोडली. गाडीवान

आणि गावातली दोघं-चौघं पोरं बरोबर होती. त्यांना तिथंच थांबायला सांगून मी आणि बाबू, बॅटरीच्या उजेडात काही शिकार दिसते का, म्हणून हिंडायला बाहेर पडलो. किर्र काळोख होता आणि हे रान आमच्या पायाखालचं नव्हतं.

हितं कशाचे डोळे चमकले, तिकडं काही पळाल्यासारखं दिसलं, असं करता-करता गाडीपासून आम्ही फार लांबलो. आठ-बारा मैल चाललो असू. एवढ्या पायपिटीत फक्त एक ससा मिळाला आणि परत फिरलो... आणि साफ चुकलो.

काही दिसत नव्हतं. काही ऐकू येत नव्हतं. हिवर, बाभळ, नेपती, बोराटी, निंब, खैर, हिंगण असली झाडंझुडं... गवत, रातकिड्यांचा आवाज, थंडगार वारा, वर चांदण्यांनी झगमगणारं आभाळ.

''बाबू, आपली गाडी, माणसं किती लांब राहिली... आपण कुठं आलो?''

''तात्या, आता जरा बसा. पानी प्या. पान देतो, खा. आन् मग जाऊ.''

''बरं.''

गवतात बॅटरीनं नीट बघून बसलो. मी पान खाल्लं, बाबूनं खाल्लं.

दोघंही गप्प होतो. आपण चुकलो, हे मी जाणलं होतं. बाबूनं जाणलं होतं. त्याच्यावर फार जोखीम होती, कारण आमच्यापाशी भारी किमतीची हत्यारं होती. आडरानात चार-सहा धटिंगणांनी अकस्मात गाठलं, तर? हे रान आम्हाला अगदी नवखं होतं.

आमच्याच पायांचा आवाज ऐकत अंधारात बाबू पुढं आणि मी मागं असा प्रवास सुरू झाला. आणि दोन-एक तासांनी बैलांच्या गळ्यातली घुंगरं वाजण्याचा आवाज ऐकू आला.

उल्हसित आवाजात बाबू म्हणाला, ''आलो गाडीपाशी! बैलांच्या गळ्यातली घुंगरं वाजलेली ऐकलीत का तुम्ही?''

सकाळी परतीच्या प्रवासात जेव्हा मी बाबूला विचारलं, ''रात्री नेमकी वाट कशी काढलीस?''

''ते काय विचारू नका, बघा. आपन भायेर पडलो– तुमी पुढं, मी मागं. उजीकडं कितीदा, डावीकडं कितीदा वळलो, असं मी ध्यानात ठिवत होतो; पर पुढं-पुढं चकवा पडल्यासारखं झालं. पर एक ध्यानात होतं– बैलं बांधलीत, गाडी सोडलीय, ते झाड उच हाय समद्या कुरणात. हे चिचंचं झाड मोठं आणि समद्या झाडांत उच. त्याचा शेंडा आभाळात दिसनार. त्या झाडाचा शेंडा बगत-बगत मी वाट काढली आन् खंडुबारायाच्या दयेनं तितं नेमकं पोचलो.''

किती बरं वर्षं झाली? पन्नास सालापासून पासष्टपर्यंत, म्हणजे पंधराएक वर्षं तरी मी आणि बाबू एकत्र हिंडलो.

मग एकाएकी माझं अवखळ वय संपून गेलं. बंदूक ठेवून दिली. स्केचबुक आणि काळी शाई भरलेलं फाऊन्टनपेन घेऊन मी जंगलात जाऊ लागलो. शिकारीऐवजी रेखाटनं आणि निसर्ग ह्यावर लिहू लागलो.

बाबूची वारंवार आठवण होई. केरळमधल्या पेरियारला, आसाममधल्या काझिरंगाला, भरतपूरला, मध्य भारतातल्या कान्हाला– एवढं मोठं, वन्य प्राण्यांचा एवढा समुदाय मुक्तपणे वावरत असलेलं जंगल बघून बाबूला केवढा आनंद झाला असता; पण त्याला कुठली फुरसत? अजून तो विहिरी खणत होता. दुष्काळी कामावर राबत होता. त्याचा प्रपंच वाढला होता.

आपल्या अडचणी तो कधी बोलला नाही. त्यानं मला कधीही काही सांगितलं नाही. फक्त कधीमधी जानेवारी महिन्यात कुणाकडून तरी लिहून घेतलेलं कार्ड येई, 'परदेशी पाखरं कांड्या-करकोच्या आल्या आहेत. चार दिवसांची सवड काढून यावं, अशी बाबू नायकाची हात जोडून विनंती आहे.'

माझं गावाकडं जाणंही ह्या ना त्या कारणानं कमी-कमी होऊ लागलं.

एकदा गेलो; तर बाबू दुष्काळ कटायला, कुठल्या तरी शुगर फॅक्टरीवर ऊस तोडायच्या कामाला गेला होता. माझी भेट झाली नाही. अलीकडं-अलीकडं तर मी गावाकडं जाणंच टाकलं आहे. बिटाकाका गेले, आई गेली, आक्का गेली. सगळी माया करणारी माणसं गेली; तर आता कुणाच्या ओढीनं जायचं? निसर्गासाठी. पण माणसं हीन-दीन झाल्यावर निसर्गाला घेऊन करायचं काय?

महिन्या-दोन महिन्यांपूर्वीच मला कळलं की, बाबूही मरून गेला.

मला त्याच्यासाठी काही करायची संधी मिळाली नाही. तो प्रपंचासाठी विहिरी खणत राहिला; तसाच मीही काही तरी खणत राहिलो.

वाटत असे, लवकर निवृत्त व्हावं, गावी जावं, एक झोपडी रानात बांधावी. गाई, कोंबड्या पाळाव्यात. झाडं लावावीत. बाबूला मदतीला घ्यावं.

प्रत्यक्षात काही झालं नाही.

दरम्यान, बाबू मरूनही गेला. कशानं, काय, ते मला कळलं नाही. पण माझी खात्री आहे– एखादं हिरवंकंच झाड भिरूड लागताच अकस्मात मरून जातं, तसाच हा गेला असेल.

■

'विशाखा', दिवाळी अंक १९८१